ரெமோன் எனும் தேவதை

ரெமோன் எனும் தேவதை
சித்துராஜ் பொன்ராஜ் (பி. 1973)

தமிழ், ஆங்கிலம், ஸ்பானிய மொழிகளில் கதை, கவிதை எழுதி வருகிறார். அவருடைய முதல் தமிழ்ச் சிறுகதைத் தொகுப்பான 'மாறிலிகள்' தமிழ்ப் புனைவுப் பிரிவில் 2016ஆம் ஆண்டுக்கான சிங்கப்பூர் இலக்கியப் பரிசையும் அவருடைய முதல் தமிழ்க் கவிதைத் தொகுதி 'காற்றாய் கடந்தாய்' அதே ஆண்டு சிங்கப்பூர் இலக்கிய தமிழ்க் கவிதைப் பிரிவில் தகுதிப் பரிசையும் வென்றன. தமிழில் 'பெர்னுலியின் பேய்கள்' என்ற நாவலையும் இரண்டு சிறுவர் நாவல்களையும் எழுதியுள்ளார். ஆங்கிலத்தில் இவரது முதல் கவிதைத் தொகுதியான 'The Flag Party' 2017ஆம் ஆண்டின் இறுதியில் வெளிவந்தது.

மின்னஞ்சல்: sithurajponraj134@gmail.com

சித்துராஜ் பொன்ராஜ்

ரெமோன் எனும் தேவதை

காலச்சுவடு பதிப்பகம்

அன்பார்ந்த வாசகருக்கு,

வணக்கம்.

காலச்சுவடு நூலை வாங்கியமைக்கு நன்றி.

நூலின் உள்ளடக்கம், உருவாக்கம், அட்டைப்படம் இன்ன பிற அம்சங்கள் பற்றிய உங்கள் கருத்துகளையும் ஆலோசனைகளையும் காலச்சுவடு வரவேற்கிறது. தகவல், எழுத்து, வாக்கியப் பிழைகள் தென்பட்டால் கட்டாயம் தெரிவித்து உதவுங்கள். நூல் தயாரிப்பில் கடும் குறைபாடு இருப்பின் மாற்றுப் பிரதி உங்களுக்குக் கிடைக்கக் காலச்சுவடு ஏற்பாடு செய்யும்.

மின்னஞ்சல்: publisher@kalachuvadu.com

காலச்சுவடு நாகர்கோவில் தலைமையகத்துக்கும் கடிதம் அனுப்பலாம்.

தங்கள்
எஸ்.ஆர். சுந்தரம் (கண்ணன்)
பதிப்பாளர் — நிர்வாக இயக்குநர்

ரெமோன் எனும் தேவதை ♦ சிறுகதைகள் ♦ ஆசிரியர்: சித்துராஜ் பொன்ராஜ் ♦ © சித்துராஜ் பொன்ராஜ் ♦ முதல் பதிப்பு: டிசம்பர் 2018, இரண்டாம் (குறும்) பதிப்பு: ஜூலை 2021 ♦ வெளியீடு: காலச்சுவடு பப்ளிகேஷன்ஸ் (பி) லிட்., 669 கே.பி. சாலை, நாகர்கோவில் 629001

remoon enum teevatai ♦ Short Stories ♦ Author: Sithuraj Ponraj ♦ © Sithuraj Ponraj ♦ Language: Tamil ♦ First Edition: December 2018, Second (Short) Edition: July 2021 ♦ Size: Demy 1 x 8 ♦ Paper: 18.6 kg maplitho ♦ Pages: 168

Published by Kalachuvadu Publications Pvt. Ltd., 669 K.P. Road, Nagercoil 629001, India ♦ Phone: 91-4652-278525 ♦ mail: publications @kalachuvadu.com ♦ Printed at Clicto Print, Jaleel Towers, 42 KB Dasan Road, Teynampet Chennai 60001

ISBN: 978-93-86820-84-6

07/2021/S.No.853, kcp 3089, 18.6 (2) uss

ஒன்றல்ல பல பீஷ்மர்களை அசைத்துப் பார்த்த
எழுத்தாளர் அம்பைக்கு

பொருளடக்கம்

என்னுரை: எதிரெதிராய் எல்லைகள்	11
கடல்	13
சித்தன்	21
உண்ணா முலை	30
கனமதுரம்	39
சிரித்த முகமாய் சிங்கம்	48
ரெமோன் எனும் தேவதை	57
ஆதாரம்	66
திரவியம்	75
இருட்டு மனிதர்கள்	84
சொகுசுப் பொருள்	93
வெற்றிலை	103
சாவுக்காசு	112
நீலம்	120
புரட்சி	129
அநாகதம்	139
நியாயத் தீர்ப்பு	149
பிள்ளை வரம்	159

என்னுரை

எதிரெதிராய் எல்லைகள்

வணக்கம். இது எனது இரண்டாவது சிறுகதைத் தொகுப்பு. கதைகள் என் வயதைக் காட்ட ஆரம்பித்திருக்கின்றன.

இன்றுதான் சியோலில் அமர்ந்தபடி வட கொரியாவிலிருந்து இங்கு அகதியாக ஓடிவந்த ஒரு பெண்ணைப் பற்றிக் கதை எழுதினேன்.

ஒரு மகா பிரம்மாண்டமான நிலவியலை வலியத் தொலைத்துவிட்டுத் துப்பாக்கி முனைகள் இரக்கமின்றிக் குதறித் தின்னக் காத்திருக்கும் எல்லைக் கோடுகளைக் கடந்து ஓடும் பெண்ணின் பதைபதைப்பும் வெட்கமில்லாத தேடலும் உள்ளுக்குள் நிகழ்ந்துகொண்டே இருக்கும் நிரந்தர ஓலமும் என் கதைகளுக்கும் உண்டு.

ஒரே வித்தியாசம். நான் விட்டு ஓடிவர நினைக்கும் கூண்டுகளெல்லாம் நான் எனக்கே அமைத்துக்கொண்டவை.

சியோல்   சித்துராஜ் பொன்ராஜ்
12 நவம்பர் 2018

நான் இப்போது தொட்டுக்கொண்டிருக்கும் நிகழ்காலம் மட்டும்தான் என்னால் கையாள முடிகிற கருவி. என்மீது இந்தக் கணத்தில் எதுவெல்லாம் செயலாற்றிக் கொண்டிருக்கிறதோ, எதையெல்லாம் என்னால் மாற்ற முடியுமோ - இவையெல்லாம்தான் என் நிகழ்காலம். நான் ஜன்னலுக்கு வெளியே காணும் கற்பனைக் காட்சிகள் என் நிகழ்காலம் அல்ல; அவற்றோடு எனக்கு எந்த சகவாசமும் இல்லை. அவற்றை வாக்குறுதிகளாக மாற்றக் கொஞ்சம் வெய்யில் மட்டும் இருந்தால் போதும். ஒருவேளை அவை எதிர்காலத்தின் ஆழத்திலிருந்து என்னை வந்து சேர்ந்தவையாகக்கூட இருக்கலாம்.

ஜான் பால் சார்த்தர்,
என் ஜன்னலில் இருந்து வெனீஸ் நகரம்

நான் நன்றாகத்தான் இருக்கிறேன், நான் ஒரு பன்றி.

கிம் ஹைஹுன், கொரிய எழுத்தாளர்

கடல்

அவர்கள் காலுக்கடியில் கிடந்த வெதுவெதுப் பான கறுப்பு மணலை நீருக்குள் முங்கி கைகளில் அள்ளிக் கொண்டார்கள். மணல் கையில் சேறாய்க் குழைந்தது. அதே சமயம் உப்புத்தாளைப்போல் கையில் தொடுவதற்குச் சொரசொரப்பாகவும் இருந்தது.

கையில் திரட்டிய மணலை உள்ளங்கையில் புரட்டி முகம், தோள், மார்பு என்று பூசினார்கள். விடாமல் புறப்பட்டு வந்த பேரலைகளில் உடம்பில் பூசிய மணல் கரைந்து மார்பின் மீது கரும்சாம்பல் நிறச் சங்கிலிகளாய்ப் புரண்டது.

முகத்தில் பூசியிருந்த மணல் கரையாமல் இருக்க அவர்கள் தலையைக் கவனமாகப் பின்னுக்குச் சாய்த்திருந்தார்கள். அலை வருகிறது என்று தெரிந்த போது அதன் அசைவுக்கு ஈடுகொடுக்கும் வகையில் கைகளைக் கடல்மீது நன்கு பரப்பிக் கால் அகட்டி நின்று கொண்டார்கள். இப்போது அவர்களது முகங்கள் உச்சிக்கால சூரியனைப் பார்த்தபடி இருந்தன. மூடியிருந்த கண்களுக்குப் பின்னால் இளஞ்சிவப்புச் சிரித்தது.

மிசுனோ மட்டும் அவர்களுடைய கும்மாளத்தில் பங்கெடுக்காமல் கரையோரமாக அலைகளைக் கைகளால் அளைந்தபடி அவர்களைப் பார்த்துக் கொண்டு நின்றான். அவர்கள் மூன்று பேரையும் தாண்டிப் பெருங்கடல் மத்தியான வெயிலில் விரித்து வைத்த வெள்ளி நிற ஜமுக்காளமாய் ஜ்வலித்துக் கொண்டிருந்தது.

முகத்தில் கடல்நீர் தெறித்துவிடாமல் இருக்க அலைகளோடு எம்பி எம்பிக் குதித்துக் கொண்டிருந்த நிஷினோ கண்ணோரங்களில் எரிய ஆரம்பித்திருந்த உப்பு நீர்த் திவலைகளைத் துடைத்துவிட்டபடி மிசுனோவை மிகுந்த வெறுப்புடன் பார்த்தான்.

"ஏய் மிசுனோ. இங்க வந்து குளிக்காம அங்க என்ன பண்ணிக்கிட்டு இருக்கே. இந்த மாதிரி மண்ணைத்தான் வெள்ளைக்காரன் தோல் பளபளப்பா இருக்கணும்னு காசு கொடுத்து வாங்கி மூஞ்சியில பூசிக்கிறான். இங்க காசு கொடுக்காம சும்மா கிடைக்குது, பாரு."

அவர்களுக்குச் சற்றுப் பின்னால் கைகளை விரித்தவாறு கடல் நீரில் மல்லாக்க மிதந்து கொண்டிருந்த யோஷிமுரா கைகளால் கடல்நீரைச் சப்தமெழ அறைந்தபடி பெருத்த வெள்ளைத் திமிங்கலம் போல் திரும்பி அவர்களை நோக்கி நீந்திவந்தான்.

"மிசுனோவைச் சீண்டுறதே உனக்கு வேலையாப் போச்சு நிஷினோ. அவனுக்கு என்ன இஷ்டமோ அவன் அதைச் செய்யட்டுமே."

கடலின் வெளிச்சத்தில் கலைந்த தலைமயிரிலிருந்து விரல் நகங்கள் வரை நிஷினோவின் உடம்பு ஏறத்தாழ ஒளியுருவாகவே மாறியிருந்தது. அவன் மிசுனோவையும் யோஷிமுரோவையும் சில கணங்கள் உறுத்துப் பார்த்தான். அவன் கன்ன மேட்டின் செந்நிறப் பூக்களாய் ரௌத்திரம் குடியேறியிருந்தது. கைகளைத் தலைக்குமேல் நீட்டிச் சோம்பல் முறிப்பதுபோல் பாவனை காட்டியபடியே நிஷினோ கடல் ஆழங்களை வெறித்துப் பார்த்துக் கொண்டு பேசினான்.

"நான் ஏன் கண்ட பெட்டை நாய்களயும் சீண்டணும்?"

நிசினோவின் வார்த்தைகளுக்குப் பதில் சொல்லும் வகையில் மிசுனோ எதையோ சொல்ல நினைக்கிறான் என்று புரிந்துகொண்ட யோஷிமுரோ அவன் கழுத்தைச் சுற்றிக் கையைப்போட்டுக் கொண்டு கரையை நோக்கி மிகப் பெரிதாய் கைகளை அடித்தபடி நீந்த ஆரம்பித்தான்.

"சீக்கிரம் வா மிசுனோ. உன்னைச் சுறா மீன் பிடிக்க வருது."

யோஷிமுரா மிசுனோவைப் பிடித்திருந்த விதத்தில் அசாத்தியமான நெருக்கமிருந்தது. அவன் உதடுகள் அடிக்கடி மிசுனோவின் கழுத்தை உரசிக் கொண்டன. அவன் கை

மிசுனோவின் மார்பு முழுவதும் நிறுத்தி நிதானமாய் அளைந்தது. நிசினோ இருவரையும் கவனித்தபடியே கடலுக்குள் இடுப்பை முன்னும் பின்னும் அசைத்தபடி பெரிய அடிகளை எடுத்து வைத்து நடந்து வந்தான். அவன் முகத்தில் தேமல்போல் அரைச்சிரிப்பு ஒன்று ஒட்டியிருந்தது.

மூவரும் கடற்கரையில் விரித்து வைக்கப்பட்டிருந்த மூவர்ணக் கான்வாஸ் விரிப்பில் கடலைப் பார்க்கும் வகையில் அமர்ந்து கொண்டார்கள். அவர்களின் அருகே சாப்பாட்டுக் கூடை ஒன்றும் நீல வெள்ளை ஐஸ் பெட்டி ஒன்றும் திறந்திருந்தன. யோஷிமுரா ஐஸ் பெட்டிக்குள்ளிருந்து பீர் பாட்டில்களை எடுத்து மற்ற இருவருக்கும் சின்னச் சுழற்சியோடு வீசினான். மூவரும் கையில் பீர் பாட்டில்களைப் பிடித்துக் கொண்டு கடலைத் தொடர்ந்து வெறித்துப் பார்த்தார்கள்.

பிரம்பங்கூடையில் சிறு சிறு பொட்டலங்களாக அவர்களுக்காக உணவு வகைகள் தயாரித்து வைக்கப்பட்டிருந்தன. பூவேலைப்பாடுகள் அமைந்த வெள்ளிப் பாத்திரம் ஒன்றில் மூவருக்குமாய் இந்தோனேஷிய பாணியில் தேங்காய்ப் பாலில் சமைத்த சோற்றை அடைத்துத் தந்திருந்தார்கள். சோற்றில் அவர்கள் வழக்கப்படி பாண்டான் இலைகள் சொருகப்பட்டிருக்க வேண்டும். கடற்கரை மணலின் மீது சொதசொதவென்று கிடந்த வெக்கையில் பாண்டான் இலைகளின் வாசமும், மிளகாய்த் துவையலில் துவட்டிய கவுச்சியின் வாடையும் மெல்லிய இழையாகப் பரவியிருந்தன. ஆனால் வெயிலில் நீந்திய களைப்பில் அவர்களில் யாருக்கும் பசிக்கவில்லை. அவ்வப்போது குளிர் கலையாமல் இருந்த பீரை மட்டும் வாய்க்குள் கவிழ்த்து மிக ஆழமாக இழுத்துக் கொண்டார்கள்.

“தோக்கியோ இரைச்சல விட்டு இந்த எடத்துல வந்து உட்கார்ந்திருக்குறது நல்லாத்தான் இருக்கு இல்ல?”

உதடுகளில் ஒட்டியிருந்த பீர் நுரையைப் புறங்கையால் துடைத்தபடி யோஷிமுரா பேச்சை ஆரம்பித்தான்.

கடற்கரை காலியாக இருந்தது. அது பணக்காரர்களுக்காக அமைக்கப்பட்டிருந்த உல்லாச விடுதி. தங்குபவர்களுக்கான சொகுசு மூன்றரை வீடுகள் பழைய ஜாவா கட்டிட பாணியில் இரண்டடுக்குக் கூம்புக் கூரைகளோடு கட்டப்பட்டிருந்தன. கூரைகளின் மீது ஸீராப் என்ற கல்மரத் துணுக்குகளை ஓடுகளைப்போல அடுக்கியிருந்தார்கள். வீடுகளின் முன்வாசல் கூரை படகின் முன்புறம் போலிருந்தது. முகப்புத் தளத்தின் இரு பக்கங்களிலும் நுண்ணிய வேலைப்பாடுகள் அமைந்த கனமான தேக்கு மரத்தூண்கள். வாசலை விட்டு வெளியில்

நடந்தால் கடற்கரையை அடையும் வகையில் வீடுகள் கிழக்கு நோக்கி அமைந்திருந்தன. கடற்கரை நெடுக இதேபோல் சொகுசு வீடுகள். ஒவ்வொன்றுக்கும் இடையில் ஒன்றரைக் கிலோமீட்டர் இடைவெளி. உல்லாச விடுதியின் தலைவாசல் மேற்குத் திசையில் எங்கோ தூரத்தில் இருந்தது. நாளுக்கு ஒரு முறையோ இரு முறையோ அந்த வழியாக நடந்து வந்த டச்சுக்காரர்களையும் ஜெர்மானியர்களையும் மட்டுமே பார்க்க முடிந்தது.

வெள்ளைச் சீருடை அணிந்த ஊழியர்களைத் தவிர மற்ற இந்தோனேஷியர்களை விடுதிக்குள் காண்பது அபூர்வமாக இருந்தது.

கடற்கரையில் அமர்ந்து பீர் குடித்துக் கொண்டிருந்த மூவரும் சர்வதேசப் பங்குச் சந்தையில் அவர்கள் நிறையச் சம்பாதித்தார்கள். தினமும் உருவாக்கப்படும் பத்தாயிரக் கணக்கான புள்ளிவிவரங்களைச் சேகரித்து அவற்றின் உதவியால் பங்குச் சந்தையின் ஏறுமுகத்தையும் வீழ்ச்சியையும் துல்லியமாய்க் கணிக்க தோக்கியோவின் உச்ச பல்கலைக் கழகங்களில் அவர்கள் பெற்ற கணித அறிவு உதவியது.

“இந்தக் கடல் என்னமாய்ப் புரள்கிறது, பொம்பளைபோல.” யோஷிமுரா மீண்டும் பேச்சைத் துவக்கினான்.

“எல்லாக் கடலும் பொண்ணுதான் தெரியுமா? ஆனால் ஒவ்வொண்ணும் ஒவ்வொரு வயதுடைய பொண்ணு. உதாரணத்துக்கு, இதோ இந்தக் கடல் இருக்கே, இது மத்தியான நேரத்துல புருஷ சுகத்துக்காகப் படுக்கையில் புரண்டுகிட்டு இருக்குற கல்யாணமான மத்திய வயதுப் பொம்பளை. இது அடக்கமானதாத் தோணினாலும் ரொம்பவே ஆபத்தானது. தாய்லாந்துல ஹாட்யாய்ங்கிற இடத்துல ஒரு கடல் இருக்கு. நீல நிறப் பாவாடையக் கையில் தூக்கிகிட்டுச் சின்னச் சின்னதா வெள்ளை நிறப் பாதம் அலையடிக்க ஓடிவந்து உன் மூஞ்சில தண்ணியத் தெறிக்கவுட்டு விளையாடும். அந்தக் கடல் பல்கலைக் கழகத்துல படிக்குற இருபது வயசுப் பொண்ணு.”

அந்த இடத்தில் சிறிது நேரத்துக்கு ஆழ்ந்த அமைதி நிலவியது. மூவரும் எந்தச் சிறிய அசைவேதுமின்றிக் கடலை உற்றுப் பார்த்தார்கள். குளிர்ச்சி இழந்திருந்த பீரை ஒரு முறை வாயில் சுழற்றிவிட்டு நிஷினோ அதைக் கடற்கரை மணல்மீது கனமாகத் துப்பினான்.

“தாய்லாந்துக்கு நானும் யாமாடாவும் போன வருஷம் கோடை விடுப்புக்குப் போயிருந்தபோ ஒரு சுவாரஸ்யமான விஷயம் நடந்துச்சுத் தெரியுமா?”

யாமாடா அவர்கள் மூன்று பேரோடும் வேலை செய்பவன். அவர்களது வேலையிடத்தில் அவர்களைப் போலவே முப்பத்தைந்து வயதாகியும் திருமணமாகாத நிறைய ஆடவர்கள் வேலை செய்தார்கள்.

"யாமாடா, நான், அவன்கூடப் படிச்சவங்க ரெண்டு பேரு இப்ப இருக்குறது மாதிரியே கடற்கரையில உக்காந்து ரொட்டியும் பழமும் தின்னுகிட்டு இருந்தோம். அப்ப ஒரு குரங்கு பக்கத்துல இருந்த கேட்டுமேல வந்து உக்காந்துகிட்டு எங்ககிட்ட பழம் வேணும்னு கைநீட்டிக் கேட்டுச்சி."

"ஒரு வேளை உங்கூடப் படிச்ச பழைய கூட்டாளியா இருக்குமோ?"

யோஷிமுரா கேட்டுவிட்டு வெடித்துச் சிரித்தான். நிஷினோ சிரிக்கவில்லை. மாறாகச் சிரிக்கும் யோஷிமுரோவையே உற்றுப் பார்த்தான். அவன் முகத்தில் எப்போதும் போல் அரைச்சிரிப்பு ஒட்டிக் கொண்டிருந்தது. மிசுனோ முழங்கால்களைச் சுற்றிக் கைகளைக் கட்டியபடியே கடலைத் தொடர்ந்து வெறித்துக் கொண்டிருந்தான்.

"சிரிச்சு முடிச்சுட்டியா. இப்பக் கதையக் கேளு. முதல்ல நாங்க அந்தக் குரங்குக்கு நிலக்கடலைகளையும் சிப்ஸையும் தூக்கிப் போட்டோம். ஆரம்பத்துல பயந்த குரங்கு நேரமாக ஆக எங்க பக்கத்துல வர ஆரம்பிச்சது. குரங்குக்கு விளையாட்டுக் காட்டின மும்முரத்துல பீருக்காக வச்சிருந்த நிலக்கடலைங்களும் சிப்ஸும் தீர்ந்துபோனதைப் பார்த்து யாமாடா கத்த ஆரம்பிச்சான். திடீருன்னு என்ன நெனச்சானோ தெரியல. ஐஸ் பெட்டியில இருந்த கனமான பீர் டின்னை எடுத்து ஏதோ பிளாஸ்டிக் துண்டைக் கையுல வச்சுத் திருப்பித் திருப்பிப் பார்த்துகிட்டிருந்த குரங்கோட தலைமேல குறிபார்த்து அடிச்சான். பீர் டின் குரங்கோட நெத்திக்கு ஓரமா நங்குன்னு இடிச்சது. கேட்டோட முனையில ஏறி உக்காந்திருந்த குரங்குத் தரைக்கு விழுந்ததும் யமாடாவோட கூட்டாளிங்க ரெண்டு பேரும் குரங்கைப் போயி ரெண்டு கையாலயும் தூக்கிப் பிடிச்சுகிட்டாங்க. இதுல வேடிக்கை என்னனா தலையில அடிபட்டதால குரங்குக்குக் கொஞ்ச நேரத்துக்குக் கையும் ஓடல, காலும் ஓடல. ரெண்டு பக்கமும் மனுஷங்க தூக்கியிருக்காங்கங்கிற பிரக்ஞையே இல்லாம கஞ்சா அடிச்ச மாதிரிப் பேய் முழி முழிக்குது. நாங்க எல்லாரும் பக்கதுல இளநீ விக்குற கிழவிக்கிட்டேர்ந்து கயிறு வாங்கிட்டு வந்து குரங்கோட கையையும் காலையும் நல்லா விரிய வச்சுக் கேட்டோட கட்டுனோம்."

நிஷினோ குரங்கு எப்படிக் கட்டப்பட்டது என்பதை நடித்துக் காட்டினான். அவனைச் சுற்றி விழுந்திருந்த முற்பகல் வெயில் கூன்முதுகோடும் குட்டையாகவும் நிசினோ செய்வதை எல்லாம் நையாண்டி செய்வதுபோல் அவன் அசைவுகளைக் கடற்கரை மணல்மீது கறுப்பாய்க் நகலெடுத்தது.

"உயிர்ப்பயம்னு சொல்றாங்களே, அது எவ்வலவு உண்மையான விஷயம் தெரியுமா யோஷிமுரா? தன்னால இனிமே அசையவே முடியாதுனு தெரிஞ்சதுக்கப்புறம் அந்தக் குரங்கு கீச்சுக் கீச்சுனு உயிரே போற மாதிரி கத்திச்சுப் பாரு, அந்த ஓலம்தான் உயிர்ப்பயம். சாகுறதுக்கு முன்னாலயே பல ஆயிரம் தடவை பயத்துல சாகாம சாகுறது. யாமாடா முதல்ல குரங்குக்குப் பீர் ஊட்டி விட முயற்சி பண்ணான். குரங்கு முரண்டு பிடிக்கக் கீழ கிடந்த ஒரு இரும்புக் கம்பை எடுத்து முனையால குரங்கோட வாயில குத்தியே அதோட பல்லையெல்லாம் யாமாடா உடைச்சான். அப்புறமா நேரடியாவே குரங்கோட வாய்க்குள்ள பீரை ஊத்தினோம். நான்தான் குரங்கோட தலையை நல்லாப் பின்னால சாய்ச்சுப் பிடிச்சுக்கிட்டேன். குரங்குக்குப் போதைனா அப்படி ஒரு போதை. முக்கா டின் பீரு முடியறதுக்குள்ள அதோட தலை போதையில தொங்குது. திடீர்னு முழிச்சுக்கிட்டுக் குரங்கு உதட்டைச் சப்பிச் சப்பி அலறலா என்னென்னமோ சொல்லப் பாக்குது. நாங்க குரங்கைச் சும்மா இருக்கவே விடல. பீரு ஊத்திக்கிட்டே இருந்தோம். அதோட தலை தொங்கத் தொங்க அதை இரும்பால அடிச்சு எழுப்புனோம். குரங்கு போதையில மயக்கமாகுது அப்புறம் எழுந்து வலியில உயிர்போற மாதிரி கத்துது. அது ரொம்பச் சின்ன ஊரு. சுத்துப் பயணிங்க யாருமே இல்ல. சுத்தி நிக்கற தாய்லாந்து கடைகாரங்க எல்லாரும் கைதட்டி ஆரவாரமா சிரிக்குறாங்க. இதுவும் எங்களுக்கு ஒரு மாதிரி போதையாகிப் போச்சு. கடைசில குரங்கு உருவமே தெரியாதபடி உடம்பெல்லாம் வீங்கி ரத்த விளாறாகிக் கிடந்துச்சுப் போயேன். யாமாடாதான் கடைசியில ரெண்டு விரலை வச்சே குரங்கோட கொட்டைகள..."

நிஷினோ காற்றில் கையை நீட்டிப் பட்டாம்பூச்சிகளைப் பிடிப்பதுபோல விரல்களை அசைத்துக் கொண்டிருந்தான். அவன் நிழலும் பட்டாம்பூச்சி பிடித்தது.

"அதோட குரங்கும் செத்துப் போச்சு."

நிஷினோ பல மணி நேரமாய் நாடகம் நடித்துக் காட்டிய நிழல் நாடகக் கலைஞனைப்போல் லேசாய்ச் சுழன்று விரிப்பில் கனமாக அமர்ந்து கொண்டான். அவனுக்குப் போதை ஏறியிருந்தது. அவன் கண்களும் முகமும் செம்பவளங்களாகச் சிவந்திருந்தன.

நிஷினோ மிசுனோவை ஓரக்கண்ணால் பார்த்தபடியே மீண்டும் பேசினான். அவன் முகத்தில் மீண்டும் அந்த அரைப் புன்னகை வந்து அமர்ந்திருந்தது.

“ஆனால் எனக்கு ஒரே ஒரு குறைதான். குரங்கோட இவ்வளவு விளையாடுன நாம அந்த இரும்பை எடுத்து அதோட பின்னால சொருவாம போயிட்டோமேங்கிற குறைதான்.”

இப்போது நிஷினோ மிசுனோவின் முகத்தை மீண்டும் உற்றுப் பார்த்து வெடிச்சிரிப்புச் சிரித்தான். மிசுனோ அசையாமல் அமர்ந்திருந்தான். மடித்துவைத்திருக்கும் தனது முழங்கால்களை இறுக்கமாகப் பிடித்துக் கொண்டதில் மிசுனோவின் விரல்கள் வெளிறியிருந்தன.

நிஷினோ கைகளைத் தனக்குப் பின்னால் முட்டுக் கொடுத்த படி விரிப்பில் சாய்ந்து அமர்ந்து கொண்டான்.

“மனுஷங்களுக்கு மனுஷ மூஞ்சியைப் பார்த்தாலே பிடிக்கிறதில்லனுதான் நினைக்குறேன். வாய்ப்புக் கெடைக்கிறப்ப எல்லாம் எதிருல இருக்குற மனுஷனோட ரூபத்தையும் சாயலையும் அடிச்சுச் சின்னாபின்னாமாக்கத்தான் முயற்சி பண்ணுறாங்க.”

அவர்களைச் சுற்றிக் கடலாய் அமைதி பெருகிக் கலைந்தது. மணலிலிருந்து விரிப்புக்குள் பிரவேசித்த மண் பூச்சிகள் அவர்களின் பாதங்களைக் கடிக்க ஆரம்பித்தன. யோஷிமுரா எழுந்து நின்று கால்களால் மணலைப் பலமாக மிதித்தான். ஒரு காலால் மற்ற காலைச் சொறிந்து கொண்டான்.

“இந்தக் கடல் எவ்வளவு அழகா இருக்கு. இப்படியே நேராப் போனா ஆஸ்திரேலியாதான். நடுவுல வேற எந்த நிலப் பகுதியும் இல்ல.”

சொல்லிவிட்டு மிசுனோவைத் திரும்பிப் பார்த்தான். அவன் கண்கள் மிசுனோவின் மெலிந்த தேகத்தின்மீது ஆசையோடு அலைந்தன.

“ரெண்டாம் உலகப் போர் நேரத்துல இந்தோனேஷியா வரைக்கும் வந்த ஜப்பானிய ராணுவம் ஆஸ்திரேலியா மேலயும் படையெடுக்கத் தயாரா இருந்துச்சாம். அப்படிப் படையெடுத்திருந்தா ஆஸ்திரேலியாவுலகூட நம்ம கொடிதான் பறந்திருக்கும்.”

“ஹ சும்மா பொய்யி. ஆஸ்திரேலியா மேல படை யெடுக்கிறதுக்குத் தேவையான தளவாடங்கள் நம்மகிட்ட இல்ல அப்போ.”

“இல்ல ஆஸ்திரேலியா வரைக்கும் போறதுக்குப் போர்க்கால ஐப்பானுக்குத் தேவையான எல்லா ஆற்றலும் இருந்துச்சுனு ஆஸ்திரேலியாக்காரனே நம்புனான். ஆயிரத்துத் தொள்ளாயிரத்து நாற்பத்திரண்டுல ஐப்பான் நீர்மூழ்கிக் கப்பல்கள் சிட்னி துறை முகத்தை வெற்றிகரமாத் தாக்குன கதை உனக்குத் தெரியுமா?”

அவர்கள் பீர் குடித்திருக்கும் முதிர் இளையர்கள். நன்றாகச் சம்பாதிப்பவர்கள். அவர்களது விவாதம் அகண்ட மத்தியான மாய், மணலுக்குள்ளிருந்து புறப்பட்டு வரும் மண் பூச்சிகளாய்த் தொடர்ந்தது.

மிசுனோ கடலையே இன்னமும் வெறித்துப் பார்த்துக் கொண்டிருந்தான். அது அவனிடம் தன் ரகசியங்களைச் சொல்லத் துடிப்பதுபோல் பொங்கிப் பொங்கி விழுந்தது.

இந்தக் கடல் பெரியது; மிகுந்த பொறுமை வாய்ந்தது. இதன் ஓலம் கேட்டில் கட்டிவைக்கப்பட்டு இரும்புக் கம்பியால் உடல் சிதைய அடித்து நொறுக்கப்பட்ட குரங்கின் அலறல் போல அவன் காதை அடைத்தது.

“இல்லை, நம்மால அவ்வளவு தூரம் போயிருக்க முடியாது. போனாலும் நிரந்தரமா ஜெயிச்சிருக்க முடியாது.”

விவாதம் செய்து கொண்டிருந்த யோஷிமுராவும் நிஷினோவும் திரும்பி விரிப்பில் அமர்ந்திருந்த மிசுனோவை ஆச்சரியத்தோடு பார்த்தார்கள்.

“எல்லாத்துக்கும் நடுவுலதான் கடல் இருக்கே. அதைத் தாண்டுறது கஷ்டம்.”

மிசுனோ பள்ளியிலும் வேலையிடத்திலும் சில சமயங்களில் பொதுக் கழிப்பறைகளிலும் அவன் அனுபவிக்க நேர்ந்த மற்றும் அனுபவிக்கப் போகும் அவமானங்களை நினைத்துக் கொண்டான்.

“ஆமா, எல்லாருக்கும் நடுவுல கடல் இருக்கு.”

மிசுனோ எழுந்து போய் யோஷிமுராவை நிஷினோவின் முன்னிலையிலேயே ஆரத் தழுவி வாயோடு வாய் வைத்து முத்தமிட்டான்.

அவர்களுக்கிடையில் குளிர்ந்த நீலமாய்க் கடல் நிறைந் திருந்தது.

சித்தன்

சிவபெருமான் பரவெளியிலிருந்து விண்கலத்தில் ஏறி வந்து கைலாச மலைமீது இறங்கிக் கொண்ட தீவிரவாதி என்று சொல்லித் தூரத்தில் நீல நிறமாக இருந்த மலைகளைக் கைநீட்டிக் காட்டினான்.

நீர் புக முடியாத தாமிர நிற மெழுகுத் தாளைத் தடவித் தடவி ஒட்டியதுபோன்ற ஒல்லிக் கைகள். தர்பார் சதுக்கத்தின் ஓரமாய் ஓடிக் கொண்டிருந்த சந்து ஒன்றில் சுவர் மீது பட்டுத் தெறித்துக் கொண்டிருந்த வெயிலைத் துரத்திவிட்டு முதுகைச் சாய்த்துக் கால் நீட்டி அமர்ந்திருந்தான். துரத்தப்பட்ட வெயில் அவன் இருக்கும் இடத்தையே சுற்றிச் சுற்றி வந்தது — மஞ்சள் நிற நாய்போல.

கால்களைக் குத்த வைத்துக் கால் அகட்டி அவன் முன்னால் அமர்ந்திருந்தேன். இருவரும் அவரவர் கையிலிருந்த சிகரெட்டுகளை ஒரு முறை ஆழமாக இழுத்து விட்டோம். பனிக்காற்றில் புகை சில கணங்கள் மண்டிக் கிடந்து பின்னர் கலைந்து போகிறது.

* காட்மாண்டுவில் எத்தனை நாள் பயணம்?

* மூன்று நாட்கள்.

* பசுபதிநாதனைப் பார்த்துவிட மூன்று நாள்கள் போதுமா?

மார்பில் அணிந்திருக்கும் கனமான உருத்திராடங்கள் ஒன்றன்மீது ஒன்று உராய்ந்து

ரெமோன் எனும் தேவதை

புரள்வதைப்போன்று சரசரவென்ற சிரிப்பு. தலையைப் பின்னுக்குச் சாய்த்து ஓங்கிச் சிரித்தில் முகத்தை மறைத்திருக்கும் தாடி பனிப்பாறைகள் நிறைந்த நதி வெள்ளமாய்ப் பொங்கி அலைகிறது. கத்திகளாய் மார்புக்குள் இறங்கும் குளிரிலும் தவிட்டு நிற நாகப்படமாய் விரிந்து கிடக்கும் திறந்த மார்பு.

எம்.ஜி.ஆர் தொப்பியும் சாணி நிறத்தில் கோட்டும் அணிந்திருந்த கிழட்டு நேப்பாள்காரர் ஒருத்தர் நாய்களை விரட்டுவதைப்போல் கைகளை வேகமாக ஆட்டியபடியே சந்துக்குள் புகுந்து எங்களைக் கடந்து போனார். அவர் இடது கக்கத்தில் பழுப்பு நிற அலுவலகப் பையும் ஒரு கட்டுக் காகிதமும் இருந்தன. நல்ல தடித்த உருவம். நீர்நிலையை அவசரமாகத் தேடிக் கொண்டு இறக்கைகளைச் சற்றே அகட்டி வைத்துக் கொண்டு போகும் வாத்தைப்போல. கிழவனின் கையிலிருந்த காகியக் கட்டையும் முகத்தோரணையையும் பார்த்து என் முன்னால் இருந்தவனும் வெயிலும் சற்றுப் பதுங்கிக் கொண்டார்கள். நான் கால்களைக் கொஞ்சமாக அசைத்துச் சாக்கடைக் குழிக்கருகில் அமர்ந்துகொண்டேன்.

கடந்து போகிறவனை இவன் பார்த்துக் கொண்டே இருந்தான். திடீரென்று கட்டிடச் சுவர்களில் குப்பென்று வியர்வையாய்ப் பூத்த வெயிலில் அவன் கண்கள் தகதகத்துக் கிடந்தன.

* தீவிரவாதி, தீவிரவாதி.

* யாரு?

கடந்து போன கிழவனைக் கழுத்தைத் திருப்பிச் சந்தேகத்தோடு பார்த்தேன்.

* இவன் இல்ல. இது வெறும் ஜடம். பசுபதிநாதன். அவன்தான் தீவிரவாதி. விண்வெளிக் கலகக்காரன்.

* எல்லாரும் சாமியா கும்பிடுறாங்களே?

* அடிச்சுப் புடுங்கி வாங்கிக் கிட்டான். அந்தப் பொம்பளையை அவ அப்பங்காரங் கிட்டயிருந்து புடுங்கிக் கிட்டது போல.

* பார்வதி விரும்பித்தானே சிவபெருமானைக் கட்டிக்கிட்டாங்க? தூக்கிட்டுப் போயிட்டாருனு நீங்க எப்படிச் சொல்லலாம்.

என் தந்தை தினமும் சிவபூசை செய்தவர். அந்த விசுவாசம் நேற்றிரவு மலிவு விலை ஹோட்டல்கள் நிறைந்திருக்கும் தாமேல்

பகுதியில் உள்ள எனது தங்கும் விடுதியில் தின்ற தந்தூரிக் கோழி, நான்கு பாட்டில்கள் பீர் இவற்றோடு காரமாகவும் புளிப்பாகவும் வாயில் கலந்து பரவியது. தர்பார் சதுக்கத்தில் இருக்கும் கோயில்களைத் தரிசித்துவிட்டு வாகனங்களாலும் சுற்றுப் பயணிகள் நெரிசலாலும் கனமான மாடுகளாய் ஸ்தம்பித்துப் போய் நின்று கொண்டிருந்த சந்துகளைக் கையால் ஓங்கி அடித்தபடியே வந்து கொண்டிருக்கையில் உடம்பெல்லாம் விபூதி பூசிய இந்த மனிதன் கை தட்டி அழைத்தான் என்பதற்காக நடுவீதியில் குத்த வைத்து இவனோடு சிகரெட் பிடித்தது பிசகு.

* புடுங்கத்தான் புடுங்குனான். நல்ல செக்கச் செவேல்ங்கிற கலரையும் நல்ல உசரத்தையும் திடகாத்திரமான ஒடம்பையும் மார்பையும் காட்டிப் புடுங்கிகிட்டுப் போயிட்டான். மகாத் திருடன். தீவிரவாதி. தீவிரவாதி.

எனக்கு வயிறு லேசாய்ப் பிசைந்தது. தொண்டையில் ஒருவிதமான இறுக்கம். விழுங்கவும் முடியாமல் துப்பவும் முடியாமல் விஷம் அங்கேயே தங்கிவிட்டது. என் கையில் எரிந்து கொண்டிருந்த சாம்பல் நிறச் சிகரெட்டைப் பார்த்தேன். காட்மாண்டுவில் ஏனோ மார்ல்பொரோ வெள்ளை கிடைக்கவில்லை. இது ஏதோ லோக்கல் தயாரிப்பு.

அவன் என்னை உற்றுப் பார்த்துக் கொண்டிருந்தான். சிகரெட்டை விரல்களில் தூக்கிப் பிடித்தபடியே தொண்டையைச் செருமித் துப்பியபோது மீண்டும் உருத்திராட்சங்கள் புரள்வதுபோல் சிரித்தான்.

* என்ன செய்ய? விண்வெளியிலேர்ந்து வந்தவங்கிறதால அவ அப்பனுக்குச் இவனைப் பிடிக்கலை. அது பெருசா ரகளையாகிப் போச்சு.

பழைய புராணக் கதை. நேற்றுப் பக்கத்துத் தெருவில் நடந்த செய்திகளைப் பகிர்ந்து கொள்ளும் சுவாரஸ்யத்தோடு கைகளை இங்கும் அங்கும் நீட்டிக் காட்டியபசியே பேசினான்.

* சிவன் மயானத்துல வாழறவுருங்கிறதாலதான் தட்சனுக்கு அவரைப் பிடிக்கலனு படிச்சிருக்கேன்.

அவன் முட்டிகளை ஒரு கையால் தேய்த்து விட்டபடியே சந்துக் கட்டிடங்களின் கூரைகளுக்கு அப்பாலிருந்த சாம்பல் நிற வானத்தை ஏறெடுத்துப் பார்த்தான். நானும் தலையை உயர்த்தினேன். அவன் கையிலிருந்த சிகரெட் விரல்களின் இடுக்கில் மல்லிகை மொட்டாய்க் கரைந்திருந்தது.

* மயானத்துல என்ன இருக்கு?

* ஒண்ணுமில்ல.

* அப்படித்தான் வானத்துலேயும். ஒண்ணுமே இல்ல.

* ஆனாலும் சிவபெருமான் விண்வெளியிலேர்ந்து வந்த தீவிரவாதிதான்னு சொல்ல என்ன ஆதாரம்?

* மனுஷங்க கும்புடுற கடவுள்ல வேற யாருக்கு மூணு கண்ணு இருக்கு? விண்வெளியிலேர்ந்து வந்ததற்கு அடையாளமா வேற யாரு நிலாவைத் தலையில வச்சுக்கிறாங்க? அவரோட சீடர்கள் எல்லாம் யாரு. பூத கணங்கள். அப்படிப்பட்டவர் தீவிரவாதி இல்லாம என்னவாம்?

இந்த மனிதன் பைத்தியம்தானா என்று நான் யோசித்துக் கொண்டொருந்தேன். அப்போது தலைகளைச் சுற்றி இந்தியில் ஹரே ராம் என்று மீண்டும் மீண்டும் எழுதப்பட்டிருந்த காவி நிறத் துண்டுகளைத் தலையில் கட்டியிருந்த வெள்ளைக்காரச் சுற்றுலாப் பயணிக் கும்பல் ஒன்று ஆணும் பெண்ணுமாக சந்துக்குள் நுழைந்தது. அவர்கள் நெற்றிகளில் செந்தூரம் தீற்றப்பட்டிருந்தது. சிலர் கழுத்தில் ரோஜா மாலைகளை அணிந்திருந்தார்கள். அவர்களைப் பார்த்தவுடன் அவன் கோணலான பெரிய மஞ்சள் நிறப் பற்களைக் காட்டி வலது கையைப் பலமுறை தன் நெற்றிக்குத் தொட்டுக் காட்டிச் சலாம் வைத்தான். பிறகு உள்ளங்கையை லேசாய்க் குவித்து வைத்தபடி கையை நீட்டினான்.

வெள்ளைக்காரர்கள் தங்களுக்குள் தீவிரமாகப் பேசியபடியே எங்கள் இருவரையும் கடந்து போனார்கள். அவர்கள் முகங்களை நேராகவே வைத்திருந்தார்கள். இவனைக் கவனிக்கவில்லை. நானும் இவனோடு சம்பந்தமில்லாதவனைப் போல் என் கால்களைச் சற்றுத் திருப்பி வைத்துக் கொண்டேன். பின்னால் இருந்த கட்டிடத்தின் பழைமையைச் சோதித்துப் பார்ப்பதுபோல் சுவரை விரலால் தட்டினேன்.

* ரெண்டாயிரத்துப் பதினஞ்சுல வந்த நிலநடுக்கத்தில இங்க சுத்தி நிக்குற நெறையக் கட்டிடம் அழிஞ்சு போச்சு. இது மட்டும் அப்படியே நிக்குது.

* பசுபதிநாதன் காப்பாத்தி இருக்கலாமே?

* காப்பாத்துறது அவன் வேலை இல்லையே. அவன் விண்வெளிக்காரன். ஆராய்ச்சிதான் அவன் வேலை. ஆராய்ச்சி பண்ணுற மனசு இருக்கறவன் கண்டு புடிச்சதை உனக்கும் சொல்லிக் கொடுப்பான். உன்னையும்

அவனப்போல மாத்த நெனைப்பான். காப்பாத்துறவன் எல்லாம் கடைசி வரைக்கும் உன்னை அடிமையாத்தான் வச்சுக்க நெனைப்பான்.

தொண்டையில் மீண்டும் கசப்பும் உறைப்பும். இம்முறை சற்றுப் பலமாகவே அழுக்குப்படிந்த வீதியின்மீது காறி உமிழ்ந்தேன். எச்சில் பட்ட இடம் கறுப்பு நிறமாய் மாறிக் கொட்டக் கொட்ட விழிக்கும் கண்ணாக என்னை வெறித்துப் பார்த்தது.

** காப்பாத்தாத சாமி இருந்தா என்ன? இல்லாட்டி என்ன?*

** அதைப்பத்திக் கடவுளை ஆராய்ச்சி பண்ணுறவன்தான் சொல்லணும். இனிமே விஞ்ஞானிதான் கடவுளைப் பத்திச் சொல்லணும். வா, எனக்கு டீ வாங்கிக் கொடு.*

சாலையோரத் டீக்கடை. கட்டை விரல் உயரத்துக்கு இருந்த குட்டையான அட்டைக் கோப்பைகளில் தேநீர். கைகளுக்குள் அட்டைக் கோப்பையை முன்னும் பின்னும் உருட்டி வெப்பத்தை உள்வாங்கியபடி தெருவில் நின்றபடியே தேநீரைக் குடித்தான்.

அப்போது அவன் தோளுக்குப் பின்னாலிருந்து பல வண்ணங்களில் பளீர் என்று சேலை அணிந்திருந்த குட்டையான பெண்ணொருத்தி கையில் பித்தளைச் சட்டி ஒன்றைப் பிடித்துக் கொண்டு எங்களை நோக்கி ஓடி வருவது தெரிந்தது. ஓடி வருபவள் எங்களைக் கடந்து ஓடுவாள் என்ற எண்ணத்தில் அவன் தோள்மீது கை வைத்து அவனை ஓரமாக நகர்த்த முயன்றேன். ஆனால் முன்னேறி வந்தவள் எங்களின் முன்னால் நின்றாள். அவன் தோளை என்னைவிடப் பலமாகத் தட்டி அவனைத் தன் பக்கமாகத் திருப்பினாள். விரலை அவன் முகத்துக்கு நேராக நீட்டியபடியே கீச்சுக் குரலில் ஓயாமல் கத்தினாள். கடைசியாகத் தன் கையில் வைத்திருந்த சட்டியிலிருந்த நீரை அவன் முகத்தில் விசிறி எறிந்துவிட்டு அந்த இடத்தை விட்டுப் போனாள்.

அவள் இருக்கும்வரை அவளால் கையிலிருந்த தேநீருக்கு எந்தப் பாதிப்பும் வராத வகையில் அட்டைக் கோப்பையைத் தூரமாகத் தூக்கிப் பிடித்திருந்தவன் அவள் போனவுடன் கடகடவென்று சிரித்தான். சும்மா இருந்த கையால் தாடியை வருடிக் கொடுத்தபடியே கடைக்காரனையும் கடை டீக்குடித்துக் கொண்டிருந்தவர்களை கெக்கலிப்போடு பார்த்தான். ஆனால் எல்லோரும் தங்கள் வேலைகளில் மும்முரமாக இருந்தார்கள்.

** யாரு? மகளா?*

* இல்லை, சம்சாரம்.

* வயசு கொறைவா இருக்குற மாதிரித் தெரியுதே. தாமதமாக் கல்யாணம் பண்ணிக்கிட்டீங்களா? உங்களைச் சாமியாருனில்ல நெனச்சேன்.

* ச்சு ச்சு. இவ இல்ல. நான் கட்டிக்கிட்டவ எப்பவோ போய்ச் சேர்ந்துட்டா. இது நான் சேர்த்துக்கிட்டவ. வயசு இருபத்தேழோ இருபத்தி எட்டோதான் ஆகுது. கிராமத்துல புருஷங்காரன் செத்துப் போனதும் அவனோட சொந்தக்காரங்க புடுங்கிக் கிட்டாங்க. எங்கூட படுக்குறியானு மச்சினன் ஒரு நாளு கேட்டிருக்கான். பத்து மாசமான ஆண் குழந்தையை ஏதோ ஒரு புத்தக் கோயிலோட வாசல்ல விட்டுட்டு ராவோட ராவா காட்மாண்டுவுக்கு வந்திருக்கா. இங்க தாமேல் ஏரியாவுலதான் உடம்ப வித்துப் பொழைச்சா. பக்கத்துலதான் குடியிருந்தா. இந்த டீக்கடையிலதான் பழக்கம். எங்கூட இருக்கியா கேட்டேன். சரினு சொன்னா. வீட்டு வாடகைக்கு நான் இன்னமும் என் பங்குப் பணத்தைக் கொடுக்கலனு கத்திட்டுப் போறா. மானஸ்தி. நான் தர வேண்டிய பங்குக்கு மேல ஒரு காசு என் கிட்ட வாங்க மாட்டா. எல்லாத்தையும் ஒரு சின்ன நோட்டு புக்குல நுணுக்கி நுணுக்கி எழுதி வச்சிருக்கா. இப்பக்கூட ஏதோ ஒரு ஹோட்டல்ல லாண்டரி வேலைக்குப் போய் வந்துகிட்டுத்தான் இருக்கா. அப்பப்ப சொல்லாம கொள்ளாம ரெண்டு வாரம் மூணு வாரம்னு வீட்டை விட்டுக் காணாம போயிருவா.

* எங்க போவாங்க?

கையைத் தூக்கி விரல்களைப் பரப்பி வைத்துச் சுழற்றியபடியே வான் நோக்கிக் காட்டினான்.

* யாருக்குத் தெரியும். புதுத் தொழில்லயும் பழைய தொழில்லயும் அவளுக்குத் தோழிகள், தோழர்கள் அதிகம். அவங்ககூடப் போய் இருந்துட்டு வருவாளோ என்னவோ. ஆனா மூணு வாரத்துக்கு அவளால என்னைப் பார்க்காம இருக்க முடியாது. எங்க இருந்தாலும் இங்க திரும்பி வந்துடுவா.

செக்கச் செவேல் என்று, மிகுந்த திடகாத்திரனாய், பரந்த மார்போடு சிவன் பார்வதியைக் கவர்ந்து கொண்டு போனான்.

நான் டீ குடிக்கும் நேரத்தில்தான் படுக்கையைவிட்டு எழுந்தேன். வாரக் கடைசிகளில் மத்தியானம் சாப்பிட்டுவிட்டுக்

குறைந்தது மூன்று மணி நேரமாவது தூங்குவது பழக்கமாகி விட்டது. வார நாட்களில் ஐந்து மணிக்கே எழுந்து ஆறே முக்காலுக்கெல்லாம் பள்ளிக்குச் சென்று மாலை நான்கு அல்லது ஐந்து மணி வரைக்கும்கூட குரல் வற்றப் பாடம் நடத்தும் ஆசிரியனுக்கு இந்த வார இறுதித் தூக்கம் பெரிய வரம்.

சுசீலாவுக்கும் எனக்கும் கல்யாணமாகி எட்டு வருடங் களாகியும் குழந்தை இல்லாதது இதற்கு உதவியாக இருந்தது. சில நேரங்களில் நானும் சுசீலாவும் ஒருவருடன் ஒருவர் இப்படித்தான் பேசிச் கொண்டோம். அவள் கருத்தரங்குகளை ஒருங்கிணைக்கும் வேலை பார்த்து வந்தாள். இரவு வெகு நேரமாகித்தான் வீட்டிற்கு வரமுடிந்தாலும் அவளால் பகல் நெடு நேரம் வரை தூங்க முடிந்தது. வாரக் கடைசிகளில் நானும் சுசீலாவும் நிறையப் பேசிக் கொள்வோம். ஆனால் வாரத்தில் நடந்தவற்றைச் சொல்ல முடியாமல் இப்போதெல்லாம் மிகுந்த மறதியும் களைப்பும் ஏற்பட்டு விடுகின்றன.

அப்படி நடக்கும் போதெல்லாம் சுசீலா கொஞ்ச நேரம் மல்லாக்கப் படுத்துவிட்டுப் பின் திரும்பிப் படுத்துக் கொள்வாள்.

எழுந்தபோது வீட்டின் அடுத்த பக்கத்தில் இருந்த விருந்தினர் அறையிலிருந்து மெல்லிய பேச்சுக் குரல்களும் சிரிப்பொலியும் கேட்டது. சீனு வந்திருந்தான். என்னோடு ஊரில் பல்கலைக் கழகத்தில் ஒன்றாய்ப் படித்தவன். அவனுக்கு அமெரிக்காவில் ஏதோ வேலை கிடைத்திருந்தது. புறப்படும் முன் தேவையான ஆயத்தங்களைச் செய்யவும் அவன் வேலை பார்த்த நிறுவனத்தின் மூத்த அதிகாரிகள் சிலரைப் பார்த்துப் பேசவும் மூன்று நாட்கள் முன்னதாக வந்திருந்தான். வந்தவன் எங்களோடு தங்கியிருந்தான்.

அறையின் இருட்டில் கைத்தொலைப்பேசி மணி மூன்று இருபத்தெட்டு என்று காட்டியது. வழக்கமாக ஐந்து ஐந்தரைக்கு எழுபவன் சீக்கிரமாகவே எழுந்து விட்டேன். சுசீலா சீனுவுக்கு ஏதேனும் உதவிகள் செய்து கொண்டிருப்பாள். அவர்கள் இருவரையும் அதிர்ச்சிக்குள்ளாக்க நினைத்து கட்டிலைவிட்டுச் சத்தமின்றி எழுந்து விருந்தினர் அறைக்குப் பூனைபோலவே பதுங்கிப் பதுங்கி நடந்தேன். அறைக்கதவை மிக மிகக் கவனமாகத் திறந்தேன்.

அறைக்குள் இசையை அலற விட்டிருந்தார்கள். சுசீலா வழக்கம்போல் கட்டையான அரைக்கால் சட்டையும் டீ சட்டையும் அணிந்திருந்தாள். சீனு அவளது திரண்ட பிருஷ்டங்களைத் தன் கைகளில் அள்ளியபடி அவளுடன் பிணைந்து நின்றிருந்தான். அவள் தனது முன்புறத்தை அவனது மார்பில் தேய்த்தபடி நின்றாள். அவனது பரந்த முதுகில் அவள்

கைகள் ஓயாமல் அளைந்தன. அவள் தனது கால்விரல்களில் தன்னை உயர்த்திக் கொண்டு சீனுவை முத்தமிட ஆரம்பித்தாள். நான் கதவைத் திறந்த அதே லாவகத்தோடு அதை அடைத்தேன். பின்பு மீண்டும் பூனைபோலவே எங்கள் படுக்கையறைக்குப் பதுங்கிப் பதுங்கி நடந்தேன். கட்டிலில் ஏறிப் படுத்தவன் சுசீலா ஐந்தே முக்காலுக்கு அறைக்குள் வந்து 'என்னங்க இன்னுமா தூங்குறீங்க' என்று சொல்லி என்னை எழுப்பும்வரை எதிரிலிருந்த சுவரைப் பார்த்தபடி கிடந்தேன். குளித்துவிட்டு வந்ததில் சுசீலாவின் கைகள் ஜில்லிட்டிருந்தன.

இந்தக் காரணத்துக்காகத்தான் நீ எவ்வளவு சொல்லியும் கேட்காமல் பள்ளி விடுமுறை விட்டவுடனேயே காட்மாண்டுவுக்கு நான் போனதாக நீ நினைக்கக் கூடும். ஆனால் நான் காட்மாண்டு போனதற்குக் காரணம் அதுவல்ல. என் வீட்டில் சுசீலாவோடு சீனு சல்லாபித்துக் கொண்டிருப்பதைப் பார்த்தும் நானே குற்றம் செய்தவனைப்போல் பதுங்கிப் பதுங்கிப் போனதற்கும் கடைசிவரை சுசீலாவிடமோ சீனுவிடமோ இந்த விஷயத்தைப் பற்றிக் கேட்க விடாமல் ஒரு குற்ற உணர்வு என்னைத் தடுத்ததற்கும் காரணம் தெரிய வேண்டும். எளிமையான விஷயம்தான்.

அந்த நாள் இரவுகூட நானும் சுசீலாவும் சீனுவும் பொருட்கள் வாங்கப் பேரங்காடிக்குப் போயிருந்தோம். சுசீலா எங்கள் இருவருக்கும் இடையே ட்ராலியைத் தள்ளியபடி வந்தாள். இரண்டு பக்கங்களிலும் வரிசையாக வைக்கப்பட்டிருந்த பொருள் அடுக்குகள் முழுக்கவும் கேள்விகள். சர்க்கரை கலந்ததா? கலக்காததா? உள்நாட்டுத் தயாரிப்பா? வெளிநாடா? பழச்சுவை சேர்த்ததா? சேர்க்காததா? நாட்டுக் கோழியா? பண்ணைக் கோழியா? கை வைத்ததா? வைக்காததா? பெண் உறுப்புக்குள் நுழையும் வகையில் இருக்க வேண்டுமா? அதன்மீது பொருத்த முடிந்தால் மட்டும் போதுமா? பட்டன் உள்ளதா? ஜிப் தைத்ததா? ரொக்கமா? கிரெடிட் கார்டா?

நீ துரோகம் செய்தாயா? இல்லையா? இனிமேலும் செய்வாயா? செய்ய மாட்டாயா?

எனக்குக் கேள்விகள் கேட்கத் தைரியமில்லை. அவற்றை யாரிடம் சொல்லவும் தைரியமில்லை. ஆக, காட்மாண்டுவுக்குச் சில பதில்களை மட்டும் தேடிப் போனேன்.

* தேநீர் தீர்ந்துருச்சா?

பேப்பர்க் கோப்பையைத் தூக்கிப் பார்த்தேன். மூன்று துளித் தேநீர் மிச்சம் இருந்தது. கோப்பையைக் கசக்கித் தெருவோரமாய் வீசி எறிந்தேன்.

* தேநீர் தீர்ந்துருச்சுனா, ஒண்ணு – அடுத்த தேநீருக்கு நகர்ந்துடணும். இல்ல, கையில் இருக்குற கப்பைத் தூக்கி எறிஞ்சிறணும். கையிலேயே வச்சுக்கிட்டு இருக்குறது முட்டாள்தனம்.

என்னையே உற்றுப் பார்த்துக் கொண்டிருந்தான். அவனது தேக்கு நிறக் கண்கள் நீருக்கடியில் கொட்டிவைத்த புஷ்பராகக் கற்களாய்ச் சுடர்விட்டன.

* கேள்வி கேட்காம இருக்கறது தப்பில்லையா?
* சொந்தமான எடத்துல மட்டும்தான் கேள்வி கேட்கலாம்.
* என் மனைவி எனக்குச் சொந்தமில்லையா?
* என் சொந்தம்னு நீ மட்டும் சொல்லிட்டாப் போதுமா? எல்லாப் பொம்பளையும் மானஸ்திதான்.
* அப்பக் கல்யாணம், சமுதாயம் இதெல்லாம்?
* சுலபமா டீ குடிக்க எவனோ கண்டு புடிச்ச எளிமையான தந்திரம்தான்.

சொல்லிவிட்டு உடம்பில் பூசியிருந்த திருநீறு, மார்பில் அணிந்திருந்த உருத்திராட்ச மாலைகள், முகத்தில் பொங்கி வழிந்து கொண்டிருந்த தாடி, மஞ்சள் நிறப் புஷ்பராகக் கண்கள், சந்துத் தெருக் கட்டிடங்கள், தர்பார் சதுக்கம், பசுபதி நாதர் ஆலயம், காட்மாண்டு திருநகரம், நீல நிற மலைகள் அனைத்தும் அதிரச் சிரித்தான்.

பிறகு என்னிடம் இரண்டு சிகரெட்டை வாங்கிக் கொண்டு நடந்து போனான். அந்த பளீர் நிறச் சேலைக்காரி அவனுக்காகக் காத்திருக்கக் கூடும். அல்லது அவள் தன் பழைய தோழிகளையும் தோழர்களையும் போய்ப் பார்த்து வரும் வரைக்கும் அவன் காத்துக் கொண்டுமிருக்கலாம். அவன் சக மனுஷியைக் கேள்வி கேட்பதே அபத்தமான விஷயம் என்று முடிவு செய்திருப்பவன். மஞ்சள் நிற வெயில் அவனுக்கு முன்னால் வாலைக் குழைத்துக் கொண்டு ஓடியது.

உண்ணா முலை

காராவை நினைக்கும் போதெல்லாம் இப்போதுகூட மெல்லிசான வெண்கல நிறத் தட்டு களில் கழுத்துத் திருகி அணைக்கப்பட்டிருக்கும் சிகரெட்டு முனைகளும், கொட்டாவிகளைப்போல் வெக்கையாய்க் காய்ந்து கொண்டிருக்கும் மிக நீளமான வாரநாள் மத்தியாங்களும்தான் நினைவுக்கு வருகின்றன.

ஆர்ச்சர்ட் டவ்ர்ஸ்ஸுக்கு எதிர்த்தாற்போல் இருக்கும் கட்டிடத்தில் சாலைத் தளத்துக்குச் சற்றே தாழ்வாகச் சறுக்குப் பாதைபோன்று இருக்கும் நுழை வாயிலுக்கு இடதுபுறமாக அயர்லாந்து மதுபானக் கூடம் இருந்தது. மதுபானக் கூடத்தின் வெளியே போடப்பட்டிருந்த மர மேசை ஒன்றில் காராவும் நானும் அமர்ந்திருக்கும் போது அவளிடத்தில் என் திருமணப் பத்திரிகையைக் கொடுத்தேன்.

நான்கரை மணி வெயில் அழுக்கேறிய சிவப்புக் கற்கள் பதிக்கப்பட்டிருக்கும் தரை, முன்னால் இருந்த கனமான கண்ணாடி பீர் கோப்பைகள், எங்கள் இருவரின் விரல் நகங்கள், உதடுகள், கன்னக் கதுப்புக்கள், தலைமயிர்கள் அனைத்திலும் பாதரசக் குழம்பாய்த் தகதகத்துக் கிடந்தது. அருகிலிருந்த மேசைகளில் அலுவலக ஊழியர்கள் சில பேர் ஆண்களும் பெண்களுமாக உரக்கச் சிரித்துப் பேசியபடியே மதுபானங்களை அருந்திக் கொண்டிருந்தார்கள்.

காரா நெற்றிக்கு மேல்புறத்தில் லேசாய் நரைக்கத் துவங்கியிருந்த தனது நீளமான தலை மயிரை நன்றாகப் பின்னுக்கு இழுத்துக் கொண்டை

போட்டுச் சீவியிருந்தாள். உற்றுப் பார்த்தபோது முன்னால் நரைத்திருந்த முடிக்கற்றைகளைத் தவிர மற்றதெல்லாம் போலித் தலைமயிரென்று தெளிவாகத் தெரிந்தது. திருமணப் பத்திரிகையைப் பார்த்தபடி கவிழ்ந்திருந்த அவளது நீள்வட்ட முகம் ஆலிவ நிறமாக இருந்தது. மதுபானக் கூடத்தின் தாழ்வார நிழல்களில் அவள் கண்கள் வெள்ளி முலாம் பூசிய எலுமிச்சை இலைகளாகப் பளபளத்தன.

அரை முழங்கை நீளத்துக்கு இருந்த திருமணப் பத்திரிகையைத் திறந்து பார்த்துவிட்டுக் காரா அதனை மேசைமீது கவிழ்த்து வைத்தாள். "

"சின்ன வயசுல என்னதான் ஆடினாலும் கடைசியிலே உன் இனப் பெண்ணையே கல்யாணம் பண்ண முடிவு பண்ணிக்கிட்ட இல்லையா சீனு?"

காராவின் குரல் கனமானதும் நீளமானதுமான மூங்கில் கழிகளால் செய்யப்பட்ட புல்லாங்குழல்களின் நாதமாக ஒலித்தது. அவள் உதட்டோரங்களில் லேசான ஏளனப் புன்னகை ஒன்று உக்கிரமான பெண் தெய்வத்தின் வாய்க்கடையோரத்தில் சற்றே நீண்டிருக்கும் கோரைப் பற்களாக நிழலாடியது. காரா கால சம்ஹாரிணி. நான்கரை மணி வெயிலில் பளபளத்துக் கொண்டிருக்கும் அவளுடைய எலுமிச்சை இலை போன்ற கண்களால் அவளுக்கு முன்னால் இருந்த பீர் கோப்பைகளை, சுற்றியிருந்த மதுபானக் கூடத்தை, சிரித்துப் பேசிக் கொண்டிருக்கும் அதன் வாடிக்கையாளர்களை, சற்றே அழுக்கேறிய சிவப்பு நிறத் தரையை மற்றும் என்னை முழுவதுமாக விழுங்கிக் கொண்டிருந்தாள்.

காரா கவிழ்த்து வைக்கப்பட்டிருந்த பத்திரிகையை மீண்டும் கையில் எடுத்து அதற்குள் அச்சிடப்பட்டிருந்த விவரங்களைப் படித்தாள்.

"காயத்ரி. இதுக்குள்ள அவகூட காரியத்தை முடிச்சிருப்ப இல்லையா?" என்று கண்ணடித்தபடி கேட்டாள்.

நான் வெட்கத்தால் தலைகுனிந்தேன். காயத்ரியும் நானும் அதுவரைக்கும் தனியாகப் பேசியது கூட இல்லை. எங்கள் இருவரின் பெற்றோர்களும் சாங்கி ராமர் கோயிலில் ஒரு ஞாயிற்றுக்கிழமை காலை சந்தித்துப் பேசி எங்கள் திருமணத்தை முடிவு செய்திருந்தார்கள். நாப்பத்தோரு வயசு ஆற பையனுக்கு இப்படி லட்சணமா பிரமாணப் பொண்ணு ஒண்ணு கிடச்சதே பெரிய விஷயம் என்று அம்மா அடிக்கடி சொல்லிக் காட்டிக் கொண்டிருந்தாள்.

ரெமோன் எனும் தேவதை

இதையெல்லாம் காராவிடம் சொல்வதற்கு எனக்கு வெட்கமாக இருந்தது.

"அப்புறம், உன் வருங்கால மனைவி என்ன சொல்றா?"

காரா தனக்கு முன்னால் வைக்கப்பட்டிருந்த கனமான கோப்பையைக் கையில் எடுத்து அதிலிருந்த கறுப்பு நிற பீரை மிகுந்த பிரயாசையுடன் தனக்குள் இழுத்துக் கொண்டாள். அந்தச் செயல் மிகுந்த ஆழமான கிணற்றிலிருந்து தண்ணீரை ஒரு பக்கட்டில் இழுப்பதுபோல் இருந்தது. காராவின் உதட்டின் மேல்புறத்தில் ஒரு கணம் பீரின் நுரை அதிர்ந்துவிட்டுக் காணாமல் போனது. காரா நுரை இருந்த இடத்தைப் புறங்கையால் துடைத்துக் கொண்டாள்.

கையோரமாய் இருந்த மெல்லிய வெண்கல நிறத் தட்டில் அவளுடைய பளீர் சிவப்பு உதட்டுச் சாயத்தை முனையில் தீற்றியபடி ஒரு பாதி சிகரெட் புகைந்து கொண்டிருந்தது. காரா அதைத் தொடவில்லை.

"நீ எப்படி இருக்கே, காரா?" என்றேன்.

காரா ஒரு முறை இரட்டைச் சரமாகத் தொடுத்த மணிகளைப்போல் சிரித்துவிட்டு அவள் அணிந்திருந்த வெள்ளை முழுக்கைச் சட்டையின் முன் புறத்தை இரண்டு விரல்களால் இழுத்தபடி குனிந்து காட்டினாள். வழவழப்பான பலா மரக் கட்டையிலிருந்து கடைந்து செய்தவைகளைப்போல காராவின் செயற்கை மார்பகங்கள் சட்டையின் விளிம்பிலிருந்து தளும்பிய வெளிச்சத்தில் இளம் சிவப்பாய் மின்னின.

திரவமும் அல்லாத பருப்பொருளும் அல்லாத சிலிக்கனால் செய்யப்பட்டிருந்த செயற்கை மார்புகளைக் காராவின் மார்புப் பகுதியிலும் சிலிக்கன் பந்தின் பின்புறத்திலும் ஒட்டப்பட்டிருந்த காந்த வில்லைகளின் உதவியுடன் காராவின் உடலோடு மிக உறுதியாகப் பொருத்தியிருந்தார்கள்.

"கோட்டைக்குள்ளே இரண்டு புலிகளும் பத்திரமாகவே இருக்கின்றன."

காரா பழைய சீனப் பாட்டொன்றைத் தாழ்ந்த குரலில் முணுமுணுத்தாள். மதுபானக்கூடச் சத்தங்களுக்கிடையில் அவள் குரல் தூரத்திலிருந்து கேட்கும் ஒற்றை டமருகமாக இடையறாது ஒலித்தது. காரா கால சம்ஹாரிணி.

"வேடிக்கை என்னனா சீனு, மார்புகள் இருக்கிற வரைக்கும் நேரங் கெட்ட நேரத்துல ஆம்பிளைங்க உத்துப் பாக்குறாங்களே, சதா சர்வ காலமும் இதுகளத் தூக்கித் தூக்கியே முதுகெல்லாம்

வலிக்குதேனு எரிச்சலா இருந்துச்சு. ஆனா ரெண்டையும் அறுத்தெடுத்ததுக்கு அப்புறம் மார்பு இல்லாமல் இருக்குறது விநோதமா இருக்கு. ஒப்புக்காவது ஒரு ரப்பர் பந்தை மார்புங்க இருந்த எடத்துல கட்டி வச்சுக்கவாவது வேணும்னு தோணுது. பொம்பளைங்க பாவம்தான் இல்ல?"

காரா புகைந்து கொண்டிருந்த பாதி சிகரெட்டிலிருந்து புகையை ஆழமாக இழுத்து கூரையை நோக்கிப் பலமாக ஊதினாள். சாம்பல் நிறப் புகை ஒரு கணம் கத்தியின் முனைபோல் எங்களை நோக்கி இறங்கிப் பின்பு மெதுவாகக் கலைந்தது.

"ஆனா ஒண்ணு மட்டும் உண்மை, சீனு. நீ கட்டிக்கப் போற காயத்ரிக்குக்கூட ஒரு நாள் தளர்ச்சி வரலாம். ஆனா அறுபது வயசானாலும் எனக்குத் தொய்வே இல்ல."

காரா கனமான பீர் கோப்பையை உயரத் தூக்கியபடி மதுபானக் கூடத்தின் நுழைவாயிலுக்குப் பின்னாலிருந்த கோணலான சாலைத்தளத்திற்கும் உடைந்த முக்கோணங்களாகத் தெரிந்த கட்டிடங்களுக்கும் உரத்த குரலில் வீர வணக்கம் வைத்தாள். சுற்றி அமர்ந்திருந்த அலுவலக ஊழியர்கள் அவளை ஒரு முறை விநோதமாகப் பார்த்துவிட்டு தங்கள் பேச்சையும் சிரிப்பையும் தொடர்ந்தார்கள்.

அது எப்படினா அறுபது வயசுவரைக்கும் நான் பொழச்சிருந்தா.

இப்படியும்கூட இன்னும் சில மாதங்களில் நான் காராவை நினைவில் வைத்திருக்க கூடும். கனமான பீர் கோப்பையை உயரத் தூக்கி கண்ணுக்குத் தெரியாத சாம்பல் நிற வானத்துக்கு வீர வணக்கம் செய்தபடி. அதற்கும் முன்னால் காராவும் நானும் ஜூரோங் பகுதியிலிருந்த உயர்நிலைப் பள்ளியில் ஆசிரியர்களாக வேலை செய்தோம்.

காரா உயர்நிலை மூன்றாம் வகுப்பு நான்காம் வகுப்பு மாணவர்களுக்குக் கணக்குச் சொல்லித் தந்தாள். என் வாழ்க்கையின் அர்த்தத்தை நானே சந்தேகப்படும் அளவுக்கு நான் முதலாம் வகுப்பு வாண்டுகளுக்கு ஆங்கில இலக்கியப் பாடம் நடத்திக் கொண்டிருந்தேன்.

ஒரு வருஷ ஆசிரியப் பயிற்சிக் கட்டணத்தை அனைத்து ஆரம்ப நிலை ஆசிரியர்களுக்காகவும். அரசாங்கமே கட்டியிருந்தது. அதற்கு ஈடாக எல்லோரும் மூன்று வருடங்கள் கட்டாயமாக ஆசிரியர் பணியில் இருக்க வேண்டும். காராவுக்கும் எனக்கும் ஒப்பந்தத்தில் இன்னும் ஒன்றரை வருடங்கள் மீதமிருந்தன.

பாட நேரங்கள் ஒன்றை ஒன்று முடிவில்லாமல் தொடரும் நாட்களில் பாட நேரம் முடிந்ததும் கை நிறையப் பாடப் புத்தகங்களோடும் திருத்தவேண்டிய தாள்களோடும் காரா வாய்விட்டுச் சபித்தடி ஆசிரியர் அறைக்குள் வருவாள். அவள் மேசைக்கு அருகில்தான் என் மேசையும் இருந்தது. கொண்டு வந்திருக்கும் பாடப் புத்தகங்களையும் தாள்களையும் தன் மேசைமீது பட்டென்று வைத்துவிட்டுக் காரா என் மேடைக்கு வந்து அதன் முனையை விரல்களால் தட்டிக் கொண்டு நிற்பாள். அவள் உள்ளங்கைக்குள் வெள்ளை நிற சிகரெட் பாக்கெட்டு ஒன்று புதைந்திருக்கும். பள்ளிக்கூடத்திலிருந்து கள்ளத்தனமாக வெளியேறி நானும் காராவும் பக்கத்தில் இருக்கும் அடுக்குமாடி கட்டிடத் தூண்களின் பின்னாலிருந்து புகை பிடிப்போம்.

காரா முதல் சிகரெட்டைத் தட்டில் தேய்த்து அணைத்துவிட்டு மற்றொரு சிகரெட்டுக்குத் தாவியிருந்தாள்.

“எல்லாம் சரியாயிருச்சு இல்லையா காரா? டாக்டர் என்ன சொன்னாரு?” என்று கேட்டேன்.

“உங்கிட்ட சொல்ற அளவுக்கு டாக்டர் எதுவும் சொல்லலை. மார்புல இருந்த புற்றுநோய் ரத்த நாளங்களுக்கும் சுரப்பி களுக்கும்கூட பரவிட்டதா சொன்ன பேப்பர மட்டும் காட்டுனாரு.”

“இதை மாற்குக் கிட்ட சொன்னியா? அவன் என்ன சொன்னான்?” என் குரலில் லேசான பதற்றம் இருந்தது.

காரா இரு கைகளையும் கூப்பியபடி மத்தியான வெயிலில் பொன்னிறமாகப் பளபளக்கும் தன் கண்களை மேல் நோக்கித் திருப்பினாள். பின்னர் சிகரெட்டுச் சாம்பலைத் தட்டில் மீண்டும் தட்டிவிட்டபடி களுக்கென்று சிரித்தாள். நானும் சிரித்தேன்.

மாற்கு காராவின் மிக சமீபத்திய காதலன். இரண்டு வருடமாகக் கர்த்தர் காராவுக்கு நல்ல புத்தியைத் தரும்படியும் அவளைக் கிறிஸ்துவ விசுவாசத்தில் இணைத்துக் கொள்ளும்படியும் பிரார்த்தித்துக் கொண்டிருந்தான். இப்போது அவளுடைய புற்றுநோய் குணமாக வேண்டும் என்றும் பிரார்த்தித்துக் கொண்டிருப்பான்.

இரண்டும் ஒன்றுதான்.

காராவின் தோளில் தட்டிக் கொடுப்பதற்காக மேசையின் எதிர்ப்புறமாக என் கையை நீட்டினேன். காரா மீண்டும் என் திருமணப் பத்திரிகையைக் கைகளில் வைத்தபடி பார்த்துக் கொண்டிருந்தாள்.

“ஒரு வேளை நான் கல்யாணம் பண்ணியிருந்தா என் வாழ்க்கை வேற விதமாகக்கூட இருந்திருக்கும் இல்லையா சீனு?” இடம் மாறி விழுந்த தீச்சுவாலை போன்ற வெயில் சிதறல் ஒன்றினால் காராவின் கண்கள் கறுப்பான மேசைமீது சுழலும் வெள்ளிக் காசுகளாய்ப் பளபளத்து அடங்கின

நம்மிருவருக்கும் இடையே மௌனம் மழையில் நனைந்த ராட்சசப் பறவையாய் முடங்கிக் கிடந்தது. நான் காராவின் கண்களைப் பார்க்காமல் இருக்கப் பீர் கோப்பையின் விளிம்பினில் ஆள்காட்டி விரலினால் ஓயாமல் வட்டங்கள் வரைந்து கொண்டிருந்தேன். என் முகத்தில் தெரிந்த தயக்கத்தைப் பார்த்துக் காரா மீண்டும் சிரித்தாள்.

“சரி, அதை விடு சீனு. எனக்கு ஒண்ணு தோணுது. சொன்னா சிரிக்க மாட்டியே?”

“என்ன?”

“எனக்குக் கல்யாணம்தான் ஆகல. திருமண உடுப்புல நான் புகைப்படமாவது எடுத்துக்கலாம் இல்லையா? நீதான் இப்பச் சொந்தமா போட்டோ ஸ்டூடியோ வச்சிருக்கியே. எனக்குத் திருமண உடுப்புல ஒரு செட் புகைப்படம் எடுத்துத் தரியா?”

காரா கல்வி அமைச்சோடு தனக்கிருந்த ஒப்பந்தக் காலம் முடிந்தவுடனேயே ஆசிரியர் தொழிலைத் துறந்துவிட்டு நாடகப் பட்டறைகள் நடத்தும் நிறுவனம் ஒன்றைத் தொடங்கினாள். அவள் பள்ளி வேலையை விட்டு நின்ற இரண்டு வருடங்களில் நானும் திடீரென்று எழுந்த உத்வேகத்தின் பலனாக முதாலாம் இரண்டாம் வகுப்புக்களுக்கான ஆங்கில இலக்கிய ஆசிரியர் வேலையை விட்டு விட்டுப் புகைப்படத் தொழிலுக்கு மாறியிருந்தேன். காராவின் நாடகப் பட்டறை நிறுவனம் வருடம் ஒன்றுக்குப் பத்து லட்சம் டாலர்கள் சம்பாதிக்கிறது. அதற்குள்ளாக நான் திருமணப் புகைப்படம் எடுக்கக்கூடிய நண்பர்களின் பட்டியல் முழுதும் காலியாகி இருந்தது. இப்போது நான் பிழைப்புக்காக அவர்களின் குழந்தைகளின் பிறந்த நாள் விழாக்களை நம்பியிருந்தேன்.

திருமண உடுப்பை அணிந்து கொண்டு புகைப்படங்களை எடுக்க வேண்டும் என்று காரா உண்மையாகவே கேட்கிறாளா அல்லது கேலி செய்கிறாளா என்று அவள் முகத்தை ஒரு முறை ஆராய்ந்தேன். மேசைகளின் பின்னால் சாலைத்தளத்தில் ஓடிக்கொண்டிருந்த வாகனங்களின் நிழல்கள் மட்டும் அவல் முகத்தில் மாறி மாறி விழுந்து கொண்டிருந்தன. காரா கேட்ட அடுத்த கேள்வி என்னை மேலும் குழப்பியது.

“சாதாரணமா முழுக்க மூடிக்குற மாதிரி உடுத்துற பொம்பளைங்ககூட திருமண உடுப்புல புகைப்படம் எடுத்துக்குறபோது மட்டும் மார்புகளைத் தொறந்து காட்டுற மாதிரி படம் எடுத்துக்குறாங்களே, அது ஏன் சீனு?”

நான் என் திருமண அழைப்பிதழைக் கொடுத்த ஒரு வாரத்துக்குள்ளாகவே புகைப்படம் எடுத்துக் கொள்ள காரா என் ஸ்டுடியோவுக்கு வந்தாள். அப்போது என் போட்டோ ஸ்டூடியோ புகிஸ் ஸ்திரீட்டுக்குச் சமீபத்தில் ஒரு பழைய கட்டிடத்தின் மூன்றாவது மாடியில் இருந்தது. கட்டிடத்தின் முன்னால் இருக்கும் மூத்திர நாற்றம் அடிக்கும் நடைபாதையையே நித்திய வாசஸ்தலமாக வைத்திருக்கும் இரண்டு சாம்பல் நிறப் பூனைகளையும், அரைகுறை ஆடையணிந்த சீனாக்காரிகளின் கீச்சுக் குரல்கள் எப்பொழுதும் கேட்டுக் கொண்டிருக்கும் பல வண்ணங்களில் ஒளியூட்டப்பட்ட மசாஜ் நிலையத்தையும் தாண்டி இருட்டான படிகளில் மூன்றரைச் சுற்றுக்கள் ஏறினால் ஒரு ஆள் அகலமே இருக்கும் என் ஸ்டூடியோவின் சாயம்போன முகப்புக் கதவு வரும். அதற்குப் பின்னாலிருக்கும் அலமாரியின் உட்புறம் போன்ற அறைக்குள்தான் என் தொழிலுக்குத் தேவையான சகல விதமான உபகரணங்களையும் சேமித்து வைத்திருந்தேன். கதவுக்கு எதிர்ப்புறமாக இருந்த சுவரை மறைத்தபடி ஒரு வெள்ளைத் திரை தொங்கியது.

காரா கட்டிடத்தின் முன்னாலிருந்தபடியே என்னைக் கைத்தொலைப்பேசியில் அழைத்தாள்.

“மிஸ்டர் சீனிவாஸ். உங்க புகைப்பட நிலையத்தோட தலைமையகம் எங்க இருக்குது கொஞ்சம் விளக்கமாச் சொன்னீங்கன்னா இந்த மாதிரிச் சிகப்பு விளக்கு அடிக்கடி வராத என்னைப்போன்ற பாமரர்களும் தெரிஞ்சுக்குவோம்.”

சாயம்போன கதவைப் பூட்டவும் மனமில்லாமல் லேசாய்ச் சாத்திவிட்டுக் கைகளில் சாவிக் கொத்தைச் சுழற்றியபடி படிகளில் இறங்கினேன். காரா பிளெமிங்கோக்களின் வெள்ளையும் சாம்பலும் கலந்த நிறத்தில் இருந்த திருமண உடையை உள்ளடக்கிய ஆள் நீள பிளாஸ்டி உறையைக் கையில் பிடித்தபடி நின்றிருந்தாள். அவள் தோளில் கனமான ஒப்பனைப் பை ஒன்று தொங்கிக் கொண்டிருந்தது. அடுத்த கையில் காரா பாதி மலர்ந்த ரோஜா மொட்டுக்களை ரிப்பன்களால் இறுகக் கட்டியிருந்த மலர்க்கொத்து ஒன்றை வைத்திருந்தாள். காரா கையில் வைத்திருந்த திருமண உடையின் கழுத்துப் பகுதியிலும் சின்னச் சின்ன வெள்ளை மலர்களைப் போன்ற வேலைப்பாடுகள் இருந்தன. உடையின் மார்புப் பகுதி நன்றாகக் கீழிறங்கி இருந்தது.

ஒரு வாரத்திற்குள்ளாகவே காராவின் முகம் வெகுவாகக் களைத்திருந்தது. மசாஜ் நிலையத்திற்கு வெளியே போடப் பட்டிருந்த முக்காலிகளில் கால்மீது கால்போட்டு அமர்ந்து கொண்டிருந்த சீனாக்காரிகள் வெள்ளிச் சிப்பிகளைப் போன்ற தங்கள் முழங்கால்களைத் தங்கள் முஷ்டிகளால் லேசாய்க் குத்தியபடியே காராவை வைத்த கண் வாங்காமல் பார்த்துக் கொண்டிருந்தார்கள். திருமண உடையின் மார்புப் பகுதியில் என் பார்வை நிலைத்திருந்ததைக் கவனித்த காரா அக்கறை தோய்ந்த குரலில் கேட்டாள்:

"புகைப்படம் எடுத்ததுக்கு அப்புறமா கம்ப்யூட்டர்ல எதாவது பண்ணி என் செயற்கை மார்புகளை மறைச்சுறலாம் இல்லையா சீனு?"

புகைப்படத் தொழிலின் ஆரம்பத்தில் நண்பன் ஒருவன் நடத்திய துணைப்பாட நிலையத்திற்காக நான் உருவாக்கியிருந்த விளம்பரத் தட்டிகளின் பின்னால் நின்றுகொண்டு காரா உடைகளை மாற்றிக் கொண்டாள். விளம்பரத் தட்டிகளை எடுத்துப் போவதற்கு முன்பாகவே அந்த நிறுவனம் திவாலாகி இருந்தது. மூன்று மாடிகளை நின்று நின்று ஏறிய களைப்பில் காரா மூச்சிரைக்கும் சத்தம் தட்டிகளின் பின்னாலிருந்து கேட்டது.

உடுப்பு மாற்றிக் கொண்டிருக்கும் நேரத்தில் காரா என்னை அழைத்துத் திருமண உடையின் பின்புறமாய் இருந்த சிறு சிறு ஊக்கிகளைப் பொருத்திவிடுமாறு கேட்டாள். எண்ணெய்ப் பசைபடிந்த பழைய செய்தித்தாள்களால் மறைக்கப்பட்டிருந்த ஜன்னல் ஒன்றைப் பார்த்தபடி காரா எனக்கு முதுகு காட்டி நின்றிருந்தாள். செய்தித்தாள் ஒன்றில் ஏற்பட்டிருந்த லேசான கிழிசல் வழியாகத் தப்பித்து வந்த சூரிய கிரணத்தால் அவளது பழுப்பு நிற மேனி பற்றி எரிந்து கொண்டிருந்தது. காராவின் முதுகுப் பகுதிச் சதையெல்லாம் வற்றிப் போய் எலும்புக் கூடாய் இளைத்திருந்தது. மார்புகளை அகற்றும் அறுவைச் சிகிச்சையின்போது ஏற்பட்ட தழும்புகள் அவள் முதுகின் ஓரங்களில் சுறா மீனின் பற்களைப்போன்று திட்டுத் திட்டாக வெள்ளை நிறத்தில் தெரிந்தன.

என்னையும் மீறி நடுங்கிக் கொண்டிருந்த கைகளால் காராவின் திருமண உடையின் பின்புறமாய் இருந்த ஊக்கிகளை மாட்டி விட்டேன்.

அன்று எடுத்த புகைப்படங்களில் ஒன்றைத்தான் காராவின் சவப்பெட்டிக்கு முன்னால் வைத்திருந்தார்கள் – இரண்டு கைகளிலும் பூங்கொத்தைப் பிடித்துக் கொண்டு கொஞ்சம்

பின்னுக்குச் சாய்ந்து பக்கவாட்டில் தலை திருப்பிப் பெரிதாகச் சிரித்தபடி. புகைப்படங்களை வாங்கிக்கொண்டபோது விரைவிலேயே பணம் கொடுத்துவிடுவதாகக் காரா சொல்லி யிருந்தாள். பணத்தைக் கொடுப்பதற்கு முன்பாகவே புற்றுநோயால் செத்துப் போயிருந்தாள்.

நான் உன் கடைக்கே வந்து பணம் கொடுத்துடுறேன், சீனு. அது எப்படினா அடுத்த வாரம்வரைக்கும் நான் பொழச்சிருந்தா.

சவப்பெட்டியில் இருந்த காராவின் முகத்தில் யாரும் காணாத நகைச்சுவையைக் கண்டுவிட்டதுபோன்ற நமுட்டுச் சிரிப்பு ஒட்டிக் கொண்டிருந்தது. சாவுக்காகக் காராவை உடுத்திவிட்டிருந்தவர்கள் அவள் அணிந்திருந்த சிவப்பு நிற ஆடைக்குள் அவளுடைய செயற்கை மார்பகங்கள் நன்றாக மறைந்திருக்கும்படி செய்திருந்தார்கள்.

யாரும் பார்க்காத போது நான் காராவின் உடலுக்கு அஞ்சலி செலுத்துவதுபோல் குனிந்து அவளுடைய ஆடையின் மார்புப் பகுதியை ஒற்றை விரலால் நன்றாகக் கீழ் இழுத்துவிட்டேன்.

காராவின் சாவுச் சடங்குக்கு நான் காயத்ரியை அழைத்து வரவில்லை. காராவுக்கும் எனக்கும் இருந்த உறவைக் காயத்ரி புரிந்து கொண்டிருக்க மாட்டாள்.

காரா செத்ததற்கு இரண்டு வாரங்களுக்கு முன்புதான் திருவல்லிக்கேணி பார்த்தசாரதி பெருமாள் கோயிலுக்கு அருகிலிருந்த மண்டபம் ஒன்றில் எனக்கும் காயத்ரிக்கும் திருமணம் நடந்திருந்தது. மண்டபம் கொள்ளாத கூட்டம்.

காசி யாத்திரையின் போதும், ஜான வாசத்தின் போதும், மாங்கல்ய தாரணத்தின் போதும் கும்பகோணத்திலிருந்து திருமணம் பார்க்க வந்திருந்த அரைக்கிறுக்கு வேதா சித்தி ஓயாமல் உரத்த குரலில் நாச்சியார் திருமொழி பாடிக் கொண்டிருந்தாள்.

ஊனிடை ஆழிச்சங்கு உத்தமர்க்கென்று
உன்னித்தெழுந்த என் தட முலைகள்
மானிடவர்க்கென்று பேச்சுப்படில்
வாழகில்லேன் கண்டாய் மன்மதனே

எனக்கு மிகுந்த அயர்ச்சியாய் இருந்தது. கடைசியாகக் காராவை ஒருமுறை பார்த்துவிட்டுச் சவப்பெட்டி கிடத்தப் பட்டிருந்த மண்டபத்துக்கு வெளியே போய்ச் சிகரெட் பற்றவைத்துக் கொண்டேன்.

கனமதுரம்

பையன் கைகளைக் கட்டிக்கொண்டு தலையைச் சற்றே குனிந்தவாறு அவர் முன்னால் நின்றிருந்தான். பதினேழோ பதினெட்டோ வயதிருக்கும். அவன் அணிந்திருந்த மஞ்சள் நிற ஜிப்பா அலமாரியில் நீண்ட நாள் மடித்து வைத்திருந்த மடிப்புக்கள் தெரிய தொளதொளவென்றிருந்தது. அவனிடம் இந்த ஒரு ஜிப்பா மட்டும்தான் இருக்கக்கூடும். நவராத்திரி கச்சேரி, தீபாவளி, பள்ளியில் இன நல்லிணக்க நாள் என்று சகல விசேஷங்களுக்கும் தோதாக ஒரே ஒரு ‘ஆல்–இன்–ஒன்’ ஜிப்பா. இப்போதெல்லாம் யார் கலாச்சாரத்தைப் பேணிப் பாதுகாக்கிறார்கள் என்று கனகலிங்கம் நினைத்துக்கொண்டார். ஜிப்பாவுக்குச் சற்றும் பொருத்தமில்லாத வகையில் ஜீன்ஸ் பேண்டையும் பள்ளிக்குப் போகும்போது அணிந்துகொள்ளும் கான்வாஸ் காலணிகளையும் மாட்டியிருந்தான். இதிலிருந்தே அவன் லட்சணம் தெரிகிறது என்று கனகலிங்கம் மூக்குச்சளியை வலிந்து இழுத்தவாறே யோசித்தார். அவருக்குத் தலையின் ஒருபக்கம் லேசாய் வலித்தது.

கனகலிங்கத்துக்கு இப்போதெல்லாம் நிறையவே மேல்மூச்சு கீழ்மூச்சு வாங்க ஆரம்பித்திருந்தது. ஆஸ்துமா முற்றி நுரையீரல்கள் இரண்டும் பலவீனமாகி இருப்பதாக மருத்துவர்கள் சொல்கிறார்கள். முப்பது வருடங்களாகக் கச்சேரிகளுக்குப் போகும் முன்னால் படபடப்பைக் கட்டுப்படுத்தவும், கச்சேரி முடிந்து வந்த பின்னால் தான் வசித்த அடுக்குமாடிக் கட்டிட நிழலில் வெற்றிக் களிப்பிலும்

குடித்த சிகரெட்டுக்களின் பாதிப்பாகக் கூட இது இருக்கலாம். இல்லையென்றால் சாதாரணமாக வயோதிகத்தில் ஏற்படும் உபாதையாகக் கூட இருக்கலாம். ஏதோ ஒன்று. அது சரி, வயலின் வித்துவானுக்கு எதற்குச் சீரான மூச்சும் குரலும்? ஆனாலும் வகுப்பில் ஸ்வரம் சொல்வதற்குக் கஷ்டமாகத்தான் இருக்கிறது. முதல் ஸ்வரங்களை எடுத்துக் கொடுத்துவிட்டு கனகலிங்கம் ஒதுங்கிக் கொள்கிறார். மீதமிருந்த ஸ்வரங்களை வயலினில் வாசித்துக் காட்டுகிறார்.

ஆனால் வயதின் காரணமாகக் கைவிரல்களில் ஏற்பட்டிருக்கும் நடுக்கம் கனகலிங்கத்தைப் பூதாகரமாய்ப் பயமுறுத்தியது. வயலின் கம்பிகளில் கைவிரல்கள் ஓட வேண்டிய இடங்களில் திடீரென்று விரல்கள் விறைத்துக்கொள்கின்றன. அல்லது நடுங்கியபடியே சுயாதீனமாய் அசைய ஆரம்பித்து விடுகின்றன. இப்போதெல்லாம் கனகலிங்கத்தால் ஒரு கிருதியைக் கூட கோர்வையாக வாசிக்க முடிவதில்லை. ஸ்வர சஞ்சாரம் அறவே முடியாத காரியமாகிவிட்டது. தியாகையர் கிருதிகளைக் கூட துக்கடாக்களாக வாசித்து மாணவர்களுக்கு விளக்கம் சொல்வதற்காக நிறுத்தியதாகச் சொல்லிச் சமாளித்து வருகிறார்.

கனகலிங்கம் தான் அமர்ந்திருந்த பழுப்பு நிறப் பிளாஸ்டிக் நாற்காலியின் நன்றாகப் பின்னுக்குச் சாய்ந்துகொண்டு தன் இறுக்கமான வேட்டியைச் சற்றே தளர்த்தி விட்டுக்கொண்டார். அவர் முன்னால் இண்டர்மீடியட் வயலின் வகுப்பு மாணவர்கள் எட்டு பேர் அமர்ந்திருந்தார்கள். பெரும்பாலானவர்கள் மாணவிகள். அவர்கள் முன்னால் கனகலிங்கம் தொகுத்த சங்கீத ஸ்வராவளிப் புத்தகங்கள் திறந்திருந்தன. வகுப்பில் எதிர்பாராத தடங்கல் ஏற்பட்ட ஆச்சரியத்தில் இடது தோளின் மீது வயலினைச் சாய்த்துக் குதிரை வால் முடியாலான வில்களைக் காற்றில் ஏந்தியபடி கனகலிங்கத்தையும் புதிதாக வந்திருந்த பையனையும் மாறி மாறிப் பார்த்துக் கொண்டிருந்தார்கள்.

கனகலிங்கம் உடம்பின் கனம் காரணமாகத் தற்சமயம் ஜமுக்காளத்தில் அமர்ந்து பாடம் நடத்துவதில்லை. அவர் தன் வேட்டியை இன்னமும் கொஞ்சம் தளர்த்திக்கொண்டார்.

"ம்ம்ம் . . ."

கனகலிங்கம் திணறிய மூச்சைச் சரியாக்கிக் கொள்கிறாரா அல்லது தன்னை முன்னால் வரச் சொல்கிறாரா என்று விளங்காமல் பையன் தவித்தான். வயலின் பெட்டியைத் தன் மார்புக்குக் குறுக்கே இரு கைகளாலும் கேடயம்போல் பிடித்திருந்தான். மாணவிகள் சில பேர் ஸ்வர வரிசைகளின் மீது விரல்களால் சின்னச் சின்ன வட்டங்கள் போட்டுக்கொண்டே

தங்களுக்குள் லேசாய்ச் சிரிக்க ஆரம்பித்திருந்தார்கள். பையனுக்கு அது ரோஷத்தை ஏற்படுத்தியிருக்க வேண்டும். இரும்புப் பிரேம் போட்ட வட்ட மூக்குக்கண்ணாடிக்குப் பின்னே இருந்த மருண்ட முட்டைக் கண்களால் வகுப்பைச் சுற்றும் முற்றும் ஒருமுறை பார்த்துக்கொண்டான். ஒரு தீர்மானத்துக்கு வந்த வனாய் விறுவிறு என்று முன்னால் நகர்ந்து கனகலிங்கத்தின் கால்களில் சாஷ்டாங்கமாக விழப் போனான். வகுப்பறை அளவில் சிறியதென்பதால் சாஷ்டாங்க நமஸ்காரத்துக்கெல்லாம் இடமில்லை என்பது குனிந்தபோதுதான் உறைத்தது. குனிவதை நிறுத்த விரும்பாமல் உடலை இரண்டாக மடக்கிக் கனகலிங்கத்தின் கால்களுக்கு முன்னால் இருந்த கம்பளத் தரையை மட்டும் விரல்களால் தேய்த்துவிட்டு எழுந்தான். அதற்கிடையில் கனகலிங்கம் நாசூக்காகத் தன் கால்களைப் பின்னுக்கு இழுத்திருந்தார்.

பையனின் கைவிரல்களில் கனகலிங்கத்தின் காலோரக் கம்பளத்தில் என்றோ படிந்திருந்த பண்டைய தூசுகள் ஒட்டி யிருந்தன.

“ம்ம்ம் ...”

“எம் பேரு புவனேஸ்வரன். போன வாரம் தேசியக் கலை விழாவுல நடந்த வயலின் போட்டியில எனக்கு முதல் பரிசு கிடைச்சது. பரிசோட ஒரு பகுதியான ஆறு மாசப் பிரத்யேகப் பயிற்சிக்காக உங்களை வந்து பார்க்கச் சொன்னாங்க.”

கனகலிங்கத்தின் கனமான கண்ணிமைகள் இருமுறை மெதுவாக மூடித் திறந்தன. முகத்திலிருந்து சற்றே புடைத்திருந்த கண்ணிமைகள், வயதின் காரணமாக தீர்க்கமான வடிவத்தை இழந்திருந்த மூக்கு, சுருக்கம் விழுந்திருந்த வாயோரம் மற்றும் கழுத்து என்று கனகலிங்கம் ஒரு கிழட்டு ஆமையைப்போல் இருந்ததாகப் புவனேஸ்வரன் பின்னாளில் நினைவு கூர்வான். ஆனால் ஆமையின் சாவதானம் இயலாமை அல்ல, அது பிழைப்பதற்கான தந்திரம் என்று வெகு நாள்வரை அவனுக்குப் புரியவே இல்லை.

கனகலிங்கம் மீண்டும் ம் கொட்டுவார் என்றுதான் வகுப்பு மாணவர்கள் அத்தனை பேரும் எதிர்ப்பார்த்தார்கள். புவனேஸ்வரனேகூட அவர் மறுபடியும் ம் கொட்டினால் என்ன சொல்வது என்பதற்காகவே ஆயத்தமாய் இருந்தான். ஆனால் கனகலிங்கம் ம் கொட்டவில்லை. மாறாய் மூன்று நாட்களுக்குச் சவரம் செய்யப்படாத தன் தாடையைச் சொறிந்துகொண்டே ‘அங்க ஓரமாக உட்காரு’ என்று சொல்லிவிட்டார்.

கனகலிங்கத்தை ஒப்புக்கொள்ள வைக்க அவர்கள் மிகவும் முயற்சி எடுத்துக் கொள்ள வேண்டியதாயிற்று. நகரத்தின் மிக உன்னதமான பகுதியில் கனகலிங்கம் நடத்தும் இசைப் பள்ளியின் அவரது அறையில் அவர்கள் சந்தித்தார்கள்.

"போட்டியில ஜெயிக்குற இளைஞர்களுக்காக நாங்க ஏற்பாடு பண்ணப் போற பிரத்யேகப் பயிற்சியில உங்களைப்போல் உள்ளூர் சங்கீத முன்னோடிகள் பயிற்சியாளர்களா கலந்துகிட்டா ரொம்ப சிறப்பா இருக்கும்னு நாங்க எல்லாரும் அபிப்பிராயப் படுறோம்."

அவர்கள் அனைவரும் அறுபது வயதைக் கடந்திருந்தார்கள். உள்ளூர் கர்நாடக இசைத்துறையில் கனகலிங்கத்தையும் சேர்த்து அவர்கள் எல்லோரும் ஒரு நெருங்கின வட்டம். முன்னால் இருந்த வித்துவான்கள் காலமான பின் இவர்கள் அனைவரும் எண்பதுகளின் மத்தியில் முன்னணிக்கு வந்திருந்தார்கள். கனகலிங்கத்துக்குச் சின்ன வயதிலிருந்து அவர்கள் எல்லோரையும் மிக நன்றாகத் தெரியும். அதனால் அவர்கள் அனைவரும் நண்பர்கள் என்றும் சொல்ல முடியாது. கனகலிங்கம் தன் மூக்கில் கட்டியிருந்த சளியைப் பலமாக இழுத்தவாறே அவர்களைக் கருணையோடு பார்த்தார்.

"நீங்க நடத்துற போட்டியே தப்புங்கிறது என் அபிப்பிராயம். கலைக்கு ஏதைய்யா வயசு? தேசிய அளவுல சங்கீதப் போட்டிய வச்சுகிட்டு அதுல சின்ன வயசுப் பசங்கதான் கலந்துக்கலாம்னு சொல்றது எந்த வகையில ஞாயம்? உண்மையான வித்தையினா வயசைத் தாண்டியும் நிக்க வேணாமா? இதுல வேற ஜெயிக்குற மகராஜன்களப் பயிற்சிக்கு அனுப்புறீங்களாக்கும்.தேசிய அளவில திறமை காட்டுனவனுக்கு எதுக்குப் பிரத்யேகப் பயிற்சி? அதான் தேசிய அளவுல சாம்பியன் ஆச்சே. சொந்தக் கால்லயே நின்னு காட்டட்டுமே."

சுற்றி அமர்ந்திருந்தவர்களில் பல பேர் அவருடைய கருத்தை ஆமோதிக்கிறார்கள் என்பது அவர்கள் மௌனத்தினால் கனகலிங்கத்துக்குத் தெளிவாய்ப் புரிந்தது. பொறாமை என்பது முள்தாவரம். அது அந்த அறைமுழுதும் காட்டுச்செடியாய் வளர்ந்திருந்தது. முட்செடிகளைச் சுற்றி வந்தபடி நாகரிக ஒட்டகங்கள் முட்களைக் கடித்துத் தின்றன. முட்கள் அவற்றின் நாக்குகளைக் குத்தியதால் அவற்றின் வாய்களுக்குள் ரத்தம் பெருக்கெடுத்தது. அந்த ரத்தவாடை தந்த கிறக்கத்தில் அத்தனை ஒட்டகங்களும் கண் கிறங்கி சொக்கின.

"நாங்களும் இதைத்தான் சொன்னோம். அரசாங்கத்துல நமக்கப்புறம் கர்நாடக இசைத்துறையில நாற்பது முப்பது வயசு

பிராக்கட்டுல யாருமே இல்லையேனு கவலைப்படுறாங்க. இப்பவே இருபது வயசுக்காரங்கள ஊக்குவிச்சாத்தான் நமக்குப் பின்னாடியும் இந்த ஊருல கர்நாடக இசைங்கிறது கொஞ்சமாவது இருக்கும்னு நினைக்குறாங்க. அது ஒரு வகையில நல்ல எண்ணம்தானே."

வீணை சந்திரமௌலி பேசினார். அவர் கடைசியாகக் கச்சேரி வாசித்து ஒரு மாமாங்கம் ஆகிவிட்டிருந்தது. இப்போது அவருக்கு மாணவர்களும் அத்தனை பேர் இல்லை. அனைவரையும் அரவணைத்துப் போகிற அவரது நிர்வாகத் திறமையையும், சராசரிக்கும் மேலான ஆங்கிலப் புலமையையும் பார்த்து அவரை விழாத்தலைவராக நியமித்திருந்தார்கள். அதனால் இரண்டு பக்கமும் பார்த்துப் பேச வேண்டிய கடமையும் அவருக்கு இருந்தது.

"அதுக்கு வேணும்னா இளையர் கலை விழானு எதையாவது ஏற்பாடு பண்ணி இந்தக் கத்துக்குட்டிகளப் போட்டி போட வைக்கலாமே. தேசிய அளவுல நடக்குற போட்டிக்கு ஒரு தராதரம் வேணா? வெளிநாட்டுல உள்ள வித்துவான்க எல்லாம் போட்டில ஜெயிச்சவங்களோட லட்சணத்தைப் பார்த்துட்டு நம்ம முகத்துலதான காறித் துப்புவாங்க?"

"அதுவும் சரிதான்." வாய்ப்பாட்டு ஆராவமுதனும், சிதார் பானுமதியும் ஒத்துக்கொண்டார்கள்.

ரத்த ருசி கண்ட ஒட்டகங்கள் அறையின் பல்வேறு பகுதிகளிலும் கால்மடக்கி அமர்ந்து தத்தமது வீரதீர பிரதாபங்களை அசைபோட்டுக்கொண்டிருந்தன.

"அதுலயும் ஜெயிக்குற போட்டியாளருக்கு இருபதாயிரம் கொடுக்கிறது ரொம்ப அதிகம்தான். அவங்க என்ன பண்ணிடப் போறாங்கனு இப்புடி காசைத் தூக்கிக் கொடுக்குறாங்களோ தெரியல."

கடம் ராஜேந்திரன் பிரச்சினையின் மையப்புள்ளியைத் தொட்டதுபோல எல்லோருக்கும் பட்டது. ஆனால் யாரும் பதில் பேசவில்லை. எல்லோரும் முட்களை அசைபோடும் சுகத்தில் மூழ்கியிருந்தார்கள். சந்திரமௌலி தன் கடைசி அஸ்திரத்தைப் பயன்படுத்திப் பார்க்க எண்ணினார்.

"அரசாங்க முன்னோடினு தேசிய அளவுல பதக்கம் வாங்குன நீங்க இந்தப் பயிற்சி ஏற்பாட்டுல கலந்துக்காதது நிச்சயமா அரசாங்க அளவுல கவனிக்கப்படுமோ என்னவோ."

சந்திரமௌலி அதிர்ந்து பேசவில்லை. அவர் வார்த்தைகள் சல்லாத் துணியிலும் மென்மையாக முள் தாவரங்களுக்கு

இடையே இறங்கிக் கனகலிங்கத்தின் கழுத்தில் மாலைபோல் அமர்ந்துகொண்டன. கனகலிங்கம் தொட்டுப்பார்க்கச் சல்லாத் துணி மாலையே முள்வளையமாக வடிவெடுத்திருந்தது.

பயிற்சிகள் ஒரு மாதமாக நடந்துகொண்டிருக்கின்றன. வாரம் ஒரு முறை புதன்கிழமை பிற்பகல் இரண்டரை மணியிலிருந்து மூன்றரை மணிவரைக்கும்தான் நேரம் ஒதுக்கமுடியும் என்று கனகலிங்கம் சொல்லியிருக்கிறார். இரண்டு மணிக்குப் பாடம் முடிந்தவுடன் ரயிலும் பேருந்தும் மாறிப் புவனேஸ்வரன் வகுப்புக்குப் புத்தகப்பையும் வயலின் பெட்டியுமாக வந்துவிடுகிறான்.

பணம் கட்டிக் கற்றுக்கொள்ளும் மாணவர்களே மாதம் ஒருமுறை ஏதேனும் ஒரு காரணத்துக்காக விடுப்பு எடுத்துக் கொள்ள இவன் மட்டும் புதன்கிழமையானால் டாண் என்று வந்து நிற்கிறானே என்று கனகலிங்கம் ஆச்சரியப்படுகிறார்.

அவன் வில்லைக் கையிலெடுத்து அதில் உள்ள ரோமங்களை மெழுகுக் கட்டியில் தேய்த்து விறைப்பாக்கி, வயலின் கம்பிகளைச் சரியாக முறுக்கேற்றிக் காத்திருப்பான். கனகலிங்கம் அவனை ஏதேனும் வாசிக்கச் சொல்லுவார். கனகலிங்கத்தின் வயலின் வைத்த இடத்தில் வைத்தபடியே இருப்பதைப் பார்த்துப் புவனேஸ்வரன் ஏமாற்றமானாலும் இதுவும் அவரது சொல்லித்தரும் தந்திரத்தில் ஒன்றுதான் என்று தனக்குத்தானே சமாதானம் சொல்லி வாசிக்கத் துவங்குவான்.

போட்டியின் இறுதிச் சுற்றுக்குக் கனகலிங்கமும் போயிருந்தார். பிறைபோல் கல்லூரி அரங்கம். அறையின் முன்புறத்தில் மேடை. அதை அரைவட்டமாகச் சுற்றிக்கொண்டு கைப்பிடியோடு தோல் இருக்கைகள். கனகலிங்கத்தைக் கையோடு அழைத்துச் சென்று முதல் வரிசையில் சந்திரமௌலி அமர வைத்தார்.

மற்றவர்கள் என்ன அணிந்திருந்தார்கள் என்று கனகலிங்கத்துக்கு இப்போது ஞாபகம் இல்லை. ஆனால் புவனேஸ்வரன் பள்ளிச் சீருடையில் வந்திருந்தான். பெயரும் புதிதாக இருக்கிறதே என்று அரங்கத்தில் உள்ளவர்கள் ஆராய்ந்து கொண்டிருந்தபோது அவன் கறுத்த உருவம் மேடையின் ஓரத்தில் இருந்து வெளிப்பட்டு மேடையில் நடுவில் வெள்ளைத் தடாகமாய்ப் பொங்கிய விளக்கொளியில் வந்து அமர்ந்து கொள்வதைக் கண்டார்கள். அவன் கையில் வயலினும் வில்லும் போர்க்கலன்களாய் ஆயத்தமாக இருந்தன. அரங்கம் கௌரவ வியூகம். இவன் அபிமன்யூ. வெற்றிகரமாக

வெளியில் வந்துவிடுவானா என்று கௌரவ சபை மொத்தமும் பார்த்துக்கொண்டிருந்தது.

புவனேஸ்வரன் வயலினைச் சரிபார்த்துவிட்டு வாசிக்க ஆரம்பித்தான்.

நகுமோமு கனலேனி நா ஜாலி தெலிசி

நனு ப்ரோவகராதா ஸ்ரீரகுவர நீ

ஆபேரி ராகத்தின் கமகம் நிறைந்த ஸ்வரங்கள் சின்னச் சின்னக் கனகாம்பரச் சரங்களாய்ப் பின்னர் அலைவீசும் அகண்ட காவேரியாய் எழுந்து அரங்கம் முழுவதும் நிறைத்தன. அதில் சர்வ அலங்கார பூஷிதையாகப் பெண்ணொருத்தி உருவாகி கைநீட்டியபடி யாரிடமோ முறையிட்டாள். கைகளை முறுக்கியபடி குறைசொன்னாள். மேடையில் ஜ்வலித்த வெளிச்சத் தடாகம் அவளது சரண கமலாலயங்களானது. அவள் இருந்த இடத்திலேயே அவள் கரைந்து கரைந்து கருநீல வண்ண ராஜகுமாரன் ஒருவன் தோளுயர வில்லில் சாய்ந்தபடி நின்றுகொண்டிருந்தான். அவன் கனிந்த இதழ்கள் அவன் கடல் நீலத்தில் பூத்த பவளப் பாறைகளாய் மின்னின. கனகலிங்கத்தின் கைகள் தன்னிச்சையாக நடுங்கின. அவர் கனமான கண்ணிமைகளை முழுதும் விரித்தவாறே புவனேஸ்வரனைப் பார்த்தார். அவன் மேடையின் நடுவே வெள்ளைச் சீருடையில் அமர்ந்து நீலம், பச்சை, சிவப்பு என பல வண்ண மயமான வஸ்திரங்களைத் தடங்கலின்றி நெய்துகொண்டே இருந்தான்.

“நீ இங்கிலீஷு வாத்தியக் குழுவுலயா வயலின் வாசிக்கக் கத்துகிட்ட?”

“ஆமா சார். பள்ளிக்கூடத்துல மேற்கத்திய இசைக்குழு ஒண்ணு இருக்கு. பதிமூணு வயசுலேர்ந்து வயலின் கத்துக்குறேன்.”

“அப்புறம் கர்நாடக சங்கீதம் எப்படி?”

“எங்க அம்மாதான் சொல்லிக் கொடுத்தாங்க சார்.”

“அம்மா வயலின் முறையா கத்திருக்காளா?”

“சின்ன வயசுல வூட்டுக்குப் பக்கத்துல இருந்த ஆஸ்ரமத்துல சாமியார் ஒருத்தர் பிள்ளைகளையெல்லாம் சாயங்காலமானா அழைச்சு வயலின், வாய்ப்பாட்டெல்லாம் சொல்லிக் கொடுப்பாராம். அந்த கிளாஸுக்கு அம்மா போயிருக்காங்களாம். கீர்த்தனை வரைக்கும் படிச்சதா அம்மா சொல்லுவாங்க.”

பழைய ஆமை மூச்சை நிதானமாக இழுத்து இந்தச் செய்தியை உள்வாங்கிக் கொண்டது. அதன் மூச்சின் வெப்பமே அதனைக் கண் கிறங்கச் செய்தது. யாரெல்லாம் சொல்லிக் கொடுக்க வந்துவிட்டார்கள் என்று ஆமை தியானத்தில் ஆழ்ந்தது. நிதானமாக மூச்சு விடுவது என்பது ஆமைகள் நீண்ட நாள் உயிர் வாழச் செய்யும் தந்திரம். அதுவும் புவனேஸ்வரனுக்கு அப்போது தெரியவில்லை.

ஒரு நாள் வகுப்பின் போது கனகலிங்கம் புவனேஸ்வரனிடம் இசையமைக்க ஆசையுள்ளதா என்று போகிற போக்கில் கேட்டார். வழக்கம்போல் தன் மனதுக்குத் தோன்றியதை வாசித்துக் கொண்டிருந்த புவனேஸ்வரன் அவரது திடீர் அக்கறையை எண்ணி உருகினான். ‘இல்ல சார். எனக்கு அந்த அளவுக்கு சங்கீத ஞானம் கிடையாது’ என்றான். கனகலிங்கம் தகவல்களைத் தூண்டிலைப்போல் அலையவிட்டுக் காத்திருந்தார். ‘பல்கலைக் கழகத்துல உன் வயசுப் பிள்ளைங்க நடத்துற நிகழ்ச்சிக்கு உள்ளூர் இளம் இசையமைப்பாளரை அறிமுகப்படுத்தப் போறாங்களாம். இசையமைக்குற அனுபவம் அவ்வளவாத் தேவை இல்லை, நல்ல இசைஞானம் இருந்தாப் போதும்னு சொன்னதா ஞாபகம். சரி உனக்கு இஷ்டமில்லைனா வேணாம்.’ பின்னர் அவனைக் கருணையோடு பார்த்து ‘உனக்கு இதுல ஆசையா இருக்குனா நான் சிபாரிசு பண்ணத் தயார்’.

அழிவு என்பது தானாய் வருவதில்லை. நம் மனதுக்குள்ளேயே இருக்கும் அதீதமான ஆசையோ வெறுப்போதான் அழிவுக்குக் காரணம். புவனேஸ்வரனுக்கு மற்ற இளையர்களிடையே தன் பெயர் விரைவில் பிரபலமாக வேண்டும் என்ற அதீதமான ஆசை இருந்தது.

புவனேஸ்வரன் என்னிடம் இதனைச் சொன்னபோது அவனுக்கு வயது முப்பத்திரண்டு. என் அலுவலகத்தில் டெக்னீஷனாக வேலை பார்த்து வந்தான். இருபது வயதிலிருந்து அவன் வயலினையே தொடவில்லையாம்.

‘இசையமைக்குற ஆசையில வயலின் பயிற்சிக்குப் போறதையே படிப்படியாக் குறைச்சுகிட்டேன். அப்புறம் அது தானா நின்னு போச்சு. இசையமைக்குறதுக்குக் கீ போர்ட்தான் லாயக்கு என்று யாரோ சொன்னதக் கேட்டு அதைக் கத்துக்க ஆரம்பிச்சேன். அதுவும் சரியா வரல. பாவம் கனகலிங்கம் சார் ரொம்ப வருத்தப்பட்டிருப்பாரு.”

புவனேஸ்வரன் வயலின் வகுப்புக்குச் செல்வதை நிறுத்திய பிறகு கனகலிங்கம் மற்ற ஐவரிடமும் பின்வரும் வார்த்தைகளைச்

சொல்லியிருக்கலாம்: ‘பார்த்தீங்களா, எங்க இருந்தோ ஒரு பையனைப் புடிச்சு வந்து தேசியப் பரிசைக் கொடுத்தா இப்படித்தான் சொல்லாம கொள்ளாம கம்பிய நீட்டிடுவான். பயிற்சியே சரியா முடிக்கல. அவன் இசையமைக்கப் போறானாம். ம்ஹூம். இவனால என் நேரம் மத்தியான தூக்கம் எல்லாம் வேஸ்ட் ஆனதுதான் மிச்சம்.”

அவர்களும் கனகலிங்கத்துக்கு ஆறுதல் சொல்லியிருப்பார்கள். கனகலிங்கம் மிக நேர்த்தியாகத் தன் பயிற்சியாளர் பணியினைச் செய்தார் என்றும், வெற்றி பெற்ற மாணவன்தான் பாதியில் விட்டுவிட்டு ஓடிவிட்டான் என்றும் அரசாங்கத்துக்குத் தகவல் போயிருக்கும். இது கௌரவ வியூகம். உடைப்பது எளிதல்ல.

கனகலிங்கத்தின் பள்ளி இன்றும் அதே இடத்தில் இருக்கிறது. இன்றும் அவர் பிளாஸ்டிக் நாற்காலியில் அமர்ந்து வயலின் பாடங்களைச் சொல்லிக் கொடுத்துக் கொண்டிருக்கிருக்கலாம். அவருக்கு இன்னும் வயதாகி இருக்கும். யாரேனும் ஒரு மாணவி பாடத்தின் போது அவரை நிறுத்தி தியாகராஜரின் தெலுங்குக் கீர்த்தனைக்கு அர்த்தம் கேட்பாள்.

சரச சாம தான பேத தண்ட சதுர

சாடி தேவ மேவரே ப்ரோவவே

ராமன் சிறந்த வில்லாளி மட்டும் அல்ல. அவர் போர்க் கலையின் சகல சாஸ்திரங்களும் தெரிந்தவர். எதிரியை ஜெயிப்பதற்கு ஆயுதங்களை மட்டும் ராமர் நம்பியிருக்கவில்லை. எதிரியோடு சமாதானமாகப் போவது, பரிசு கொடுத்து நண்பனாக்கிக் கொள்வது, பிளவு உண்டாக்கிக் குழப்பம் ஏற்படுத்துவது போன்ற தந்திரங்களிலும் அவர் வல்லவர்தான். அது ராவணனுக்குத் தெரியவில்லை என்பதுதான் ஆச்சரியம் என்று கனகலிங்கம் விளக்கிக் கொண்டிருக்கலாம்.

நிச்சயம் விளக்கிக்கொண்டிருப்பார்.

சிரித்த முகமாய் சிங்கம்

சுப்பராமனுக்கு இந்த விஷயம் மிக நாசூக்காய்க் கையாளப்பட வேண்டும் என்று தெரியும். சமையலறையில் காவேரி என்ன செய்கிறாள் என்று பார்க்கக் கிளம்பியதுபோல் சாப்பாட்டு மேசையைக் கடந்தார். அருணா மேசையில் அமர்ந்திருந்தாள். இடது கையில் ஸ்டெரைட்ஸ் டைம்ஸ் நாளிதழை உயரப் பிடித்துப் படித்துக் கொண்டே முன்னிருந்த தட்டிலிருந்து கார்ன் ஃப்ளேக்ஸை ஸ்பூனால் உறிஞ்சினாள்.

மேசையைச் சிங்கப்பூரின் டிசம்பர் மாசத்து மழைக்கால சூரியன் கார்ன் ஃப்ளேக்ஸ் பாலாய் நனைந்திருந்தது. அந்த வெளிச்சத்தில் அருணாவின் கண்களும் தேகமும் தேனாய்ச் சுடர் விட்டன. இறுக்கமான வெள்ளைச் சட்டையும், மிக இறுக்கமான ஸ்கர்ட்டும் அணிந்திருந்தாள். அவ்வப்போது மூக்கை ஒருவிதமாகச் சுழித்துக்கொண்டாள். சுப்பராமன் இங்கும் அங்கும் அலைவது நாளிதழின் மேல்புறத்தில் அவள் கண்களுக்கு நிழலாய்த் தெரிந்தது. ஆனாலும் எதுவும் சொல்லாமல் இருந்தாள்.

காவேரி அடுப்பில் எதையோ கிளறிக்கொண்டிருந்தாள். அவள் கைக்கருகில் இருந்த பாத்திரங்களில் இட்டலியும், தேங்காய், தக்காளிச் சட்டினியும் மணந்துகொண்டிருந்தன. காவேரி பச்சை நிறத்தில் பஞ்சாபி ஆடை அணிந்திருந்தாள். இதுவும் அருணாவின் ஏற்பாடுதான். ஒரு நாள் அம்மாவும்

மகளும் லீட்டில் இந்தியாவுக்குப் போய் வந்த போது தேக்கா சந்தையின் மேல்மாடியில் இருந்த சிந்திக்காரன் கடையிலிருந்து காவேரிக்கும் பல நிறங்களில் பஞ்சாபி ஆடைகளை வாங்கி வந்திருந்தார்கள். குட்டையாய், சதைப்பிடிப்போடு இருந்த காவேரிக்கு அந்த ஆடை பாந்தமாய் இல்லை என்று சுப்பராமன் நினைத்தார்தான். ஆனால் வெளியே சொல்லவில்லை. ரிடையர் ஆன பிறகு பல அபிப்பிராயங்களை எங்கும் சொல்லாமல் இருப்பதுதான் உசிதம் என்பது அவர் சித்தாந்தம்.

பஞ்சாபி உடையைப் பற்றிக் காவேரிக்கும் ஏதோ சந்தேகம் இருந்திருக்க வேண்டும். பல நாட்கள் அதை அணியத் தயங்கினாள். மகள் கேட்டபோதெல்லாம் சிறு குழந்தைபோல் அடம் பிடித்தாள். அருணா அந்த உடையின் அருமை பெருமைகளையெல்லாம் சொல்ல ஒரு நாள் ரோஸ் கலர் பஞ்சாபி உடை ஒன்றை அணிந்து பார்த்தாள். வரவேற்பறையில் இருந்த ஆள் நீள கண்ணாடியை அடிக்கடி கடந்தாள். முப்பத்தைந்து ஆண்டுகள் சேலையிலேலே வீட்டுக்குள் வளைய வந்தவள் ஒரே நாளில் மாறிப் போனாள். இப்போது கோவில் தவிர எல்லா இடத்துக்கும் பஞ்சாபி உடையில் போய் வருகிறாள். கேட்பவர்களிடம் எல்லாம் ரொம்ப சவுரியம் என்கிறாள். அதன்பிறகு அடிக்கடி அம்மாவும் பெண்ணும் ரகசியம் பேசிக்கொண்டார்கள். தனியே கடைத்தெருவுக்குப் போய் வந்தார்கள். காவேரி அருணாவுடன் சேர்ந்து புருவத்தை நூல் கொண்டு சீரமைத்தாள். இரண்டாவதாகக் காதுகளின் மேல்புறத்தில் காது குத்திக் கொண்டாள். ஒரு தீபாவளிக்கு முன் தலைமுடியைக் கழுத்துவரை வெட்டி, இளம்பழுப்பு சாயம் பூசியபடி வீட்டுக்கு வந்தாள். அப்போதுதான் சுப்பராமன் முதல்முறையாக உறுமினார்.

“என்ன உன் போக்கெல்லாம் ஒரு மாதிரி போகுது?”

“இல்லைங்க அருணாதான் சலூனுக்குக் கொண்டுபோனா.”

“அவதான் கொண்டுபோனானா அம்பத்தெட்டு வயசுலே உனக்கு எங்க போச்சு புத்தி?”

“...”

“ஒழுங்கா குடும்பப் பொம்பளயா இருக்கணும்னா இரு. குடும்ப மானத்தக் கெடுக்காத.”

அப்போதும் அருணாதான் காவேரியின் துணைக்கு வந்தாள். ஐம்பத்தெட்டு வயதெல்லாம் ஒரு வயதா என்றாள். அமெரிக்காவிலும் ஐரோப்பாவிலும் உள்ள அறுபது வயதுப் பெண்களெல்லாம் தம்மைத் தாமே எப்படியெல்லாம் பராமரித்துக்

கொள்கிறார்கள் என்று சுட்டிக்காட்டிச் சஞ்சிகைகளை எடுத்துப் போட்டாள். அம்மாவின் தோள்மீது கைபோட்டுக் கொண்டு தன்னை முறைக்கும் பெண்ணைப் பார்த்துச் சுப்பராமன் சற்று மிரண்டு போனார். என்ன இருந்தாலும் நான் ரிடையர்ட்தானே என்று தனக்குத் தானே சொல்லிக் கொண்டார். தீபாவளிக்குப் போய் வந்த சொந்தக்காரர்களின் வீடுகளில் இருந்த பெண்கள் எல்லோரும் காவேரியின் புதிய தோற்றத்தையும், ஆடையையும் கொண்டாடினார்கள். எப்போதும் போல் இளமஞ்சள் ஜிப்பாவிலும், வேட்டியிலும் இருந்த சுப்பராமன் தான் பின்னுக்குத் தள்ளப் படுவதாய் உணர்ந்தார். கப்பல் கம்பெனி வேலையில் இருந்த போது இத்தகைய குடும்பச் சந்திப்புகளில் சூரியனாய் நடுநாயகமாய் இருந்தவர் மெல்ல மெல்ல விலகித் தனிமையில் மிதக்கும் துணைக் கிரகமாய்ச் சுற்ற ஆரம்பித்தார்.

ஆனால் இது நடந்தது மூன்று ஆண்டுகளுக்கு முன்பு. இப்போது அவருக்கு இந்த ஏற்பாடுகள் எல்லாம் பழகிவிட்டன. சுப்பராமன் சமையலறையில் இருந்த காவேரியைப் பார்த்தார். அவளிடம் எதுவும் சொல்லவேண்டும் என்று அவருக்குத் தோன்றவில்லை. இந்த விஷயத்தில் அவள் தன் பக்கம் நிற்பாளா என்றும் தெரியவில்லை. சுப்பராமன் ஏன் வம்பு என்பதுபோல் எதுவும் சொல்லாமல் திரும்பிச் சாப்பாட்டு மேசைக்கு நடந்தார். அருணா ஸ்பூனை வாய்க்கருகே பிடித்தபடி அவர் வருவதைக் கவனித்தாள். சுப்பராமனுக்கு லேசாய் புரைக்கேறியது. தன் குரலைச் செறுமிக் கொண்டார். அவர் பேசும் முன்பு சமையலறையிலிருந்து காவேரி குரல் கொடுத்தாள்.

“ஏண்டி இரண்டு இட்டலியாவது சாப்பிடேண்டி. தெனம் தெனம் அந்தக் காஞ்சு போன கார்ன் ஃப்ளேக்ஸை ஏண்டி கட்டி அழுற.”

“அம்மா உன் வேலையப் பாரு.”

“இப்படிச் சாப்பிட்டா உடம்பு என்னத்துக்காறது.”

காவேரி சமையலறையில் முணுமுணுப்பது கேட்டது. இரும்புக் கரண்டிகளும், அகப்பைகளும் பீங்கான் பாத்திரங்களோடு குழாய்க்கடியில் பிசாசுகளின் ஜலதரங்கமாய் உருட்டப்பட்டன. அதற்கிடையே கஞ்சிரா ஓசையாய்ச் சோப்பில் முக்கப்பட்ட பச்சை நிறக் கரட்டுச் சதுரத் துணியின் சத்தம் எழுந்தது. அருணா காவேரியின் வார்த்தைகளில் இருந்த உள்ளர்த்தத்தை உடனே புரிந்துகொண்டாள். உக்கிரமானாள்.

“அம்மா இந்த உடம்பப் பார்த்து எவனும் வரமாட்டானேனு நீ கவலைப்பட வேணாம். நான் ஆம்பிள்ளைக்காக ஏங்கல.

கை நிறையச் சம்பாதிக்கிறேன். என்னப் பார்த்துக்க எனக்குத் தெரியும்.”

சுப்பராமுனுக்கு ஏனோ எழுபதுகளின் இறுதியில் செகாமாட்டில் இருந்த தன் அத்தை வீட்டில் காவேரியைப் பெண் பார்க்க போனது நினைவுக்கு வந்தது. அப்போது தேக்காவில் சின்னப் பெட்டிக் கடை வைத்துப் பழம், பூ வியாபாரம் பண்ணிக் கொண்டிருந்த அவர் நண்பன் சிங்காரம்தான் தன் பழைய டாட்ஸன் வேனை ஓட்டி வந்தான். சா’ஆவிலேயே வேன் நகர மாட்டேன் என்று நின்றுவிட்டது. சா’ஆவிலிருந்த சீன மெக்கானிக் எவ்வளவோ முயன்று பார்த்தும் எதுவும் நடக்கவில்லை. கடைசியில் சிங்காரத்தை அங்கேயே விட்டு விட்டு அப்பா அம்மாவோடு சுப்பராமன் அந்த வழியாய்ப் போய்க் கொண்டிருந்த ஒரு மர லாரியின் டிரைவரைக் கெஞ்சிக் கூத்தாடி ஏறிக்கொண்டார். காலை பத்து மணிகெல்லாம் செகாமாட்டில் இருக்க வேண்டியவர்கள் ஒரு மணிக்குத்தான் போய்ச் சேர்ந்தார்கள். அப்போதெல்லாம் மலேசியக் கிராமப்புறங்களில் பெண் பார்க்கும் வைபவங்களோ சடங்குகளோ அவ்வளவாக இல்லை. அவர்கள் போய் இறங்கியபோது தன் மர வீட்டின் முன்னே இருந்த புழுதியில் சுற்றிக்கொண்டிருந்த கோழிகளுக்குக் காவேரி மீந்துபோன சோற்றுப் பருக்கைகளை விசிறி இறைத்துக்கொண்டிருந்தாள். சாயம் போன டீ சட்டையும் டிராக் பேண்ட்ஸுந்தான் அணிந்திருந்தாள். அப்பா அம்மாவைப் பார்த்தவுடன் ‘வாங்க மாமா அத்தே’ என்றாள். கீழே கிடந்த மரப் பலகைகளைத் தூக்கிக்கொண்டு வீட்டுக்குள் சென்றாள். வீட்டின் பின்னால் ஆட்டிறைச்சி குழம்பு விறகடுப்பில் மணந்துகொண்டிருந்தது. வருங்கால மாமனார் ‘உடும்புக் கறி இருக்கு, சாப்பிடுறீங்களா மாப்பிள்ள’ என்றார். அப்போது காவேரிக்கு வயது இருபத்திரண்டு.

“உங்களுக்கு என்னப்பா வேணும்?”

வானொலியில் ஏதோ நேயர் விருப்பம் போய்கொண்டிருந்தது. காவேரி அடங்கியிருந்தாள் போலும். சமையலறையிலிருந்து கடுகு தாளிக்கும் சத்தத்தைத் தவிர வேறு சத்தம் இல்லை.

“கொஞ்சமாவது இட்டலி சாப்பிடலாமே’ம்மா? அம்மா அக்கறையோடதான கேக்குறா?”

கட்டளையாக அன்றி விண்ணப்பமாக, வேண்டுதலாகப் பேசினார்.

“இதைச் சொல்லத்தான் இங்க வந்தீங்களா? எனக்கு என்ன இஷ்டமோ அதைத்தான் நான் சாப்பிட முடியும்.”

சுப்பராமனும் காவேரியும் கல்யாணம் பண்ணிக்கொண்ட அடுத்த வருடமே அருணா பிறந்துவிட்டாள். செகாமாட் போனால் குழந்தைக்குப் பூச்சிக்கடி ஏதேனும் வந்துவிடும் என்று சிங்கப்பூரிலேயே பிரசவம் பார்த்தார்கள். அருணா பிறந்த இரவு அலெக்ஸாண்டிரா சாலையில் இருந்த பெரிய ஆஸ்பத்திரியில் காவேரியைச் சேர்த்துவிட்டுச் சுப்பராமன் தன் வீடு இருந்த தங்களின் ஹால்ட்டுக்குக் கால்நடையாகவே நடந்து வந்தார். வீட்டுக்குப் போகும்வழியில் சாலையிலிருந்து இறங்கிய ஒரு பள்ளத்தில் சின்னச் சின்ன சந்நிதிகளோடு ரயில் தண்டவாளத்தின் பக்கத்தில் முனீஸ்வரன் கோவில் இருந்தது. பத்தரை மணிக்குக் கோவில் சந்நிதிகளைத் திரைபோட்டு மூடியிருந்தார்கள். அங்கங்கே சில எண்ணெய் விளக்குகள் மட்டும் எரிந்துகொண்டிருந்தன. அந்தக் கோவிலுக்குப் பெரிய கோபுரமோ வாசலோ அப்போது இல்லை. சாலையில் நின்றபடியே சுப்பராமன் ஷூக்களைக் கழற்றிவிட்டுக் கையெடுத்துக் கும்பிட்டார். பிறகு கத்தோலிக்கத் தேவாலயத்தையும், அதற்குள் இருந்த சின்ன விலங்குக் காட்சிச் சாலையையும் கடந்து புளோக் முப்பத்தைந்தில் இருந்த அவர் வீட்டுக்குப் போய்ச் சேர்ந்தார்.

சுப்பராமனுக்கு நன்றாக ஞாபகம் இருந்தது, அது ஒரு வியாழக்கிழமை இரவு. அந்தக் காலத்தில் சிங்கப்பூர் தொலைக்காட்சியில் தமிழ்த்திரைப்படங்களைப் பாதி பாதியாக வெட்டி வியாழன் இரவுகளில் ஒரு பாதியும், வெள்ளி இரவுகளில் மறு பாதியும் ஒளிபரப்புவார்கள். ஆட்டுக்கார அலமேலு முதல் பாதியைப் பார்த்துவிட்டுப் படுத்தபோது டெலிபோன் அலறியது. எடுக்குமுன்னரே அவருக்கு விஷயம் புரிந்துவிட்டது. அருணா பிறந்திருந்தாள். சுப்பராமன் குவீன்ஸ்டவுன் முனீஸ்வரருக்குப் பொங்கல் இட்டார். பின்னாளில் அவர் கடந்து போன கத்தோலிக்கத் தேவாலயத்தில் இருந்த பாலர் பள்ளியில் அருணாவைச் சேர்த்தார். அதற்குப் பின் சுப்பராமனுக்கும் காவேரிக்கும் வேறு குழந்தை பிறக்கவில்லை.

“சரிம்மா. உன் இஷ்டம்.”

அருணா அசாத்தியமான பொறுமையோடு காத்திருந்தாள்.

“இல்லம்மா. நேத்து உன் பிரெண்டு ஜென்னிபரோட ஆஸ்திராலியா போய் ரெண்டு வருஷம் தங்கப் போறேன்னு சொன்னியே...”

அருணா தன் கண்களைக் குறுக்கிக்கொண்டு சுப்பராமனைப் பார்த்தாள். அவள் கண்களில் தன் தந்தையைப் போருக்கு அழைக்கும் ரௌத்திரம் இருந்தது.

“அதுக்கு?”

சுப்பராமன் தன் மகளை மிகுந்த கருணையோடு பார்த்தார். இவள் ஏன் இப்படி ஆத்திரம் பழகுகிறாள்? இந்தப் பெண்ணுக்குள் அப்படி என்ன குறை? மிக நல்ல படிப்பு. அருணா கனடாவிற்குச் சென்று ஓவியப் பராமரிப்பை முதுநிலைப் பட்டப்படிப்பாய்க் கற்றிருந்தாள். பிரான்ஸில் ரூவான் நகரிலும் இத்தாலியின் டூரின் நகரிலும் பழைய பழைய தேவாலயங்களின் கூடைபோல் பின்னப்பட்டிருந்த வார்களைப் பிடித்தபடி அந்தரத்தில் தொங்கி அங்கே காட்சிக்கு வைக்கப்பட்டிருந்த மிகப் புராதனமான ஓவியங்களை மெல்லிய ஆசிட் கலந்த திரவத்தாலும் பஞ்சினாலும் ஒத்தியெடுத்துச் சுத்தம் செய்திருக்கிறாள். திரவம் தீண்ட திண்ட ஓவியத்தின் மேல்பரப்பில் ஒட்டியிருந்த நூற்றாண்டுகளின் கறையும், தூசும், பெட்ரோலிய மாசும் கரைந்து சாம்பல் நிறத்தில் காட்சியளித்த ஓவியம் பழையபடி பல வர்ணங்களில் ஜ்வலிக்கும். அருணா படிப்பையெல்லாம் முடித்துவிட்டுச் சிங்கப்பூர் வந்தபோது தென்கிழக்காசியாவில் இந்தத் துறையில் தேர்ச்சி பெற்றிருந்த மிகச் சிலரில் ஒருத்தியாக இருந்தாள். அவளது முப்பத்தி நான்கு வயதில் சிங்கப்பூர் தேசிய அரும்காட்சியக ஓவியப் பிரிவில் முக்கிய நபராக வேலை பார்த்தாள்.

“இப்படி நீ திடீருனு போறது எனக்குச் சரியா படலம்மா.”

இனியும் தயங்கிப் பயனில்லை என்று சுப்பராமன் நேரடியாக அஸ்திரம் வீசினார்.

“ஏன் சரியாப் படல?”

“இது அவசர முடிவோனு எனக்குத் தோணுது.”

“அப்படியா? எப்பலேருந்து உங்களுக்கு அப்படி தோணுது?”

அருணா சட்டென்று நாற்காலியைப் பெருத்த ஓசையோடு பின்னுக்குத் தள்ளியபடியே எழுந்தாள். கவனமாகத் தன் முன்னிருந்த தட்டைக் கைகளில் ஏந்திக் கொண்டாள். தட்டில் இன்னும் முக்கால் வாசி கார்ன் ஃப்ளேக்ஸ் மீதமிருந்தது. அவள் நகர, தட்டிலிருந்த பால் லேசாய்த் தளும்பியது. அருணா மெல்ல சமையலறைக்கு நடந்தாள். காலால் குப்பைத்தொட்டியைத் திறந்து தட்டிலிருந்த உணவைத் தொட்டிக்குள்ளே மிக கவனமாய்ச் சாய்த்தாள். கையலம்பிவிட்டுத் தன் தந்தையை நேருக்கு நேர் நின்று முறைத்தாள்.

“சொல்லுங்க. எப்பலேருந்து உங்களுக்கு இப்படி தோணுச்சு?”

அருணாவுக்குப் பின்னால், மர அலமாரியின் மீது ஒரு நீண்ட மீன்தொட்டி இருந்தது. அவற்றில் தங்கமும் சிகப்புமாய் ஆறேழு மீன்கள் நீந்திக்கொண்டிருந்தன. சுப்பராமன் ரிட்டையர்மெண்டுக்கு ஓரிரண்டு ஆண்டுகளுக்கு முன்பு தன் சீன நண்பர்களின் வழிகாட்டிதலால் அந்த மீன்களை வாங்கியிருந்தார். வீட்டின் ஈசான மூலையில் மீன்கள் வாலடித்துச் சுழலச் சுழல வீட்டிலும் பணமும் அதிர்ஷ்டமும் பெருகும் என்று அவர்கள் சொல்லியிருந்தார்கள். அருணாவின் உருவம் மீன்களை மறைத்துக்கொண்டிருந்தது. வளைந்த பளபளப்பான தூண்டில் நீரில் விழ மீன்கள் ஆர்வத்தோடு தூண்டிலைச் சுற்றும். பிறகு தூண்டிலின் சுழற்சியிலும் பளபளப்பிலும் மயங்கி அதை விழுங்கும். உயிர் போகும் அவஸ்தையில் அதில் மாட்டும். அருணாவும் வளைந்த தூண்டில்களாய்க் கேள்விகளை எறிந்து கொண்டிருந்தாள். சுப்பராமனுக்கும் கோபம் வந்தது.

"ஜென்னிபர் ஆஸ்திரேலியா போறாங்கறதுக்காக நீ ஏன் போகணும்?"

அருணா முகம் சிவந்தாள்.

"எனக்காகப் போறேன்."

சிறிது தயங்கினாள். பின் தலை நிமிர்ந்தவளாய் வார்த்தை களை ஒவ்வொன்றாகத் துப்பினாள்.

"உங்களுக்குச் சேர வேண்டிய பணம் மாசா மாசம் வந்து சேர்ந்திடும் கவலப் படாதீங்க."

காவேரி கரண்டியை மார்போடு பிடித்தபடி சமையலறை விளிம்பில் நின்றிருந்தாள். அவள் முகம் வெளுத்திருந்தது. சுப்பராமன் கண்களை மூடிக்கொண்டார். அருணா வீசிய அம்பு மிகத் துல்லியமாய்த் தைத்திருந்தது.

பார்த்தா, குந்தியின் மைந்தனே, நியாயத்திற்கான இந்தப் போரில் நீ ஈடுபடாமல் போனால், நீ கடமையிலிருந்து தவறியவனாகி, புகழை இழந்து பாவத்தை அடைவாய். பயத்தினால் போரிலிருந்து பின்வாங்கியதாகப் பெரிய வீரர்கள் நினைப்பார்கள். உன்னுடைய எதிரிகளும் உனது திறமையை இகழ்ந்து சொல்வதற்குக் கேவலமான அவதூறுகளை உன்னைப்பற்றிச் சொல்வார்கள். அதைவிடத் துன்பம் என்ன உள்ளது?

"ஜென்னிபர் கூப்பிடுறானு உன் வேலையெல்லாம் விட்டுட்டுப் போறீயே. உனக்கும் கல்யாணமாகல. அவளுக்கும் கல்யாணமாகல. ஹாலிடேனு வந்தா ஒண்ணா ஊர் ஊரா

சுத்துறீங்க. அப்பா அம்மாவா எங்களுக்குக் கவலை இருக்காதா? பொண்ணைப் பெத்து ஊர்மேய விட்டுட்டாங்கனு எங்கள நாலு பேரு சொல்லவா?"

சுப்பராமனின் அறுபத்து நான்கு வயதுக்கு இது மிக நீளமான பேச்சு. அவருக்கு சன்னமாய் மூச்சிரைத்தது. அருணாவின் கணகள் அக்கினி ஜ்வாலைகளைக் கக்கின.

"ஜென்னிபர் கூப்பிட்டவுடனே நான் போறேன்னு சொல்றீங்களே. அதுக்கு என்ன அர்த்தம்?"

டூரின் நகரின் காத்திக் வகை தேவாலயங்களின் கூரைகள் அரைவட்டமாய், முட்டையின் உட்புறம்போல் இருக்கும். அதிலிருந்து பலமான கயிறுகளையும் பலகைகளையும் இறக்கி ஓவியங்களைச் சுத்தம் செய்பவர்களை இறக்குவார்கள். அப்படித் தொங்கும்போது சுற்றிப் பெரும் கற்கள் இருந்தாலும், தேவாலயமே காற்றினாலும், வெளிச்சத்தாலும், இடைவெளிகளாலும் பின்னப்பட்டத்தாகவே தோன்றும். அருணா கேட்ட கேள்வியும் அந்தக் கூடத்தில் அப்படித்தான் கனமாய்த் தொங்கியது.

சுப்பராமன் தலைகுனிந்த படியே சோபாவில் போய் அமர்ந்துகொண்டார். அருணா இன்னும் கொஞ்ச நேரம் அவரை வெறித்துப் பார்த்தாள். பிறகு மேசைமீது பரப்பியிருந்த தன் மடிக்கணினி, தாள்கள், புகைப்படங்கள் அத்தனையும் ஒரே இழுப்பில் வாரிக்கொண்டு காவேரியிடம் "வரேம்மா" என்று சொன்னபடி வீட்டை விட்டுக் கிளம்பிப் போனாள். அவள் வீட்டின் கதவைச் சடாரென்று சாத்தியதில் சுவற்றைச் சுற்றி மாட்டவிடப்பட்டிருந்த படங்கள் ஆடி அடங்கின.

சுப்பராமன் எழுந்து கட்டியிருந்த லுங்கியைச் சரிசெய்து கொண்டார். காவேரி எப்போதோ சமையலறைக்குள் போய்விட்டாள். சுப்பராமன் தொலைக்காட்சிக்குப் பின்னால் இருந்த ஜன்னலில் வழி வீட்டுக்குக் கீழேயிருந்த திடலைப் பார்த்தார். அங் மோ கியோ நிலையத்திலிருந்து ஒரு ரயில் புறப்பட்டிருந்தது. அருணா திரும்பி வந்து தன்னுடன் சமாதானம் செய்துகொண்ட பிறகே ஆபீஸுக்குப் போவாள் என்ற நம்பிக்கை சுப்பராமனுக்குச் சிறிது சிறிதாகக் கரைந்து போனது. சுப்பராமன் தனது ஐந்தறை அடுக்குமாடி வீட்டைச் சுற்றும் முற்றும் பார்த்தார். இதையும் அருணாதான் மூவரின் பேரிலும் வாங்கியிருந்தாள். ஆனால் பணம் முழுக்க அவள்தான் கட்டியிருந்தாள். அவளது முதுகலைப் பட்டத்துக்காக அவரது சேமிப்பில் பெரும் பகுதியைத் தந்திருந்தார். மத்திய சேம நிதியில் ஏதோ கொஞ்சம் பணம் இருக்கத்தான் செய்தது. ஆனால்

அது காவேரிக்கோ அவருக்கோ இருவரில் ஒருவருக்கு மட்டும் கான்ஸருக்கோ, மாரடைப்புக்கோ ஏற்படக்கூடிய சிகிச்சைச் செலவுக்கு மட்டுமே தாங்கும். அதன் பிறகு?

சுப்பராமனுக்குக் கொஞ்சம் வயிறு வலித்தது. நெஞ்செரிச்சலுக்கு நெக்ஸியம் மாத்திரை போடவேண்டும். அருணா பணம் வைத்துவிட்டுப் போயிருக்கிறாளா தெரியவில்லை. அவர் மீண்டும் சோபாவில் வந்து அமர்ந்துகொண்டார். தொலைக்காட்சி ரிமோட்டைத் தட்டி சானல்களைத் திருப்பினார். டிஸ்னியில் சிரித்த முகமாய் ஒரு கார்டூன் சிங்கம் வித்தை காட்டிக்கொண்டிருந்தது. நியூ யார்க் விலங்குத் தோட்டத்தில் இருந்த சிங்கம் தெரியாத் தனமாக ஆப்பிரிக்கக் காடுகளில் போய் மாட்டிக்கொண்டது. அந்த காட்டில் இருந்த சின்னச் சின்ன மிருகங்கள் எல்லாம் முதலில் சிங்கத்தைப் பார்த்து மருண்டன. பிறகு அதனுடைய சிரித்த முகத்தைப் பார்த்து அதை நெருங்கிக் கேலி செய்ய ஆரம்பித்தன. பின்னர் சிங்கத்தை அடிக்கவும் உதைக்கவும் செய்தன. சிங்கம் எல்லாவற்றுக்கும் பதிலாகச் சிரிப்பையே தந்துகொண்டிருந்தது.

அந்த மிருகங்களுக்குத் தெரியவில்லை சிங்கம் சிரிப்பது சூழ்நிலை தந்த பயிற்சி என்று. சாப்பாட்டுக்காகப் பிறரை நம்பியிருந்த சிங்கத்துக்குச் சிரிப்பதென்பது உயிர் வாழும் தந்திரம். காவேரி பஞ்சாபி உடை அணிந்ததும் அதே வகைத் தந்திரம்தான்.

சுப்பராமன் எழுந்து நின்று வரவேற்பு அறையில் இருந்த ஆளுயரக் கண்ணாடியில் தன்னைத் தானே பார்த்துக்கொண்டார். முடி வளர்ந்திருந்தது. அதை வெட்டுவதற்காகச் சட்டையை மாட்டிக்கொண்டு கீழே போனார்.

ரெமோன் எனும் தேவதை

காப்புறுதி நிறுவனத்தில் அவன் என்ன வேலை பார்க்கிறான் என்று ரெமோனுக்கே இதுவரைக்கும் சரியாகத் தெரியாமல் இருந்தது. சில நேரங்களில் ரெமோன் விளம்பரப் பகுதியை மேற்பார்வை பார்க்கும் பிரெஞ்சுக்காரனின் கட்டளைப்படி அகரவரிசையில் பெயர்கள் அச்சிடப்பட்டிருக்கும் பெயர்ப்பட்டியல்களை எடுத்து வைத்துக்கொண்டு அதில் உள்ளவர்களை வரிசையாக அழைப்பான். தொலைபேசித் தொடர்பு கிடைத்தால் அவர்கள் வைத்திருக்கும் ஓவியங்கள் சேதமடைவதால் அவர்களுக்கு ஏற்படக் கூடிய இழப்புகளை அச்சடித்த காகிதத்தில் எழுதித் தந்திருக்கும்படியே உணர்ச்சியுடன் விவரிப்பான். அந்த நேரத்தில் முன்பின் தெரியாதவர்களை அழைப்பதற்கு அரசாங்கம் எந்த விதிமுறைகளையும் அறிவிக்காமல் இருந்தது. அழைத்தவர்களில் பெரும்பாலானாவர்கள் அவன் மூன்றாவது வாக்கியத்தை வாசிக்கும்போதே பெருமூச்சு விட்டபடியே தொலைபேசியை வைத்து விடுவார்கள். மற்றவர்கள் வேலையில் இருக்கிறேன், வாகனம் ஓட்டிக்கொண்டிருக்கிறேன், தாய்/குழந்தை/ நாய் செத்துவிட்டது என்று சொல்லி மன்னிப்புக் கேட்டுவிட்டுத் தொலைபேசியை வைப்பார்கள். அது, அப்படிப் போனது.

ஒவ்வொருவரிடமும் பேசிவிட்டு அவர்களின் பெயர்களின் அருகில் ரெமோன் பெருக்கல் குறி போட்டுக்கொள்வான். அப்போது மேல் நோக்கியிருக்கும் அவன் முகம் இரவு நேர மழையில் நனைந்த தார்ச்சாலையில் பட்டுத் தெறிக்கும்

தெருவிளக்குகளின் வெளிச்சம் போல் பளபளக்கும். மற்ற நேரங்களில் விசாரணைப் பகுதியின் ரோசாலியா கேட்கும் பழைய ஆவணங்கள் அடங்கிய கோப்புக்களை ஆவண அறையிலிருந்து எடுத்துக் கொண்டு தன் மெலிந்த மார்பினைச் சொகுசுப் படகின் முகப்பினைப்போல் முன்னால் தள்ளியபடி ரப்பர் சப்பாத்துகளில் கால் விரல்கள் மட்டும் தரையில் பதிய மிக வேகமாக நடந்துபோய் அவளிடம் கொடுப்பான். அப்போது அவன் காது மடல்கள் அழகான சூரியோதயம்போல் லேசாய்ச் சிவந்திருக்கும். வேலையின் தீவிரத்தில் எல்லோரும் அவனை மறந்துவிட்டார்கள் என்றால் ஆவண அறைக்குள் போடப்பட்டிருக்கும் பரந்த மேசையில் தனக்கென ஒதுக்கப்பட்டிருக்கும் மூலையில் அமர்ந்து கொள்வான். காலையில் மற்றவர்கள் வாங்கி வந்து முழுதாய்க் குடிக்க மறந்திருந்த ஐஸ் காபி மற்றும் தேநீர்க் கோப்பைகளின் அடியில் வெள்ளி வளையங்களாய்ப் பொங்கியிருக்கும் தண்ணீர் வட்டங்களைக் கண்கொட்டாமல் பார்த்துக் கொண்டிருப்பான்.

கம்போடியாவிலிருந்து சிங்கப்பூரில் வேலை பார்க்க வந்த ரோசாலியாதான் ரெமோனுக்குள் தேவதையாகும் ஆசையை முதன்முதலில் தூண்டிவிட்டாள். ஒரு நாள் ரோசாலியா நெடுநாள் வாடிக்கையாளரான பணக்காரச் சீனக் கிழவனின் ஓவியங்களின் காப்புறுதி சம்பந்தமான சில பழைய ஆவணங்களை அவசரமாகத் தேடிக் கொண்டிருந்தாள். செய்தி அறிந்த ரெமோன் பிரம்மாண்டமான ஆவண அறையைப் புரட்டிப்போட்டுத் தேட ஆரம்பித்தான். ரோசாலியா தேடிய ஆவணங்களைக் கால்மணி நேரத்தில் கண்டுபிடித்த குதூகலத்தில் கால்விரல்கள் மட்டும் தரையில் பதிய மார்பினை முன்னால் தள்ளியபடி நடந்துவந்து ரோசாலியாவின் முன்னால் ஆவணங்களோடு பந்தயக் குதிரைபோல் மூச்சிரைக்க நின்றான். சிப்பிகளின் உட்புறம்போல் வெண்மையாய் இருந்த கண்கள் ஆச்சரியத்தில் விரிய ரோசாலியா ரெமோனையும் அவன் கைகளில் பிடித்திருந்த தட்டச்சு செய்த மஞ்சள் காகிதங்களையும் பார்த்தாள். அவள் அவள் முகம் கூப்பிய கரங்களைப்போல் வலதுபுறமும் இடதுபுறமும் ஒரே சீராய் இருந்தது. ரோசாலியா இளமையான மூங்கில்களின் நிறத்தில் இருந்தாள். அவள் குரல் கனமான புல்லாங்குழலில் புகுந்து வெளியேறும் காற்றைப்போல் மிகத் தாழ்ந்த ஸ்தாயிகளில் ஸ்வர கோலாகலமாய்ச் சிலிர்த்து மீண்டும் வெறுமையில் அடங்கியது.

“நீ ஒரு தேவதை, ராமன்.”

ஓவிய நிபுணர்கள், கணக்காய்வாளர்கள், வியாபாரிகள், விற்பனையாளர்கள் நிர்வாகிகள், அட்டைப் பெட்டிகளை

நகர்த்துபவர்கள், எடுபிடிகள் செய்பவர்கள் என்று எழுபத்தைந்து பேர் வேலை செய்த அந்த ஓவியக் காப்புறுதி நிறுவனத்தில் இதுவரை ரோசாலியா மட்டும்தான் ரெமோனின் உண்மையான பெயரைச் சரியாக உச்சரித்திருக்கிறாள். சாகேதராமன் என்பது அவனுடைய தந்தைவழிப் பாட்டனாரின் பெயர். தாத்தாவை அவனுக்கு மிகவும் பிடிக்கும். ரெமோனுக்குப் பதினாங்கு வயதிருக்கும்போது ஜோகூர் பாரு ராஜ மாரியம்மன் கோயிலில் தீபாவளி அன்று சாமி கும்பிட்டுவிட்டு எல்லோரும் மெர்சிங் கடற்கரையில் நீராடப் போனபோது அம்மாவும், அம்மாவைப் பின் தொடர்ந்து அவரைத் தேடிக் கொண்டுபோன தாத்தாவும் தண்ணீரில் மூழ்கி இறந்துபோனார்கள். ஆறு மணி நேரங்களுக்கு அப்புறம் அவர்கள் அணிந்திருந்த துணிகள் கடலில் மிதந்தன. அதுவரைக்கும் கன்னத்தில் கைவைத்தபடியே ரெமோன் கடற்கரையில் குத்துக்காலிட்டு அசையாமல் அமர்ந்திருந்தான். அந்தச் சம்பவம் அப்போது மலேசியச் செய்தித்தாள்களில் எல்லாம் தலையங்கமாக அம்மாவின் சிவப்பு நிறப் பாவாடையை மார்போடு அணைத்தபடி வாய் கோணி கதறி அழும் ரெமோனின் மிகப் பெரிய முழுவண்ணப் புகைப்படத்தோடு வந்தது. அந்தச் சம்பவம் நடந்த சில மாதங்களுக்குப் பிறகுதான் அப்பா சித்தியைக் கல்யாணம் செய்து கொண்டார்.

ரெமோனைப் பள்ளிக்கூடத்தில் எல்லோரும்'சாக்கே' என்று ஜப்பானிய மதுபானத்தின் பெயரைச் சொல்லி அழைத்தார்கள். அது என்ன என்று புரியாமல் பதினாறாவது வயது வரை அவர்களோடு சேர்ந்து சிரிப்பான். அதற்குப் பின்னால் யாரேனும் அவனை சாகே என்று அழைக்கும்போது 'என் பெயர் ராமன்' என்று அழுத்தம் திருத்தமாகச் சொல்ல ஆரம்பித்தான். அப்போது ரெமோனின் காது மடல்கள் அழகான சூரியோதயத்தைப்போல் லேசாய்ச் சிவந்திருக்கும். ஆனால் அவனைச் சுற்றியிருந்தவர்கள் ரெமோன் அப்படி சொல்லும் போதெல்லாம் நசுங்கிய பூச்சியைப் பார்ப்பதைப்போல் கனமான பரிதாபத்தோடு பார்ப்பார்கள். பிறகு அவனை 'ராமான்' என்று அழைப்பார்கள். அப்படி அழைக்கும் போதெல்லாம் அவர்களுடைய முகத்தில் அசாதாரணமான சோம்பலும் அசுவாரஸ்யமும் தலைகாட்டும். அப்படி நடக்கும்போதெல்லாம் ரெமோன் சிவப்பு நிறமானதும், உப்பு நீரில் மூழ்கிக் கனப்பதுமான தன் அம்மாவின் பாவாடையை மானசீகமாக மார்போடு அணைத்துக் கொள்வான். அவன் வாய் கோணிப் பெரிதாய் அழும் முழுவண்ணப் புகைப்படம் மீண்டும் நாளிதழ்களில் பிரசுரமாகும். சுவா சூ காங்கில் உள்ள அதிநவீன தொழில் நுட்பப் பள்ளியில் படிக்கும் நேரத்தில் பாட இடைவேளையின்

ரெமோன் எனும் தேவதை

போது வகுப்பிலிருந்த மற்ற ஆண் மாணவர்கள் ரெமோனை வகுப்பறையின் ஓரத்தில் குனிய வைத்துப் பலவிதமான பாஷைகளில் ஏசி ஆர்வமாக அடித்தார்கள். அடிவாங்கியதாலோ என்னவோ அவனுடன் படித்த ஒரே தமிழ் மாணவனான மதியின் அறிவுரையின் பேரில் சாகே, ராமன் மற்றும் ராமான் என்று அழைக்கப்பட்ட சாகேதராமன் தன் பெயரை ஸ்பானிய பாணியில் ரெமோன் என்று மாற்றிக் கொண்டான். அதன் பிறகு மற்ற மாணவர்கள் அவனை அவ்வளவாகத் துன்புறுத்தவில்லை. ஆனால் சித்தி மட்டும் கடைசிவரைக்கும் ரெமோனின் பெயர்களில் ஒன்றைக்கூடக் கூப்பிடவே இல்லை.

தியோங் பாருவுக்கு உணவு வாங்கி வரப் போயிருந்த ரெமோன் அங்கு ஏற்பட்ட கைகால் உதறலினால் எதையோ தவறாகப் பேசி மத்திய வயது மலாய்க்காரன் ஒருவனிடம் அடிவாங்கி வந்த போது மட்டும் 'இது அவங்க அம்மாவோடயும் தாத்தாவோடயும் கடலுக்குள்ளாற போயிருந்தா நல்லா இருந்திருக்கும்' என்று சொல்லி நிறுத்திக் கொண்டாள்.

அன்று நாள் முழுக்க ரெமோன் பரந்த மர மேசைமீது தேங்கியிருந்த தண்ணீர் வட்டங்களைக் கவனிக்கவே இல்லை. ரோசாலியா அவனை மீண்டும் உதவிக்கு அழைப்பாள் என்ற நம்பிக்கையில் ரப்பர் சப்பாத்துக்களில் கால்விரல்கள் மட்டும் தரையில் பதிய, மார்பினை முன் தள்ளியபடியே காது மடல்கள் சிவக்க இங்கும் அங்கும் நடந்து கொண்டிருந்தான். ஆனால் ரோசாலியா அவனை மீண்டும் அழைக்கவில்லை. இரண்டு கைகள் கூப்பியதுபோல் சமச்சீராய் இருந்த கோதுமை நிற முகத்தை மேசை விளக்கின் வெளிச்சம் கீழிருந்து ஒளியூட்ட உதடு சுழித்தபடி கோப்புக்களைச் சதா படித்துக் கொண்டிருந்தாள். ரெஜினால் அவனை மீண்டும் மீண்டும் விரல் ஆட்டியும் கண்களை அகலத் திறந்து வைத்தபடியும் பயமுறுத்தியதால் ரெமோன் வேண்டா வெறுப்பாக அகர வரிசையில் பெயர்கள் அச்சடிக்கப்பட்டிருந்த கத்தைக் காகிதங்களை எடுத்துக் கொண்டு தொலைபேசியின் முன்னால் அமர்ந்துகொண்டான். அவன் முன்னால் அவன் பேச வேண்டிய வாக்கியங்கள் தாங்கிய அட்டை வலது மேல்புற முனையில் பிறை வடிவத்திலிருந்த காபிக் கறையோடு கிடந்தது. ரெமோன் அந்த அட்டையை விரல்களால் அழுத்தி மேசையில் இங்கும் அங்கும் அசைத்துக் கொண்டிருந்தபோது அவன் காது மடலில் ஏதோ குறுகுறுத்தது. தன்னுடைய சக ஊழியர்கள்தான் பென்சிலின் கூரிய முனையை வைத்துக் கொண்டு வழக்கம்போல் தன்னைக் கேலி செய்கிறார்கள் என்ற கோபத்தில் ரெமோன் திரும்பிப் பார்த்தபோது அந்த ஆச்சரியம் நடந்திருந்தது. அவன் முதுகின் நடுப்புறத்திலிருந்து

இரு பக்கமும் இரண்டு பிரம்மாண்டமான இறக்கைகள் வளர்ந்திருந்தன. அவற்றில் நெருப்புக்கோழியின் சிறகின் அளவில் கணக்கில்லாத சாம்பல் நிறச் சிறகுகள் முளைத்துக் காட்டு மரங்களின் இலைகளைப்போல் ஓயாமல் ரெமோனின் காதோர மாய்ச் சலசலத்துக் கொண்டிருந்தன. மார்க்கெட் ஸ்ட்ரீட்டின் பிரபலமில்லாத மூலையில் இயங்கிக்கொண்டிருந்த ஓவியக் காப்புறுதி நிறுவனத்தில் அமர்ந்திருந்தபடியே காலை பதினோரு மணிக்கும் பதினொன்றரை மணிக்கும் இடைப்பட்ட நேரத்தில் ரெமோன் என்ற சாகேதராமன் தேவதையாய் மாறியிருந்தான்.

தேவதையாய் மாறிய பிறகு ரெமோன் கொஞ்ச நேரம் தான் வாசிக்கவிருந்த அட்டையை மிகுந்த கருணையோடு பார்த்துக் கொண்டே அமர்ந்திருந்தான். பிறகு மேசையின் நடுவில் ஓவிய மதிப்பீட்டாளர்களில் ஒருவர் திறந்து வைத்துவிட்டுப் போயிருந்த கனமான ஓவியப் புத்தகத்தைத் தன் பக்கமாய் இழுத்து அதன் தடித்த பக்கங்களை ஒவ்வொன்றாய்ப் புரட்ட ஆரம்பித்தான். புத்தகத்தின் ஒவ்வொரு பக்கத்திலும் ரஷ்ய—பிரெஞ்சு ஓவியர் மார்க் சகாலின் ஓவியங்களின் புகைப்படங்களும் அவற்றைப் பற்றிய குறிப்புக்களும் இருந்தன. சகாலின் ஓவியங்களில் வண்ணங்கள் மைசூர் பாகு போன்ற நீள்சதுரங்களில் பால்கோவாவின் வெள்ளையிலும், ஜிலேபியின் ஆரஞ்சிலும், லட்டின் மஞ்சளிலும் ஆனந்த பவனிலும் கோமள விலாஸிலும் கிடைக்கும் மற்ற மற்ற இனிப்பு வகைகளின் சிவப்பு, பச்சை, பழுப்பு ஆகிய நிறங்களில் பூசப்பட்டிருந்தன. தான் இப்போது தேவதை என்பது ஞாபகம்வர ரெமோன் தன் முதுகிலிருந்த இறக்கைகளை மெதுவாக அசைத்தபடியே ஓவியங்களுக்குள் தலைக்குப்புறப் பறந்து பயணமானான். அது கண்ணாடிக் கதவுகள் வழியாகக் குளிரூட்டப் பட்ட சலவைக்கல் வரவேற்புப் பகுதிக்குள் நுழைவதுபோலவும், குளிர்ந்த கடலாழங்களில் முக்குளிப்பதுபோலவும் ரெமோனுக்குத் தோன்றியது. ரெமோனுக்கு முதலில் லேசாய் மூச்சு முட்டியது. பின்னர் அவன் இறக்கைகளைப் பலமாக அசைத்தபடியே பறந்து சென்று பச்சை நிறக் காதலர்கள், திறந்தவெளியில் வயலின் வாசிப்பவன், பிரார்த்திக்கும் யூதன், ஐகாரஸின் வீழ்ச்சி என்று ஒவ்வொரு ஓவியமாகப் புகுந்து, ஓவியத்தின் ஒரு பகுதியாகி, அதில் இருந்த காட்சிகளை அங்குலம் அங்குலமாகப் பார்வையிட்டான்.

முகங்களைப் பிரதானமாகக் கொண்ட கறுப்பு வெள்ளைக் கோட்டோவியங்களில் நுழைவதுமட்டும் ரெமோனுக்கு முதலில் சிரமமாக இருந்தது. இறக்கைகளை உடம்போடு குறுக்கிக் கொண்டு கோட்டோவியங்களைப் பக்கவாட்டில் ரெமோன் நுழைந்தான். அப்போது கோட்டோவியத்தில் சித்தரிக்கப்

பட்டிருந்த நபரின் அந்தரங்க விருப்பங்கள், கனவுகள், பயங்கள், நம்பிக்கைகள் அனைத்தும் பலவகை வண்ணங்களாக எழுந்து ரெமோனின் உள் உணர்வுக்குத் தெள்ளத் தெளிவாகத் தெரிந்தன. மற்றவர்களின் இரகசிய உள்ளக்கிடக்கைகளை அறிந்து கொள்ளக்கூடிய சக்தி கைவந்தனின் மூலம் தன் தேவதைத் தன்மை மேலும் உறுதியாகியிருப்பதாக எண்ணி ரெமோன் தன் மனதிற்குள் குதூகலித்தான். கடந்த இருபத்தொன்பது வருடங்களில் என்றும் இல்லாதபடி அகண்ட பேரானந்தம் ரெமோனை ஆட்கொண்டது. அது, அதிகாலையில் வாகன இரைச்சலில்லாமல் வெகு சுத்தமாய் விரிந்து கிடக்கும் நகரத்தின் பிரதான சாலைகளைப் போன்று மிக விஸ்தாரமானதாக இருந்தது.

கோட்டோவியங்களிலிருந்த முகங்களை எல்லாம் ரெமோன் வாஞ்சையோடு தடவிக் கொடுத்துவிட்டு வெளியில் வந்தபோது சாப்பாட்டு நேரம் கடந்திருந்தது. ஆனால் அவன் சக ஊழியர்கள் யாரும் மதிய உணவு முடிந்து அலுவலகத்துக்குத் திருப்பியிருக்கவில்லை. அவர்கள் மதிய உணவு முடிந்து எங்கேனும் மத்தியானம் தூங்காமல் இருப்பதற்காகக் காபி குடித்துக் கொண்டிருப்பார்கள். பெரும்பாலும் அவர்கள் ரெமோனைத் தங்களோடு சாப்பிட அழைப்பதில்லை. தான் தேவதையாகிவிட்டதை ரோசாலியாவியிடம் சொல்ல வேண்டும் என்று ரெமோன் மிகவும் விரும்பினான். இறக்கைகள் படபடக்கக் கைகளில் சில தாள்களை எடுத்து வைத்துக் கொண்டு ரெமோன் ரோசாலியா இருக்கும் இடத்துக்கு நடந்தான். ரோசாலியா இன்னமும் தாடையில் கைவைத்தவாறு கோப்புக்களைப் படித்துக் கொண்டிருந்தாள். சிறிய மூச்சிரைப்போடு ரெமோன் அவள் முன்னால் வந்து நிற்க (நனவுலகிலும் தன்னால் பறக்க முடியும் என்பதை ரெமோன் தற்காலிகமாக மறந்திருந்தான்) ரோசாலியா அவனையும், அவன் கையிலிருந்த தாள்களையும் கேள்விக் குறியோடு பார்த்தாள். ரெமோனின் இறக்கைகள் அவள் கண்முன்னால் பட்டுப் பதாகைகளாக லேசாய் அசைந்துகொண்டிருந்தன.

“ரோசாலியா, நா–நான் தேவதை ஆயிட்டேன்.”

“நீ எப்பவும் தேவதைதான் ராமன்.”

ரோசாலியா சுவாரஸ்யமில்லாமல் சொல்லிவிட்டு மீண்டும் தலைகவிழ்ந்து தன் முன்னாலிருந்த கோப்புக்களைப் பார்க்கத் துவங்கினாள். அவள் குரல் இன்னும் ஒரு ஸ்தாயி இறங்கியிருந்தது.

“நான் தேவதை ஆயிட்டேன்.”

இம்முறை சற்று உரக்கவே ரெமோன் சொன்னான். ரோசாலியா இதற்குப் பதில் எதுவும் சொல்லவில்லை. வெயில் திவலைகளைச் சுருட்டிக்கொண்ட கடலலைகள் போல் உணர்ச்சிகள் மேலிட ரெமோன் தன் இருப்பிடத்திற்கு வந்து அமர்ந்தான். இப்போது உண்மையிலேயே ரெமோனுக்கு வேலை ஓடவில்லை. மற்றவர்களின் எண்ண ஓட்டங்களை அவர்கள் அறியாமலே அறிந்து கொள்ளும் சக்தி தேவதைகளுக்கு உண்டு என்று அவனுக்கு உள்ளிருந்து ஏதோ ஒரு அசரீரி குரல் உணர்த்தியதால் ரெமோன் மெல்ல தன் இறக்கைகளை அசைத்து ரோசாலியா இருக்கும் இடத்துக்குப் பறந்து சென்று அவளைக் கண்கொட்டாமல் பார்த்துக் கொண்டிருந்தான். முதலில் அவன் வருவதையும், இறக்கைகள் படபடக்க அவளைப் பார்த்துக் கொண்டு நிற்பதையும் பார்த்த ரோசாலியா சிறிய புன்னகை ஒன்றை வீசினாள். பின்னை இரு கைகள் கூப்பியதுபோல இருந்த தன் முகத்தில் கடுமையை வரவழைத்துக் கொண்டு வேலையைத் தொடர்ந்தாள்.

ரெமோன் ஆறாவது முறையாக ரோசாலியாவைப் பார்க்கப் போனபோது அவள் முன்னால் பழுப்பு நிறத்தில் சீனக் கிழவன் ஒருவன் அமர்ந்திருந்தான். அவன் முகம் மட்டும் பவளமாய்ச் சிவந்திருந்தது.

"எனக்கு உங்க விளக்கங்க தேவையில்ல. சேதமாகிப் போன என் ஓவியத்துக்கு உங்க கம்பெனியினால நஷ்ட ஈடு கொடுக்க முடியுமா முடியாதா?"

"மிஸ்டர் லோ உங்க ஓவியம் நீங்க வீடு மாறிப் போகும்போது ஏற்பட்ட கவனக் குறைவுனாலதான் சேதமாச்சுனு எங்க நிபுணர்கள் பதிவு பண்ணியிருக்காங்க. காப்புறுதி ஒப்பந்தப்படி இந்த வகையான சேதத்துக்கு..."

ரோசாலியா மிகவும் தண்மையான குரலில் பேசினாள். அவள் வார்த்தைகள் குளுமையான வெள்ளி மீன்களாகக் கிழவனது பவள முகத்தைச் சுற்றிச் சுற்றி வந்தன.

"அப்படினா, என்னோட ஓவியத்துக்கு நஷ்ட ஈடு கொடுக்க முடியாதுனு சொல்லுறியா? என் ஓவியங்கள நான் உங்க கம்பெனியில எத்தனை மில்லியனுக்குக் காப்புறுதி பண்ணியிருக்கேன்னு உனக்குத் தெரியுமா?"

"தொடரும் உங்க ஆதரவ நாங்க ரொம்பவே மதிக்கிறோம் மிஸ்டர் லோ. ஆனா, காப்புறுதி விதிகள் பிரகாரம் உரிமை யாளரோட கவனக் குறைவுனால –"

ரெமோன் எனும் தேவதை

“மறுபடியும் மெதுவா, வார்த்தைகளை நிதானமா சொல்லு. எனக்கு நீ பேசுற பாஷையே புரியல. நீ உங்க ஊருல ஒழுங்காப் படிச்சுகிட்டுத்தான் இங்க வேலைக்கு வந்தியா, இல்ல காசு கொடுத்துப் பட்டம் வாங்குனியா.”

ரோசாலியா லேசாய் நிலைகுலைவது ரெமோனுக்குத் தெரிந்தது. ரெமோன் தன் பள்ளிப் படிப்பை நினைத்துக் கொண்டான். அவனுடைய கவனக் குறைவுகளுக்கு ஏற்பவும், திடீர் திடீர் என்று அவனுக்கு வரும் கை கால் உதறலுக்கு ஏற்பவும் பாடங்கள் கொஞ்சம் கொஞ்சமாகக் குறைக்கப்பட்டுக் கடைசியில் ரெமோன் எளிமைப்படுத்தப்பட்ட ஆங்கிலம், எளிமைப்படுத்தப்பட்ட கணிதம், வீட்டு நிர்வாகம், கைவினை, அடிப்படை அலுவலக நிர்வாகம் என்று ஐந்து பாடங்கள் மட்டும் படித்துத் தேறியிருந்தான். ரோசாலியா ஆஸ்திரேலியாவின் முன்னணிப் பல்கலைக் கழகம் ஒன்றில் வணிக நிர்வாகம் படித்தவள் என்று ரெமோனையும் சேர்த்துக் கம்பெனியில் ஏழெட்டுப் பேருக்குத் தெரியும்.

“மிஸ்டர் லோ, வேணும்னா உங்க கோரிக்கையை மறுபடியும் எங்க நிர்வாகம்.”

“இந்த ஊருக்குப் பிழைக்க வந்த நீ எனக்குப் பிச்சை போடுறியா? நான் இந்த ஊர்க்காரன் தெரிஞ்சுக்கோ. எனக்கு உன் தலைமை நிர்வாகிகிட்டப் பேசணும்.”

ரோசாலியா கெஞ்ச ஆரம்பித்தாள். விஷயம் தலைமை நிர்வாகியிடம் போனால் ரோசாலியாவுக்குக் குறைந்த பட்சமாக எச்சரிக்கைக் கடிதம் கொடுக்கப்படலாம். அதிக பட்சமாக அவள் வேலையிலிருந்து நீக்கப்பட்டு இந்த ஊரில் வேலை பார்க்கும் உரிமையை முற்றும் இழந்துவிடலாம். மனிதர்களின் சச்சரவுகளில் தேவதைகள் தலையிடக் கூடாது என்று மீண்டும் அதே அசரீரிக் குரல் உணர்த்தியதால் ரெமோன் ரோசாலியா கிழவனிடம் மிகத் தாழ்ந்த குரலில் கெஞ்சிக் கொண்டிருந்தபோது தலையிடாமல் இருந்தான். கடைசியில் கிழவன் ரோசாலியாவை வேசி என்றோ இரவுக் கேளிக்கை விடுதியில் நடனமாடுபவள் என்றோ அழைத்துவிட்டு விசாரணைப் பிரிவின் அலுவலகத் தடுப்புக்கள் அதிர அவளை இன்னொரு முறை பார்த்து முறைத்துவிட்டு வெளியேறினான்.

அது, அப்படிப் போனது.

மாலை ஆறரை மணியளவில் நிறுவனத்தில் வேலை பார்த்த எல்லோரும் வீட்டுக்குப் போய்விட ரோசாலியா மட்டும் நெற்றியில் கைவைத்தபடி மேசையில் திறந்துகிடந்த

கோப்புக்களின் முன்னால் அமர்ந்திருந்தாள். அவள் கண்கள் கலங்கியிருந்தன. அந்த வாய்ப்புக்காகவே வீட்டிற்குப் போகாமல் ஆவண அறையில் காத்திருந்த ரெமோன் தன் இறக்கைகளில் இருக்கும் சாம்பல் நிற இறகுகள் சடசடக்க அவள் மேசையின் முன்னால் வந்து நின்றான். அவன் கையில் முன்னால் அவன் பார்த்துக்கொண்டிருந்த கனத்த ஓவியப் புத்தகத்தை வைத்திருந்தான்.

“ரோசாலியா.”

ரோசாலியா திடுக்கிட்டு நிமிர்ந்து பார்த்தாள். அவளது பழுப்பு நிற முகத்தில் ஆச்சரியம் ஒட்டிக்கொண்டிருந்தது. கருங்காலி மரக்கட்டைபோல் கறுப்பான தன் கையை ரெமோன் ரோசாலியாவின் இள மூங்கில் நிறக் கைமேல் வைத்தான்.

“வா, ரோசாலியா. உன்னை ஒரு இடத்துக்கு அழைச்சுகிட்டுப் போறேன்.”

ரோசாலியா தன் கையின் மீது வைக்கப்பட்டிருக்கும் ரெமோனின் கையையும், சொல்ல முடியாத காருண்யத்தோடு மிளிர்ந்துகொண்டிருந்த ரெமோனின் மஞ்சள் கண்களையும் ஒரு முறை பார்த்தாள். பிறகு குரல் உயர்த்தி மிகுந்த உச்சஸ்தாயியில் கதறினாள்.

“என் கைய விடப் போறீயா இல்ல இப்பவே நான் போலீஸக் கூப்பிடட்டுமா?”

ரெமோன் ரோசாலியாவின் கையை வெடுக்கென விடுவித்து விட்டு மௌனமாக ஆவண அறையில் இருக்கும் தன் இருக்கைக்கு வந்து அமர்ந்தான். அவன் முதுகில் இருந்த இறக்கைகள் உப்பு நீரில் முழுவதும் மூழ்கிய அம்மாவின் பாவாடைபோல் கனத்துக் கிடந்தன. தேவதைகளுக்கு மட்டும்தான் இத்தனையும் ஒரே நாளில் நடப்பது சாத்தியம். ரெமோனின் முன்னால் மேசையில் தேங்கியிருந்த தண்ணீர் வளையம் அவனையே பார்த்து மிகுந்த கோபமுள்ள ஒற்றைக் கண்போல் முறைத்துக் கொண்டிருந்தது.

ஆதாரம்

மிக்காயிலை ஐந்து பேர்கள் கொண்ட துப்பாக்கிக் குழுவினர் பழைய இரட்டைக் குழல் துப்பாக்கிகளால் சுட்டுக் கொன்றார்கள். நகரத்தின் நடுவிலிருந்த பழைய பெண்கள் பள்ளியின் கம்பௌண்டைச் சுற்றிப் போடப்பட்டிருந்த காரை பெயர்ந்த சாம்பல் நிறச் சுவற்றின் முன்னால் மிக்காயில் நிற்க வைக்கப்பட்டிருந்தான்.

செதில் செதிலாய்க் கிழிந்து தொங்கும் மெல்லிய காட்டன் சட்டையினூடே வீங்கிய ரப்பர் பந்துகளைப்போன்ற தோள்பட்டை மூட்டுகள் புடைத்து நிற்கும் அளவிற்கு அவர்கள் மிக்காயிலின் கைகளை நன்றாகப் பின்னுக்கு இழுத்து முழு நீளச் சணல் கயிற்றால் கட்டியிருந்தார்கள். அவன் கண்களைச் சுற்றி கறுப்புத் துணி. அவன் வாயில் எண்ணெய்க் கறை படிந்த முரட்டு டீ சட்டைத் துணி திணிக்கப்பட்டிருந்தது.

மிக்காயிலை அவர்கள் சுட்ட நேரம் அதிகாலை என்பதால் எதிர்வெயிலில் அவன் முகம் நிழல்களில் மூழ்கியிருந்தது. கூடிக்கிடந்த நிழல்களால் ஒரு கணம் அவனுடைய முகம் கண்களோ மூக்கோ வாயோ காதுகளோ இல்லாத நிர்மூலமாய் இருந்ததைக் கவனித்த துப்பாக்கிக் குழுவினரில் ஒருவனான ஒன்றரைக் கண்ணன் கண்களை அழுந்தத் துடைத்துத் தான் காண்பது நிஜம்தானா என்று யோசிப்பதற்கு முன்னால் இரு தோள்பட்டைகளில் தொடங்கி மார்புக்குக் குறுக்காக தோல் வார்களை

அணிந்திருந்த சார்ஜெண்ட் சுடுவதற்கான கட்டளையைப் பிறப்பித்தான்.

கண்களைத் துடைத்துக் கொண்டிருந்த ஒன்றரைக் கண்ணன் திடுக்கிட்டுத் துப்பாக்கியைச் சரியாகக் குறிபார்க்காமல் சுட்டதில் துப்பாக்கி முனை சற்றே எகிறி மிக்காயிலின் வலது கன்னத்தின் சதை பிய்த்துக் கொண்டு போய் பின்னாலிருந்த சுவற்றில் ஒட்டிக் கொண்டது. அதற்குள் துப்பாக்கிக் குழுவிலிருந்த மற்றவர்கள் ஆர்வத்துடன் ஒரு சுற்றுச் சுட்டு முடித்துவிட்டு அடுத்த தோட்டாவைத் துப்பாக்கிகளுக்குள் திணித்துக்கொண்டிருந் தார்கள்.

முதல் துப்பாக்கிச் சூட்டில் சீறிப் பாய்த்த தோட்டாக்கள் கூரிய பல் கொண்ட விரல் நீள மீன்களாய் அவனுடைய சதையைக் குதறியதில் மிக்காயில் கயிறு அறுந்த கைப்பாவை போல் நூதன நாட்டியம் ஆடிப் பழைய துணி மூட்டையாய்த் தரையில் சரிந்து விழுந்தான். தூசு படிந்த பள்ளிக்கூட கம்பௌண்டுத் தரையில் அவனுடைய ரத்தம் கரும்சாந்தாய்ப் பரவியது.

இரண்டாவது சுற்றுத் தோட்டாக்கள் தீர்ந்ததும் துப்பாக்கிக் குழுவினர் கைத்துப்பாக்கியை உயரத் தூக்கியபடி மிக்காயிலின் குலைந்து போயிருந்த உடலையே கவனமாகப் பார்த்துக் கொண்டிருந்த சார்ஜெண்டின் அடுத்த கட்டளைக்காகத் தோளில் துப்பாக்கிகளைப் பொருத்தியபடி காத்திருந்தார்கள். சில விநாடிகள் தயங்கியபின் சார்ஜெண்ட் துப்பாக்கிக் குழுவினர் கலைந்து போகும்படி உத்தரவு பிறப்பித்தான். அவர்கள் உயர்த்தப்பட்டிருந்த துப்பாக்கிகளைத் தளர்த்தித் துப்பாக்கி முனைகளை இடது தோள்பட்டைமீது சாய்த்துக் கொண்டார்கள். வலது கோடியில் அணிவகுத்திருந்த நெட்டையன் தாள கதியுடன் ஒன்று இரண்டு மூன்று நான்கு என்று எண்ண ஐந்து பேரும் ஒரே நேரத்தில் வலது பக்கமாகத் திரும்பி மிடுக்காக நடக்க ஆரம்பித்தார்கள்.

அவர்களுக்கென்று பச்சைக் கூடாரம் ஒன்று பள்ளிக்கூட காம்பௌண்டின் எதிர் மூலையில் இரும்புத் தடிகளின் துணை கொண்டு அமைக்கப்பட்டிருந்தது.

இப்போது பள்ளிக்கூடத் தரையெங்கும் பொன்னிறமான வெயில் நன்றாகக் காய்ந்தது. அந்த நகரத்தை ஒட்டிய பள்ளத்தாக்குகளில் விளையும் சிறிய கறுப்புத் திராட்சைகளின் நிறத்திலும் பருமனிலும் இருந்த காலைநேரத்தின் முதல் ஈக்கள் அவர்களது வியர்வை தோய்ந்த சீருடைகளின் மீது முட்டி முட்டித் திரும்ப ஆரம்பித்திருந்தன.

கூடாரத்தின் நடுவில் நீளமான மர மேசை. மேசையின் இரண்டு பக்கமும் பெஞ்சுகள். கூடாரத்துக்குள் நுழைந்தவர்கள் பெஞ்சுகளின் மீது துப்பாக்கிகளைச் சாய்த்து வைத்தார்கள். பின்பு மேசையின் ஓரத்தில் வைக்கப்பட்டிருந்த தூசு படிந்த பழைய பாட்டிலில் இருந்து பேரிக்காய் மதுவைக் கட்டை விரல் உயரக் கண்ணாடிக் கோப்பைகளில் ஊற்றிப் பெஞ்சுகளில் அமர்ந்தபடியே பருகினார்கள்.

மூன்றாந்தர மது வாய்க்குள் ஏற்படுத்திய புளிப்பில் கூடாரத்தின் உச்சியில் மாட்டப்பட்டிருந்த ஒற்றை பல்பின் மஞ்சள் விளக்கொளியில் அவர்கள் கன்னங்கள் சிவந்து ஜ்வலித்தன. கூடாரத்தின் நேரெதிரே சுமார் ஒரு கிலோமீட்டர் தொலைவில் பழைய நகர சபை கட்டிடத்தின் வெளியே சிறிய கூட்டமொன்று கூடியிருந்தது.

பழைய நகர சபைக் கட்டிடம் இப்போது புரட்சி நீதிமன்றாகச் செயல் பட்டுக் கொண்டிருந்து. நகரத்துக்கு ஒதுக்குப்புறமாக இருந்த சிறைச்சாலையிலிருந்து அரசியல் கைதிகள் வளைந்த கொம்புகளுடைய எருதுகள் பூட்டிய வண்டிகளில் அங்கு அழைத்து வரப்பட்டிருந்தார்கள்.

அவர்களது உடம்புகளில் கனத்த தடிகளால் ஏற்படுத்தப்பட்ட காயங்கள் காய்ந்து கைதிகளின் வெளிறிய முகத்திலும் பார்வைக்குத் திறந்துவிடப்பட்ட உடல் பகுதிகளிலும் ஊதா நிறமாகக் கன்றிப்போய் பிரகாசித்தன. பழைய காயங்களின் மீது மிகச் சமீபத்திய காயங்கள் ரத்தம் கட்டி வெயிலில் செம்பருத்திப் பூக்களாய்ச் சிரித்தன. பேரிக்காய் மதுவின் போதை கபாலத்தில் சுள்ளென்று ஏறியதில் கண்கள் சிவக்கக் கூடாரத்தில் இருந்தவர்கள் நகரசபைக்குள் அணிவகுக்கும் கைதிகளைச் சற்றே வாய்பிளந்தபடி பார்த்துக் கொண்டிருந்தார்கள்.

கைதிகளில் பல பேர் பொழுது சாய்வதற்குள் பள்ளிக்கூடக் கம்பௌண்டுக்குள் கைகள் பின்னால் இறுகப் பிணைத்தபடி அழைத்து வரப்படுவார்கள். மிக்காயிலின் கண்களைக் கட்டப் பயன்படுத்தப்பட்டது போன்ற அதே வகைக் கறுப்புத் துணிகளால் அவர்கள் கண்கள் கட்டப்பட்டு மிக்காயிலின் வாயில் திணிக்கப்பட்ட துணியைப் போன்ற அதே வகை எண்ணெய்க் கறை படிந்த டீ சட்டைத் துணி அவர்களது வாய்களிலும் புகட்டப்பட்ட பிறகு மீண்டும் துப்பாக்கிகளிலிருந்து தோட்டாக்கள் பாயும்.

கைதிகள் கயிறறுக்கப்பட்ட கைப்பாவைகளைப் போல் நூதன நாட்டியமாடி தூசு படிந்த சிமெண்டுத் தரையில்

கருஞ்சாந்தாய் ரத்தம் பரவத் துணிக்குவியலாய்ச் சரிந்து விழுவார்கள்.

நகர சபை நுழைவாயிலில் நீதிமன்றத்தின் முழக்க வாசகம் "சத்தியம் – எந்த விலையிலும்" என்று எழுதப்பட்டு இருந்தது.

மிக்காயிலின் சாவுக்குப் பின் முடிக்க வேண்டிய சடங்கு சம்பிராதாயங்களைக் கவனித்து விட்டு நீல நிறச் சட்டை அணிந்த சார்ஜெண்ட் கூடாரத்துக்குள் நுழைந்தான். வியர்வையினால் அவன் சட்டையின் மார்புப்பகுதிகள் இரண்டும் கருநீல வட்டமாய் நனைந்திருந்தன. அவனது சட்டைப் பாக்கெட்டின் மீது அண்டோனியோ என்ற பெயர் கனமான மஞ்சள் நூலினால் தைக்கப்பட்டிருந்தது.

கூடாரத்துக்குள் வந்தவன் தலையில் அணிந்திருந்த தொப்பியை அகற்றிப் புறங்கையால் நெற்றி வியர்வையை அழுந்தத் துடைத்தான். பின்பு தன் இடுப்பில் மாட்டியிருந்த பெல்ட்டின் இரு பக்கமும் தொங்கிக் கொண்டிருந்த இரும்பினாலான தண்ணீர் பாத்திரத்தையும் முத்தினால் செய்த பிடியுடைய வெள்ளிக் கைத்துப்பாக்கியையும் மேசைமீது கழற்றி வைத்தான்

கழற்றி வைத்த சூட்டோடு மேசையின் முனையில் தொத்தியபடி பேரிக்காய் மதுவைக் குடித்துக் கொண்டிருந்த ஒன்றரைக் கண்ணனின் பின்னந்தலையில் உள்ளங்கையால் மிகப் பலமாகத் தட்டினான். அவன் தட்டிய வேகத்தில் ஒன்றரைக் கண்ணனுக்குப் புரையேற அவன் வாயில் இருந்த மது வாயைவிட்டுச் சிதறி அவன் தாடையிலிருந்து அவன் அணிந்திருந்த சாம்பல் நிறச் சட்டையின் முன்புறம் வரைக்கும் சிந்தியது.

"மார்பைப் பார்த்துச் சுடுடானா இந்தக் கிறுக்கன் கன்னத்தைப் பார்த்துச் சுட்டிருக்கான். சுவத்துல ஒட்டுன சதையைப் தேய்ச்சு எடுக்கவே புருஷைப் போட்டுக் கால்மணி நேரம் பறபறனு தேய்க்கணும் போலிருக்கு."

மேசையைச் சுற்றி அமர்ந்திருந்த மற்ற நால்வரும் எந்த விதச் சலனமும் இல்லாமல் உதடுகள் சற்றே பிரிந்திருக்க அவனை உன்னிப்பாகப் பார்த்தார்கள். ஒன்றரைக் கண்ணன் மட்டும் தன் கையிலிருந்த காலிக் கோப்பையையே தலை குனிந்தபடி பார்த்துக் கொண்டிருந்தான்.

"அவன் கன்னம் எப்படிப்பட்ட கன்னமுன்னு உனக்குத் தெரியுமாடா? ஒரு காலத்துல இந்த ஊருல இருக்குற கல்யாணமான கல்யாணமாகாத பொம்பளைங்க அத்தனை பேரும் முத்தமிடத்

துடிச்ச கன்னம்டா. அதைப் போயி முட்டாப்பய குருவி சுடற மாதிரி சுட்டிருக்கான்."

இரட்டைக்குழல் துப்பாக்கியிலிருந்து புறப்பட்ட தோட்டாக்களாய் அவன் துப்பிய வார்த்தைகள் கூடாரத்துக்குள் பெருகிக் கிடந்த வெறுமையை ஆழத் துளைத்தன. நின்றபடியே மது பாட்டிலை எடுத்து அதற்குள் பாதிக்கும் மேல் மீதமிருந்த பேரிக்காய் மதுவைச் சார்ஜெண்ட் கடகடவென்று வாய்க்குள் கவிழ்த்துக் கொண்டான்.

மதுவின் நீர்ச்சுழல் போன்ற போதையில் அவன் குரல் கரும்பட்டாய்க் கூடாரத்திற்குள் பரவியது.

"என்ன இருந்து என்ன? ஒரு லாயக்கும் இல்லாதவ மேல ஆசை வச்சதால கடைசியில சீரழிஞ்சு போயிட்டான்."

பேரிக்காய் மதுவின் நாற்றமும் மஞ்சள் விளக்கொளியும் நிறைந்திருந்த கூடாரத்தின் நடுவே நின்றபடி சார்ஜெண்ட மிக்காயிலின் கதையைச் சொல்ல ஆரம்பித்தான்.

மிக்காயில் அப்போதுதான் நகருக்குள் ஆரம்ப நிலை ஒபரா பாடகனாகப் பெயரெடுக்க ஆரம்பித்திருந்தான். இருபத்திரண்டு வயதே நிரம்பிய அவனது குரல் தேர்ந்தெடுத்த கருந்திராட்சைகளின் கனமான ரசம்போல நகரத்தின் நாடக அரங்குகளில் நிறைந்து வழிய ஆரம்பித்திருந்த நேரம். நகரத்தின் ஒபரா குழுவினர் வெள்ளிக்கிழமை இரவுகளில் நகரசபைக்கு அருகிலிருந்து செவ்விசை அரங்கத்திலும் ஞாயிற்றுக்கிழமை காலை பத்து மணிக்கு நகரத்தின் பிரதான தேவாலயத்தில் பேராயர் நடத்தும் திருப்பலியிலும் பாடுவார்கள்.

பட்டுப்போல் மிருதுவான மேடிட்ட கன்னக் கதுப்புக்கள் சிவக்க இறுக்கமான வண்ண ஆடைகள் அணிந்தபடி மிக்காயில் தேவாலயத்தின் பிரதான பலிபீடத்தின் முன்னால் நின்று வயிற்றை எக்கி மார்பை முன்னுக்குத் தள்ளியபடி கீர்த்தனைகளைப் பாடுவான். அவன் குரலோசை தேவாலயத்தின் உயர்ந்த கூரைகளின் அலங்கார வளைவுகளை ஆரத் தழுவிக் கரைய நிலா போன்ற முகங்களுக்கு முன்னால் வாசனைத் திரவியம் தடவிய விசிறிகளை விரித்தபடி கண்கள் படபடக்கக் கேட்டுக் கொண்டிருக்கும் மெல்லிய முக்காடணிந்த பெண்கள் பௌர்ணமி நேரக் கடலாய் புரண்டு பெருமூச்செறிவார்கள்.

நகரத் தலைவரின் மூத்த பெண்ணான செசிலியா பெரு மகளும் அவன்மீது காமுற்ற பெண்களில் ஒருத்தி என்று நிரூபிக்கப் படாத வதந்தி ஒன்று அப்போது உலா வந்துகொண்டிருந்தது.

இது தெரிந்தோ தெரியாமலோ துணி வணிகர்கள் தெருவில் கடை வைத்திருந்த மிக்காயிலின் தாயார் மிக்காயிலுக்கு வெகு நிச்சயமாக ஒரு பிரபுவின் மகளோ பெரும் தன வணிகனின் பெண்ணோதான் வாழ்க்கைப்படுவாள் என்று வருவோர் போவோரிடமெல்லாம் சொல்லிக் கொண்டிருந்தாள்

அதே நேரத்தில்தான் சாதாரணச் சலவை தொழிலாளியான நீனாவை மிக்காயில் சந்தித்தான் என்று அறிந்தவர்கள் சொல் கிறார்கள்.

வேறு சிலரோ தலைநகரில் மாஜி இளவரசரின் ஆசைக் கிழத்தியின் பிறந்தநாள் விழாவில் பாடிவிட்டு ஓபரா குழுவினர் நகர் திரும்பியபோது பைகள் நிறையப் பொன்னும் வெள்ளிக் காசுகளும் திரட்டி வந்த மிக்காயில் ஆற்றில் தனியாகத் துணிகளைத் துவைத்துக் கொண்டிருந்த நீனாவிடம் ஒரு பொற்காசைத் தந்து உடலுறவு கொண்டதாகவும், அதன் விளைவாக அவர்கள் இருவருக்கும் இடையே மரணம் போலும் காதல் பின்னிப் பிணைந்து வளர்ந்ததாகவும் வாதிடுகிறார்கள்.

நீனா குறிப்பிட்டுச் சொல்லக்கூடிய அழகி இல்லை என்றாலும் அவளது கண்கள் நல்ல பளபளப்பான வயலினைப்போல் வசீகரமானவையாக இருந்தன. அவள் அன்றாடம் அணியும் வடிவமற்ற கறுப்பாடைகளிலும் அவள் உடல் தந்தக் கடைசலாய்ச் செம்மாந்திருந்தது. பதினைந்து வயதிலிருந்தே நகரத்தின் முக்கியப் பிரமுகர்கள் பல பேர் அவளைப் படுக்கையறையில் பயன்படுத்திக் கொண்டார்கள் என்றும் சொல்லப்படுகிறது. மற்ற நேரங்களில் காச நோயால் படுத்த படுக்கையாகக் கிடக்கும் அவளுடைய தந்தைக்கு உதவியாக நகரத்துப் பெரிய மனிதர்களின் துணிகளில் செவியா ஆற்றில் சலவை செய்து விநியோகித்து வந்தாள்.

அவளுடைய தாயாரைப் பற்றி அவளோ அவள் தந்தையோ என்றும் பேசியதே இல்லை.

எது எப்படியோ மிக்காயிலும் நீனாவும் சந்தித்துக் கொண்ட நாளிலிருந்து இருவரும் ஊரில் உள்ளவர்களுக்குத் தெரியாமல் நகரத்தைச் சுற்றியிருந்த மறைவிடங்களில் அடிக்கடி சந்தித்துக் கொண்டார்கள். ஆனால் அதற்காக அவள் முக்கியப் பிரமுகர்களுடன் தனக்கிருந்த உறவை முறித்துக் கொள்ளவில்லை.

அவளைப் பொறுத்தவரை அவர்களோடு அவளுக்கிருந்த உறவு சலவைத் தொழிலின் ஒரு பகுதி. மிக்காயிலோடு அவளுக்கிருந்தது காதல். அவளுடைய பத்தொன்பது வயதும் குடும்பத்தின் பொருளாதார நிலையும் இத்தகைய கணக்குகளைப் போட்டுப் பார்க்க அவளுக்குத் தாராளமாக இடம் தந்தன.

சார்ஜெண்ட் மேசைமீது தண்ணீர்ப் பாத்திரத்தை ஒரு முறை பலமாகத் தட்டிவிட்டு தன் இடுப்பில் மீண்டும் மாட்டினான். நகரசபைக் கட்டிடத்தின் வெளியே இரைச்சல் அதிகமாகியிருந்தது. இன்னும் முக்கால் மணி நேரத்தில் துப்பாக்கிக் குழுவினருக்குப் புது வேலை வந்துவிடலாம்.

"தோட்டா வாங்கியே இந்தப் புரட்சிக் குடியரசோட பாதிச் சொத்தத் தீர்த்துருவோம் போலிருக்கு" என்று சார்ஜெண்ட் தனக்குள் அலுத்துக் கொண்டான்.

"சரி, எல்லாரும் தயாராகலாம்."

அவர்கள் எல்லோரும் லேசாய்த் தள்ளாடியபடியே அசதியோடு எழுந்தார்கள். ஆயுதக் கிடங்குப் பள்ளிக்கூடத்திலிருந்து போன மாதம்தான் தேசத் துரோகச் செயல்களுக்காக மரண தண்டனை விதிக்கப்பட்ட பிரபு ஒருவரின் மாளிகைக்கு மாற்றப்பட்டிருந்தது. தோட்டாக்கள் பெற்றுக் கொள்ள மாளிகை வரைக்கும் நடந்து போக வேண்டும்.

நெட்டையன் முன்னால் போக மற்ற நால்வரும் இருவர் இருவராக அணிவகுத்துச் சென்றார்கள். ஒன்றரைக் கண்ணன் சற்றே தலையைச் சாய்த்துத் தன் பக்கத்தில் நடந்த தொங்கும் காதனைப் பார்த்தான்.

"வேறென்ன? பொறாமைதான் காரணம். நகரத்துக்குள்ள கொஞ்ச கொஞ்சமா பிரபலமாயிகிட்டு வர நட்சத்திரப் பாடகனுக்கும் சலவை வேலை செய்யுற சலவைக்காரப் பெண்ணுக்கும் இடையில வளர்ந்துவர காதல் விவகாரம் அரைகுறையா சின்னச் சின்ன முணுமுணுப்பாய் ஊர் முழுக்கப் பரவ ஆரம்பிச்சிடுச்சி. இது நகரத் தலைவரோட மக செசிலியா சீமாட்டிக்கு அறவே பிடிக்கலனு ஊருல இருந்தவங்க பேசிக்கிட்டாங்க"

காலணிக்கு அடியில் அரைபடும் முரட்டுக்கூழாங்கற்களின் ஓசையைப்போல் தொங்கும்காதனின் குரல். வியன்னாவைப் பற்றி அவன் சொல்வது உண்மைதான் என்பதுபோல் ஒன்றரைக் கண்ணனைத் தன் தலையை லேசாய் அசைத்தான்.

"திடீர்னு இந்தப் பெண்ணோட தொடர்பு வச்சிருந்த மூணு பெரிய மனுஷனுங்க ஒருத்தர் மாத்தி ஒருத்தி ஒரே மாசத்துல செத்துப்போனாங்க. இவதான் அவங்க சாவுக்குக் காரணமுன்னும், அவங்க காசு மேல ஆசைப்பட்டு மாந்திரீகம் பண்ணி அவங்களச் சாகடிச்சுட்டானும் வதந்தி நகரத்துக்குள்ள பரவிடுச்சு. பேராசை பிடிச்ச பாடகனோட அம்மாவும் பாடகனும் இதுக்கு உடந்தைனும் பல பேரு பேசிக்கிட்டாங்க.

ஆங் . . . உனக்குத்தான் இந்த விஷயமெல்லாம் தெரியாதே. நீதான் சட்டம் படிக்க அப்ப வியன்னாவுக்குப் போயிருந்தியே.

ஒன்றரைக் கண்ணன் முகத்தை இறுக்கமாக்கிக் கொண்டான்.

"ஆனா விஷயம் தெரிஞ்ச சில பேரு நகரத் தலைவரோட பொண்ணுதான் பெரிய மனுஷங்களோட சாவுக்கு ரகசியமா ஏற்பாடு பண்ணி நீனாவையும் மிக்காயிலையும் பழி வாங்கிட்டதா பேசிக்கிட்டாங்க."

பழைய பிரபு தேசத் துரோகக் குற்றத்துக்காகப் பொது மக்களின் முன்னிலையில் விஷம் அருந்த வற்புறுத்தப்பட்டு மரண தண்டனை நிறைவேற்றிய இடத்தை அவர்கள் கடந்தார்கள். குற்றம் செயதவர் பிரபு என்பதால் அவருக்குத் துப்பாக்கிச் சூடு தவிர்க்கப்பட்டிருந்தது.

"அவளை துணியெல்லாம் உருவி தரையில சாய்ச்சு வச்சிருந்த வண்டிச் சக்கரத்துல கைகால் மூட்டுங்க கழண்டுபோற அளவுக்கு இழுத்துக் கட்டிப் படுக்கவச்சு புரட்சி நீதிமன்ற நீதிபதிங்க விசாரிச்சாங்க. ராப்பகலா ரெண்டு மூணு நாளைக்கு விசாரணை. அப்ப அந்த இடத்துல கூடியிருந்த கூட்டத்தைப் பார்க்கணுமே. நகரத்துல இருக்குற எல்லாப் பெரிய மனுஷங்களும் அந்த விசாரணைக்குப் பார்வையாளர்களா வந்திருந்தாங்க."

தொங்கும்காதன் கண்சிமிட்டினான்.

"பிடிவாதக்காரி. ஆனா, கடைசியில மாந்திரீகம் செஞ்சு அவங்க பணத்துக்காகப் பெரிய மனுஷங்களைக் கொன்னாதாவும் அதுக்குப் பாடகனும் அவன் அம்மாவும் உடந்தையா இருந்த தாகவும் ஒத்துக்கிட்டா. நீதிபதிங்க கேட்டப்போ தன்னோட பெண் குறியில சூனியத்தை வச்சிருக்கதாவும் தன்னோட உடலுறவு வச்சுக்கிற ஆம்பிளைங்க எல்லாரும் மர்மமான முறையில செத்துப் போறதுக்காகத்தான் அப்படி செஞ்சதாகவும் சொன்னா."

சாலை இப்போது மேடாக மாறியிருந்ததால் இருவருக்கும் மூச்சிரைத்தது.

"அவளே சொன்னாளா?"

"இல்ல. ஆனா அவதான் நீதிபதிங்க கேட்ட கேள்விகளுக்கு எல்லாம் ரொம்பத் தெளிவா தலையாட்டி ஒத்துக்கிட்டாளே. அது அவளே சொன்னது மாதிரிதானே."

ஒன்றரைக் கண்ணன் தன் மார்புக்கூட்டில் சேர்ந்திருக்கும் சளியைப் பலம்கொண்ட மட்டும் திரட்டிச் சாலையோரமாகக் கிடந்த சரளைக்கற்களின் மீது பலமாகத் துப்பினான்.

“இதை நீ நம்புறியா? சில பேரு சொன்னது மாதிரி செசிலியாவே எதாச்சும் செஞ்சு அவங்களைப் பழிவாங்கி யிருக்கலாம் இல்லையா?”

“ப்ச்சு. பண்ணியிருக்கலாம்தான். ஆனா நீனா சொன்னது தான் ரொம்பத் தெளிவா சம்பவங்களோட ஒத்து வருதே. மேலும்...”

தொங்கும்காதனின் சிரிப்பொலி குதிரையின் கனைப்புப் போல் விட்டு விட்டுக் கருங்கற் சுவர்கள் நிறைந்திருந்த அந்தக் குறுகலான சந்துக்குள் பெருத்த எதிரொலியாகக் கேட்டது.

முன்னால் நடந்த நெட்டையனும் மற்றவர்கள் அவர்கள் இருவரையும் விநோதமாகத் திரும்பிப் பார்த்தார்கள்.

“மேலும் அவ கூட தொடர்பு வச்சுகிட்டு இருந்த நாலாவது ஆளும்தான் அவ குற்றத்துக்கு உடந்தையா இருந்துக்காக இன்னைக்கு காலையில நம்ம கையால செத்துப் போனானே இது போதாதா? ஆதாரம்?”

தொங்கும்காதன் ஆள்காட்டி விரலால் தன் கால்களுக்கு நடுவே சுட்டிக் காட்டினான்.

அவர்கள் இருவரும் ஒரு கணம் திகைத்து ஒருவரை ஒருவர் பார்த்துக் கொண்டார்கள். அவர்கள் பேசிக் கொண்டதில் ஏதோ அவர்களுக்கு மிகுந்த நகைச்சுவையாகத் தோன்றியிருக்க வேண்டும்.

அவர்கள் மீண்டும் மீண்டும் விக்கல் போன்ற சத்தத்துடன் சிரமப்பட்டு அடக்க முயன்றும் முடியாதபடி வெடித்துச் சிரித்த பெரும்சிரிப்பின் ஓசை அந்தக் குறுகலான தெருவுக்குள் வெகு நேரம் கேட்டுக் கொண்டே இருந்தது.

திரவியம்

முன்பு வந்த கனவுகளின் அதே சாயலில் மீண்டும் ஒரு கெட்ட கனவு. கேசவன் கெட்ட கனவுகளைப் பற்றிப் பேசாதே என்கிறான். கெட்ட கனவுகளைப் பற்றி விவரிக்க அவை மேலும் மேலும் வளர்ந்துகொண்டே போகுமாம். ஆனால் சமீபத்தில் வரக்கூடிய துர்சொப்பனங்கள் அனைத்தும் விவரிக்கத் தகுந்தவையாகத்தான் இருக்கின்றன. நந்தியாவட்டை செடிபோல் பரந்த இலைகளும் வழவழப்பான தண்டுகளும் உடையவைகளாய்க் கொப்பும் கிளையுமாகப் பச்சைப் பசேல் என்று மூளை எங்கும் துளிகூட வெளிச்சம் புக முடியாதபடி நெருக்கமாக வளர்ந்து நிற்கும் கனவுத் தாவரங்கள். புதுப் புதுக் கதைகள் சேரப் புதிய கிளைகளைப் பரப்பிக் கதைகளையே இலைகளாக விரித்திருக்கும் தன்மை வாய்ந்தவை.

தன் முகத்துக்கு முன்னால் குறுக்கும் நெடுக்குமாக வளர்ந்திருக்கும் வழவழப்பான தாவரத் தண்டுகளைக் கைகளால் விலக்கிக் கொண்டு எழுபவனைப் போல் கேசவராஜு தன் கைகளைக் காற்றில் அலையவிட்டபடியே படுக்கையை விட்டு எழுந்தான். அவன் கையசைப்பில் மிகுந்த பீதி தெரிந்தது.

படுக்கையைச் சுற்றிப் பச்சை வாசம். கேசவராஜு கலக்கம் கலையாதவனாய் இரண்டாள் நீளமும் ஒன்றரை ஆள் அகலமுமே இருந்த தனது படுக்கையறையை முதன்முறையாகப் பார்ப்பவனைப்போல் சுற்றும் முற்றும் பார்த்தான்.

பிரேமாவும் குழந்தைகளும் சிரம்பானில் உள்ள அத்தையின் வீட்டில் பத்திரமாக இருந்தார்கள். தோட்டப்பகுதி. இங்கு தினசரி உணவாகிவிட்ட மரவள்ளிக் கிழங்குகளைவிட அங்கு உணவு தாராளமாகவே கிடைக்கும்.

படுக்கையில் ஒருக்களித்துக் கிடந்த சீனத்தி புரண்டு படுத்தாள்.

கனவுகள் கூடப் புதிதாய்ப் பிடுங்கி எடுத்த தாவரங்களைப் போன்று பச்சைவாசம் வீசுமா என்ன? கேசவராஜுவின் கைகள் வழவழப்பான எதையோ தீண்டியதைப்போல் பிசுபிசுத்தன.

வெளியே டிசம்பர் மாதப் பெருமழை அடித்துப் பெய்து கொண்டிருந்தது.

மழை பெய்வதும் நல்லதுதான். ஒரு மழையில் நடந்தேறிய அக்கிரமத்தை வேறொரு மழைதான் சுத்தம் செய்ய வேண்டும். நாற்பது வயதில் இப்படித்தான் யோசிக்கத் தோன்றுகிறது. போர் என்பது சில ஆயிரம் தவிர்க்க முடியாத அக்கிரமங்களால் ஆனது என்று கேசவன் சொல்கிறான்.

ஆனால் சேறு படிந்த காக்கிச் சீருடைகளையும் தென்கிழக்காசிய வனப்பகுதிகளின் அதீத உஷ்ணத்திலிருந்து கழுத்தின் பின்பகுதியைத் தற்காத்துக் கொள்ளத் தலைக்குப் பின்னால் நீண்ட துணிகளை வைத்துத் தைத்த துணித் தொப்பிகளையும் அணிந்திருந்த ஜப்பான் படைவீரர்கள் நகரத்தின் தெருக்களில் நடமாடும் வரைக்கும் போர் வந்துவிட்டதாக யாருக்கும் தோன்றவில்லை.

இதற்கு முன்னால் வந்த வேறொரு டிசம்பர் மாதத்தின் தொடக்கத்தில் பிரிட்டிஷ் கடற்படையின் முக்கியமான இரண்டு விமானம்தாங்கிக் கப்பல்கள் மலாயாவின் கிழக்குக் கடற்கரையின் ஓரமாக ஜப்பானிய விமானங்களால் குண்டு வீசி மூழ்கடிக்கப்பட்டன. அப்போதுகூட வெள்ளைக்காரனுக்கு நன்றாக வேண்டும் என்ற திருட்டுக் குதூகலமும் ஏதோ நடக்கப் போகிறது என்ற பரபரப்பும் நகரமெங்கும் தொற்றிக்கொண்டதே தவிரப் போர் என்பதன் அபாயம் மனதிற்குள் உறைக்கவில்லை. கப்பல்கள் மூழ்கிய செய்தி வந்ததற்கு அடுத்த வாரமே துரைமார்களும் துரைசானிகளும் ஸ்படிகம்போன்ற கண்ணாடிக் குவளைகளில் பொன்னிறமாகவும் பவள நிறமாகவும் மின்னும் மதுவை ஊற்றி ஒருவருக்கொருவர் கிறிஸ்துமஸ் நல்வாழ்த்துக்களைச் சொல்லிவிட்டுக் கனமாகக் குடிக்க ஆரம்பித்து விட்டார்கள்.

அதற்கடுத்த பிப்ரவரி மாதத்தில் ஜப்பானியர்கள் நகரத்துக்குள் நுழைந்தார்கள். அவர்களில் மிகப் பெரும்பாலோர் இடுங்கிய கண்களோடும் ஓநாய்போல் ஒட்டிய வயிறோடும் குள்ளமாக இருந்தார்கள். சாதாரணப் படை வீரர்கள் பளபளக்கும் கட்டைத் துப்பாக்கிகளைத் தோளில் சாய்த்தபடி ஆர்ச்சர்ட் சாலையிலும் சிலிகி சாலையிலும் வெற்றி ஊர்வலம் நடத்தினார்கள். அவர்களுக்கு முன்னால் நடந்த ஜப்பானிய அதிகாரிகள் இடுப்பில் மிக நீண்ட வாள்களை அணிந்திருந்தார்கள். வாள்களின் நீளம் அவர்களின் உயரத்தில் பாதி இருந்தது. அதிகாரிகள் நடக்கும்போது வாள்களும் அவற்றில் மாட்டப்பட்டிருந்த செவ்வந்திப் பூச்சின்னம் பொறித்த கனமான அலங்காரங்களும் அவர்களின் திரண்ட தொடைகளின் மீது உரசி ஒலி எழுப்பின. சீனர்கள் அதிகம் வாழ்ந்த சௌத் பிரிட்ஜ் சாலைத் தெருக்களைக் கடக்கும்போது ஜப்பானிய அதிகாரிகளின் கண்கள் இங்குமங்கும் சுழன்றபடி அசாதாரணமான வகையில் சுடர்விட்டு அடங்கின.

ஜப்பானியர்கள் வருவதற்குச் சில மாதங்களுக்கு முன்னாலிருந்தே கேசவராஜுவும் ஹொக் கீயும் ஜப்பானிய விமானத் தாக்குதல்களுக்கு எதிராக நகரத்தின் அரண்களைப் பலப்படுத்தும் தன்னார்வப் படையில் உறுப்பினர்களாகச் சேர்ந்திருந்தார்கள். ரோந்து போகும் நேரத்தில் அணிவதற்காகத் தன்னார்வப் படையினருக்குக் கவிழ்த்துவைத்த சட்டியைப் போன்ற இரும்புத் தொப்பியும், முட்டி வரை நீண்டிருக்கும் காக்கி அரைக்கால் சட்டையும், அளிக்கப்பட்டிருந்தன. அதைவிட முக்கியமாக ஏ.ஆர்.பி என்ற எழுத்துக்கள் பொறித்து அவர்களது புகைப்படம், பெயர், ரோந்து போகும் சாலைப் பகுதியின் விவரங்கள் அடங்கிய அடையாள அட்டையும் தரப்பட்டிருந்தது.

யுத்த காலத்தில் சரியான அடையாளமின்றி இரவு நேரங்களில் தனியாளாய்ச் சுற்றுவது பேராபத்தில் முடியக் கூடும். தன்னார்வப் படையினரின் அடையாள அட்டையை வைத்திருந்தது நகரத்திலிருந்து சற்றுத் தள்ளி வசித்துவந்த கேசவராஜுவுக்குப் பல காரியங்களுக்கு உதவியாக இருந்தது.

கேசவராஜுவுக்கும் ஹாக் கீக்கும் ரோந்து செல்வதற்காகத் தேவாலயங்களும் பள்ளிக்கூடங்களும் அதிகமிருந்த விக்டோரியா ஸ்திரீட் வட்டாரத்தை அதிகாரிகள் ஒதுக்கியிருந்தார்கள். அவர்கள் இருவரும் அப்போது கோல்மன் ஸ்திரீட் மற்றும் நார்த் பிரிட்ஜ் சாலையின் இருந்த ஆடம்பரமான அடெல்ஃபி ஹோட்டலில் பார் டெண்டர்களாக வேலை பார்த்தார்கள். பின்னாலிருந்த அரசாங்கக் குன்றிலிருந்து அபாயச் சங்கொலி அலறலாய்க்

கேட்க இருவரும் சீருடைக்கு மாறி விக்டோரியா ஸ்திரீட் வரை விரைவார்கள். பழைய ஆர்மீனியன் தேவாலயத்தைத் தாண்டி ஒரு கிலோ மீட்டர் நடை. மொத்தமே பத்து நிமிடங்கள்.

"எவன் எவனோ போட்டுக்கிற சண்டைக்கு நாமதான் நாய் மாதிரி ஓடணுமா?" அபாயச் சங்கொலி கேட்டு விக்டோரியா ஸ்திரீட்டுக்கு விரைந்துகொண்டிருந்த சனிக்கிழமை காலை நேரத்தில் கேசவராஜு ஹாக் கீயிடத்தில் கேட்டான்.

அரசாங்க ஊழியர்கள் சிலர் மஞ்சள் நிற உறைகளை மார்போடு அணைத்தபடி விக்டோரியா சாலையைக் கடந்து தலை கவிழ்ந்தபடி ஓடினார்கள். தேவாலயக் கட்டிடங்களுக்கிடையே சாம்பல் நிறமாகக் காய்ந்துகொண்டிருந்த சூரிய வெளிச்சத்தில் நீளமான வெண்பற்கள் பளிச்சிட ஹாக் கீ பலமாகச் சிரித்தான். ஹாக் கீ வாசுதேவனைவிட அரை முழம் உயரமாக இருந்தான். வேட்டை நாயைப்போன்று மெலிந்த உடம்பு. வெயிலில் அலைந்ததால் சராசரி சீனர்களை விடவும் சற்று மங்கலான நிறம். ஏதோ வாசனைத் தைலத்தைப் பயன்படுத்திப் புதர்போல் வளர்ந்திருந்த தலைமயிரைப் பின்னுக்கு இழுத்துப் படிய வாரியிருந்தான்.

மேகமூட்டம் ஒரு கணம் விலக நகரத்தின்மீது பாய்ந்த வெள்ளி நிற வெயிலில் தலையிலிருந்து சற்றே துருத்திக் கொண்டிருக்கும் அவன் காது விளிம்புகள் செந்நிறமாக எரிந்தன.

"நாம இப்படி மத்தவங்களுக்கு உதவுறது பிரிட்டிஷ்காரங்களுக்கு ஆதரவான காரியமோ ஜப்பான்காரங்களுக்கு எதிரான காரியமோ இல்ல ராஜு. இது அடிப்படை அறம். நம்ம லாயக்க நாமளே நியாயத் தராசுல நிறுத்திப் பார்க்குற காரியம்."

அன்று நடந்த குண்டுவீச்சில் ஜாலான் பெசார் வட்டாரத்திலும் பீச் ரோடு சந்தையிலும் அதன் சுற்று வட்டாரத்திலும் உயிர்ச்சேதம் அதிகமிருந்தது.

கரும்பச்சை நிறத்தில் பளிச்சிடும் சிவப்பு நிற வட்டங்களைப் பூசிக் கொண்டிருந்த ஜப்பானிய குண்டுவீச்சு விமானங்கள் துடுப்புகளை அசைக்கச் சோம்பல் படும் சுறாமீன்களைப்போல் ஒன்பது விமானங்கள் அடங்கிய கூட்டமாக வானத்தைத் தாண்டி பறந்து வந்தன. வயிறு திறந்து அவை வீசும் குண்டுகள் குதூகலத்துடன் தெறிக்கும் கறுப்பு நிற நீர்த் திவலைகள். விமானங்கள் தம்மீது நீர் பீய்ச்சி விளையாடிய ஆனந்தத்தில் நகரத்தின் இரண்டு மாடி மூன்று மாடிக் கட்டிடங்கள் கைகள் உயர்த்தி விமானங்களைப் பிடித்துவிடும் ஆர்வத்தில் எம்பிக் குதித்தன. பின்பு வானம் அவ்வளவு எளிதில் எட்டிவிடாது

என்ற ஏமாற்றத்தில் மூச்சிரைக்கத் தரைமீது பெருங்குவியலாக அமர்ந்து கொண்டன.

கட்டிடங்கள் விமானங்களோடு விளையாடும் இந்த அற்புதமான விளையாட்டைக் காணும் மனிதர்களில் சிலர் தமது கரங்களையும் கால்களையும் கழற்றி 'ஓ' என்ற பெரும் சப்தத்தோடு வானில் விசிறி எறிந்தார்கள். மற்றவர்கள் தம் தலைகளை முதுகுப் புறமாய்த் திருப்பி 'இந்த வேடிக்கையைப் பார்த்தாயா' என்ற பாவனையில் பல் தெரியச் சிரித்தார்கள். அவர்கள் உடல் எங்கும் விமானங்களின் மீது பூசப்பட்டிருக்கும் அதே சிவப்பு நிறத்தில் வெட்சிப் பூக்கள் மலர்ந்தன.

இரண்டு நீளமான குச்சிகளில் கான்வாஸ் படுதாவைச் சொருகியபடி கேசவராஜு ஹாக் கீ உட்பட மற்ற தன்னார்வப் படையினர் தலையிலிருக்கும் இரும்புத் தொப்பிகளை ஒரு கையால் பிடித்தபடி முன்னும் பின்னும் ஓடினார்கள். அவர்கள் முன்னால் மனித மலைகள் உயர்ந்தபடி இருந்தன.

கேசவராஜுவும் ஹாக் கீயும் கைகள் ஓயும்வரை உடல்களைத் தூக்கிக் கொண்டு அலைந்தார்கள். அவர்களின் மத்தியில் சொல்லிக் கொள்ளும்படி வெள்ளைக்காரர்கள் யாரும் இல்லை.

ஜப்பான் படைகள் நகரத்துக்குள் புகுந்த சில நாட்களில் பதினெட்டு வயதிலிருந்து ஐம்பது வயதுக்கு உட்பட்ட சீன ஆடவர்கள் எல்லோரையும் குறிப்பிட்ட இடங்களில் போதிய உணவுடன் கூடும்படி ஜப்பானியர்கள் உத்தரவிட்டார்கள். உத்தரவைக் கொட்டை எழுத்துக்களில் தாங்கிய சுவரொட்டியை ஹோட்டலின் வெளிப்புறச் சுவரில் படித்தபோது கேசவராஜுவுக்கு ஹாக் கீயின் வாய்விட்டுச் சிரிக்கும் முகம்தான் நினைவுக்கு வந்தது.

வெயில் கொளுத்தும் பள்ளிக்கூட மைதானத்தில் வரிசையாக அமர வைக்கப்பட்டிருக்கும்போது ஹாக் கீ தன் சொந்த லாயக்கைப் பற்றிச் சீர்தூக்கிப் பார்ப்பானா என்று கேசவராஜு ஒரு கணம் யோசித்தான். அவனுக்குக் கடகடவென்று சிரிப்பு வந்தது. கேசவராஜு தன் தாடையை மெல்லச் சொறிந்து கொண்டான்.

ஜப்பான் ராணுவத்தினர் கேசவராஜு வேலை பார்த்த ஹோட்டலைக் கைப்பற்றி அதற்கு நாந்தோ ஹோட்டல் என்று பெயர் மாற்றியிருந்தார்கள். அவர்கள் சீனர்களை அடைத்து வைத்திருந்த பள்ளிக்கூடங்களில் ஒன்று ஹோட்டலில் இருந்து அரைக் கிலோமீட்டர் தூரத்தில் இருந்தது. கேசவராஜு ஹாக் கீ அங்கே இருக்கிறானா என்று போய்ப் பார்க்கலாமா

என்ற எண்ணத்தில் கொஞ்சம் தயங்கினான். பிறகு பழைய சினிமாப்பாட்டை ஒய்யாரமாக விசிலடித்தபடி தன் வீட்டுக்குப் புறப்பட்டான்.

சீன ஆடவர்களின் விசாரணை தெளிவான வழிமுறைகள் ஏதுமின்றிப் பத்து நாட்கள் நடந்தது. சில விசாரணை மையங்களில் பச்சைகுத்தி இருந்தவர்கள் குற்றவாளிகள் என்று தீர்மானிக்கப் பட்டார்கள். சில இடங்களில் சீன மொழி மட்டுமே பேசத் தெரிந்தவர்கள். மற்ற இடங்களில் எழுதப் படிக்கத் தெரிந்தவர்கள்.

ஜப்பானியர்களால் எதிரிகள் என்று முடிவு செய்யப் பட்டவர்கள் லாரிகளில் ஏற்றப்பட்டு தீவின் கிழக்கிலும் வடக்கிலும் உள்ள கடற்கரைகளுக்குக் கொண்டு செல்லப்பட்டார்கள். அங்கு ஒருவரோடொருவர் கைகள் பின்னால் கட்டியபடி கயிறுகளால் பிணைக்கப்பட்டு இயந்திரத் துப்பாக்கியால் சுட்டுக் கொல்லப்பட்டார்கள். அவர்களது உடல்கள் கடல் நீருக்குள் தள்ளி விடப்பட்டன.

விசாரணையில் தப்பிப் பிழைத்தவர்களுக்குச் 'சோதிக்கப் பட்டவர்' என்று சிவப்பு மையினால் எழுதப்பட்ட மெல்லிய தாள்கள் கொடுக்கப்பட்டன. மற்றவர்களுக்கு அதே வார்த்தை சிவப்பு மையினால் முகத்திலேயோ கையிலேயோ, அணிந்திருக்கும் உடையின் மீதோ முத்திரை குத்தப்பட்டது. அப்படிப்பட்டவர்கள் முகத்தையோ, கையையோ, உடையையோ கழுவாமல் பல நாள் இருந்தார்கள்.

கடற்கரை ஓரமாக வாழ்ந்த மலாய் மீனவர்கள் பல மாதங்களுக்கு மீன் பிடிக்காமலும் நகரத்தில் வாழ்ந்த பலர் மீன் உண்ணாமலும் இருந்தார்கள்.

கனவுகளில் அடிக்கடி இப்படித்தான் நடக்கிறது.

கேசவராஜு இரண்டரை ஆண்டுகள் கழித்து ஹாக் கீயை மீண்டும் சந்தித்தபோது பளீர் என்று அடித்த வெயிலில் அவனது உடலின் விளிம்புகள் கரைந்து போகின்றதோ என்று சந்தேகப்படும் அளவுக்கு ஹாக் கீ மேலும் மெலிந்து வெளிறிப் போயிருந்தான். அவர்கள் இருவரும் வேலை கேட்டு வந்த டயர் தொழிற்சாலையின் வெளியே கிடந்த பாறாங்கல்லின் மீது அமர்ந்திருந்தார்கள். தொழிற்சாலையின் தைவானிய முதலாளி மெத்தென்ற நுனியுடைய சிவப்புப் பேனாவைக் கொண்டு ஏதோ பட்டியல் ஒன்றைச் சரி பார்த்துக் கொண்டிருந்தான். எதிரே இருந்த சினிமா தியேட்டருக்கு வெளியே கறுப்புச் சந்தை வியாபாரிகள் சுற்றும் முற்றும் நோட்டமிட்டபடி அலைந்தார்கள்.

ஜப்பான் அரசு பல்வேறு வண்ணங்களில் வாழை மரச் சித்திரங்களோடு அச்சடித்து விநியோகித்திருந்த பணத்தாள்கள் மதிப்பிழந்து அத்தியாவசியப் பொருள்கள் நேவி கட் சிகரெட்டுகளுக்கும் செத்துப் போனவர்களின் கைகளிலிருந்து உருவிய கடிகாரங்களுக்கும் மோதிரங்களுக்குமாக விலைபோய் கொண்டிருந்தன.

“ஆமா நீ எப்படி இவனுங்க கிட்டயிருந்து தப்பிச்ச?” என்று கேசவராஜு கேட்டான்.

சில கணங்கள் ஹாக் கீ எதையும் சொல்லாமல் தூரத்திலிருந்த கட்டிடங்களை வெறித்துப் பார்த்தான். பின்பு இறுகச் சுருட்டி வைக்கப்பட்டிருந்த ரப்பர்க் குழாய் கொஞ்ச கொஞ்சமாய் தன்னைத்தானே விடுவித்துக் கொள்வது போல் பேச ஆரம்பித்தான்.

“தெரியல. போ’னு சொன்னாங்க. வந்துட்டன். நீ எப்படி இருக்கே?”

கேசவராஜுவின் உடம்பின் கனம் கூடியிருந்தது. சூரிய ஒளியில் அவன் கன்னங்கள் லேசாய்ப் பளபளத்தன.

“ம். இருக்கேன்.”

“உனக்கு அவங்க தொந்தரவு கொடுக்கலையா?”

“கொடுப்பாங்களா? நான் நேதாஜியோட படைக்கு யுத்தத் தளவாடங்களைச் சப்ளை செய்யுறதா சான்றிதழ் வாங்கி வச்சிருக்கேனே. இப்ப நான் சுதந்திர இந்தியாவோட பிரஜை தெரியுமா?”

சொல்லிவிட்டு கேசவராஜு தன்னையும் மறந்து கலகலவென்று சிரித்தான். அவன் சிரிப்பின் ஓசை பீதியடைந்த குதிரையின் கனைப்பொலிபோல் இருந்தது. சிரித்துக் கொண்டிருந்தவன் தன் சிரிப்பைத் திடீரென்று நிறுத்தினான். அவன் கண்கள் ஹாக் கீ அணிந்திருந்த பனியனின் தோள்பட்டையில் சொருகி வைத்திருந்த மூன்று சிகரெட்டுகளை ஆசையோடு பார்த்தன.

கறுப்புச் சந்தையில் போதுமான சிகரெட்டுகளைக் கொடுத்தால் கோழி இறைச்சியோடு ஒரு வாரத்துக்குத் தேவையான மளிகைச் சாமான்களும் கிடைக்கக் கூடும். சில நேரங்களில் சாராயம்கூடக் கிடைக்கும்.

“அப்ப எதுக்கு இங்க வேலை தேடி வந்திருக்கே?”

“சுதந்திர இந்தியாவுக்குத் தளவாடங்களுக்காகப் பணம் கொடுக்கத் தற்சமயம் நிதி வசதி இல்ல.”

சொல்லிவிட்டுக் கேசவராஜு மீண்டும் சிரித்தான்.

“இந்த சனியனுங்க எப்பத் தொலைவானுங்கனுதான் தெரியல.”

ஹாக் கீயின் முகம் ஒரு முறை பிரகாசித்து அடங்கியது. தன் தலையைத் திருப்பாமல் முன்னால் அலைந்து கொண்டிருக்கும் கறுப்புச் சந்தைக்காரர்களைக் கண்களால் பின் தொடர்ந்தான். அவர்கள் அவனைப் பார்த்து ஒரு கணம் முறைத்தார்கள். பின்பு நகர்ந்து போனார்கள்.

“போவாங்க. நிச்சயம் போவாங்க. அந்த நாள் தூரத்துல இல்ல.”

“அது உனக்கு எப்படித் தெரியும்?”

ஹாக் கீ தன் குரலை மேலும் தாழ்த்திப் பதில் சொன்னான்.

“ரேடியோவில கேட்டேன். பி.பி.சியில சொன்னாங்க.”

“அடப்பாவி. ரேடியோ வச்சிருக்கிறதுக்கு என்ன தண்டனை தெரியுமா?”

ஹாக் கீ தன் உதடுகளைப் பிதுக்கித் தன் தோள்பட்டைகளை ஒரு முறை அலட்சியமாகக் குலுக்கிக் கொண்டான்.

“உனக்குச் சாப்பிடப் போதுமானது இருக்கா ராஜு. இல்லனா என் வீட்டுக்கு வா. ஆ மெய் ஹாக் கீயின் மனைவி கேசவராஜுவுக்கு முன்பே பரிச்சயமானவள். கோழி வளர்க்குறா. உனக்கு முட்டைகளக் கொடுக்குறேன். வீட்டுக்கு எடுத்துகிட்டுப் போ. உன் கொழந்தைங்க சாப்பிடட்டும்.”

அவர்களைச் சந்தேகத்தோடு பார்த்தபடியே வாசலுக்கு வந்த தைவான்காரன் அன்றைக்கு வேலையேதும் இல்லை என்று சொல்லி அவர்களைக் கலைந்து போக உத்தரவிட்டான். இதற்குப் பழக்கப்பட்டவர்களாய் இருவரும் எழுந்து நின்று கலைந்து போக ஆயத்தமானார்கள்.

ஹாக் கீ கேசவராஜுவின் தோளில் தட்டிவிட்டு மீண்டும் சொன்னான்.

“வேணுங்கிற போது நிச்சயம் வீட்டுக்கு வா, ராஜு. முட்டை தரேன். கொழந்தைங்க சாப்பிடட்டும்.”

ஹாக் கீயின் தோள்பட்டையை கேசவராஜு வைத்த கண் வாங்காமல் பார்த்துக் கொண்டிருந்தான். பின்பு என்ன நினைத்தானோ சற்று தூரத்தில் நடந்து போகும் ஹாக் கீயை உரத்த குரலில் கூப்பிட்டான்.

“ஆ கீ, நீ இன்னமும் அதே இடத்துலதான குடியிருக்க?”

கனவுகளில் அடிக்கடி இப்படித்தான் நடக்கிறது. இல்லையென்றால் கேசவராஜு ஏன் வேலை மெனக்கெட்டுப் பழைய கேத்தே சினிமா வரைக்கும் நடந்து சென்று அங்கு அலுவலகம் அமைத்திருந்த ஜப்பானிய இராணுவ போலீஸாரிடம் ஹாக் கீ திருட்டுத்தனமாக வானொலி வைத்திருந்ததையும் அவன் இருப்பிடத்தையும் காட்டிக் கொடுக்க வேண்டும்?

கேசவராஜு மீண்டும் படுக்கைமீது கால்நீட்டி அமர்ந்து கொண்டான். மேசைமீது ஜப்பான்காரன் கொடுத்த சன்மானத்தில் ஒரு பகுதியான மட்டரக விஸ்கி பாட்டிலில் பொன்னிறமாக மின்னிக் கொண்டிருந்தது.

ஹாக் கீயை ஜப்பானியர்கள் அழைத்துக் கொண்டு போன போதும் இதே போல் மழை ஓயாமல் பெய்து கொண்டிருந்தது.

குளிர்ந்த மழைக்காற்றில் அமர்ந்து கொண்டிருந்தபோதும் கேசவராஜுவுக்கு வியர்த்தது. அவன் மீண்டும் சவம்போல் படுக்கையில் நீட்டிப் படுத்துக் கொண்டான்.

இப்போது அவனுக்குப் பழக்கமாகியிருந்த துர்ச்சொப்பனங்கள் மீண்டும் தடித்த தண்டுகளும் நந்தியாவட்டை போன்ற பரந்த இலைகளுமுடைய அடர்ந்த தாவரங்களாக அவனை மூச்சிரைக்க மூடிக்கொண்டன.

இருட்டு மனிதர்கள்

மகேஷ்வரனுக்குள் கடந்துபோன அந்த மாலை நேரம் ஆழ்ந்த நிசப்தங்களாலும், கூர்மை யான முனைகளுடைய கூழாங்கற்களாலும் கட்டப்பட்டிருக்கிறது. அவர்கள் கொடுத்த படிவத்தின் முனைகளும் கூழாங்கற்களின் ஓரங்களைப் போலத்தான் கூர்மையாக இருந்தன. ஜேசன் இதைக் கேட்டிருந்தால் நிச்சயம் பளீர் வெள்ளைப் பற்கள் மின்னப் பெரிதாகச் சிரித்திருப்பான். என்ன சினிமாத்தனமாகப் பேசுகிறாய் என்று கேலி செய்திருப்பான். ஜேசனுக்குத் தமிழ்ச் சினிமா என்றால் மிகவும் பிடிக்கும். சராசரி வாழ்க்கையிலும் ஜேசனால் இத்தகைய சினிமாத்தனங்களை ஆழமாக ரசித்தான். அந்த ஒரு காரணத்தினால் அவனால் எல்லாச் சூழ்நிலைகளிலும் சிரிக்க முடிந்தது. ஆனால் மகேஷ்வரன் கேட்கும் எதிலும் ஒட்டிக்கொண்டிருக்கும் ஜேசனின் பெயரில்தான் கட்டிட நிழல்களில் ஒதுங்கி களவாடப்பட்ட காமத்தின் எச்சமாகத் துன்பமும் வலியும் மண்டிக் கிடக்கின்றன.

ரோச்சோர் சாலைக்கும் லிட்டில் இந்தியா வுக்கும் இடைப்பட்ட ஒரு கட்டிடத்தில் தன்னார்வ ஊழியர்கள் அந்த எய்ட்ஸ் பரிசோதனை மையத்தை நடத்தி வந்தார்கள். காலை வேளைகளில் பால்வினை நோய் சிகிச்சை மருந்தகமாகச் செயல்பட்ட கட்டிடம், செவ்வாய், வியாழன் சாயங்காலங்களில் இரண்டு மணி நேரத்துக்கும் சனிக்கிழமை மத்தியானங்களில் மூன்று மணி நேரத்துக்கும் மருந்தகத்துக்கு மிக அருகிலேயே பழைய சாமான்கள் விற்கும் சுங்கய்

ரோடு வார இறுதி திருடர்கள் சந்தையைப்போல் திடீரென்று எய்ட்ஸ் பரிசோதனை மையமாக முளைத்துக் களைகட்டத் துவங்கிவிடும். மையம் செயல்படும்போது யார் வேண்டுமானாலும் பெயர், அடையாள அட்டை எண், முகவரி போன்ற எந்த வித அடையாளங்களையும் கொடுக்காமல் தனக்கு எய்ட்ஸ் என்னும் தடுப்புச் சக்தி இழப்பு நோய் இருக்கிறதா என்று பரிசோதனை செய்து கொள்ளலாம். அரசாங்க மருத்துவமனைகளிலோ, காலையில் இயங்கும் மருந்தகத்திலோ, வேறெந்த தனியார் மருத்துவர்களிடமோ இந்தச் சலுகை இல்லை. எஹ்ச்.ஐ.வி எனப்படும் எய்ட்ஸ் கிருமி இருக்கிறதா என்று பரிசோதனை செய்து கொள்பவர்கள் தங்கள் முழு விவரங்களைக் கொடுத்தே ஆகவேண்டும்.

கூடத்திற்கு முன்னால் போடப்பட்டிருந்த மேசையில் அமர்ந்திருக்கும் தன்னார்வ ஊழியர்களிடமிருந்து வரிசை எண்ணைப் பலரும் வாங்கிக் கொண்டிருந்தார்கள். வரிசை எண்களைப் பெற்றுக்கொண்டு இருக்கைகளுக்கு வருபவர்களுக்கு மகேஷ்வரன் தன் முழங்கால்களை ஒரு பக்கமாகச் சாய்த்து வழிவிட்டான். அவர்கள் மிகப்பெரும் பாலோர் ஆண்களாகவே இருந்தார்கள். நீள்சதுர வடிவத்திலிருந்த மருந்தகக் கூடத்துக்குள் வரிசையாகப் போடப்பட்டிருந்த கனநீல பிளாஸ்டிக் நாற்காலிகளில் சுமார் தொண்ணூறு பேர்கள் அமர்ந்திருந்தார்கள். ஆனால் அமர்ந்திருந்தவர்களில் ஒருவர்கூட மற்றொருவரை ஏறெடுத்துப் பார்க்கவில்லை. அவர்களில் கணிசமானவர்கள் நாற்காலிகளின் ஓரங்களில் அடுக்கப்பட்டிருந்த காதுமடிந்த பழைய சுகாதார அமைச்சின் மாதாந்திர சஞ்சிகைகளையும், விளையாட்டு இதழ்களையும் எந்த அக்கறையும் இல்லாமல் புரட்டிக்கொண்டிருந்தார்கள். மற்றவர்கள் கூடத்தின் அரையிருட்டில் கொட்டிய நவரத்தினங்களாய் மின்னிக்கொண்டிருந்த கைத்தொலைபேசித் திரைகளை விரல்களால் தேய்த்து அடுத்த பக்கம் அடுத்த பக்கம் என்று போய்க்கொண்டிருந்தார்கள். அவர்களில் யாரும் வெளியிலிருந்த யாரோடும் தொடர்பு கொள்ளவில்லை. வெறுமனே படங்களையும் செய்திகளையும்தான் புரட்டினார்கள். அந்தச் செய்கையில் ஏகோபித்த பெரும் தனிமையொன்று அப்பட்டமாகத் தெரிந்தது. சுவர்களில் பால்வினை நோயைப் பற்றி விழிப்புணர்வு ஊட்டும் சுவரொட்டிகள் தொங்கவிடப்பட்டிருந்தன. “ஒரே துணை உங்கள் பாதுகாப்பான வாழ்வுக்கு உறுதுணை” போன்ற வாசகங்களோடு.

மகேஷ்வரன் அந்தச் சுவரொட்டிகளிலிருந்தும் அவற்றில் பளபளப்பாய் மின்னிக்கொண்டிருந்த பால்வினை நோயின் வளர்ச்சியை விளக்கும் படங்களிலிருந்தும் தன் கண்களை

வெறுப்போடு விலக்கிக் கொண்டான். அவ்வப்போது வரிசை எண்கள் அழைக்கப்பட சிலர் எழுந்து தூரத்தில் இருந்த மூன்று அறைகளில் ஒன்றில் புகுந்துகொண்டார்கள். மற்றவர்கள் அதே அறைகளிலிருந்து வெளியில் வந்து யாரையும் பார்க்காமல் விறுவிறுவென்று நடந்து மருந்தகத்தின் பெருவாசல் வழியாக இருட்டாகக் கிடந்த வீதிக்குள் வெளியேறினார்கள்.

தலைமைக் கணக்காய்வாளரிடம் சாக்குப் போக்குச் சொல்லி ஆறே முக்காலுக்கு வந்துவிட்டபோதும் மகேஷ்வரனினுக்கு முன்னால் இன்னும் இருபது பேர் இருந்தார்கள். நிதி ஆண்டு முடியப்போகும் சமயம் என்பதால் அவர் முறைத்துக்கொண்டுதான் சரியென்றார். பரிசோதனை மையத்தை ஏழு மணிக்குத்தான் திறப்பார்கள். அதுவரைக்கும் மருந்தகத்தின் வாசலில் இருந்த இரும்பு ஷட்டர்கள் இறுக்கமாக மூடியிருக்கும். ஆறரை மணிக்கே மருந்தகத்தின் வாசலிலும் அருகில் இருந்த சீனன் காப்பிக் கடையிலும் பரிசோதனைக்கு வந்த மனிதர்கள் கூட ஆரம்பித்து விடுவார்கள். அவர்கள் சுவர்களில் ஒட்டப்பட்டிருக்கும் விளம்பரங்கள், கடந்துபோகும் கார்கள் இவற்றையெல்லாம் உன்னிப்பாகப் பார்த்துக் கொண்டிருந்தாலும், அவர்கள் தனிமையாக இருப்பதைக் கொண்டும், ஷட்டர்கள் அவ்வப்போது தீராத தாகத்தோடு பார்ப்பதைக் கொண்டும் அவர்கள் பரிசோதனைக்குத்தான் வந்திருக்கிறார்கள் என்று தெரிந்துகொள்ளலாம்.

பரிசோதனைக்கு ஆண்களோடு மட்டும் நிற்பது அசாதரணமான அனுபவம். பால்விட்டுக் கலந்த காப்பிபோல் உடல்நிறமுடைய ஆண்கள், ஸாட்டின் துணியின் மென்மையோடு தலைமுதல் பாதம்வரை சிவந்த மாம்பழத்தின் நிறமுடைய ஆண்கள், தந்தம்போன்ற கடைந்து கடைந்து செய்யபட்ட உடம்புகளோடு ஆமை ஓடு போன்ற கிண்ணென்ற பிருஷ்டமும், கவசம்போன்ற மார்பும் தோள்களும் உடைய ஆண்கள், தலைமுடி நரைக்க ஆரம்பித்திருந்தாலும் கடந்தாலும் உடையின் லட்சணத்தாலும், நிதானத்தாலும் வசீகரமுடைய மத்திய வயது ஆண்கள், அசிங்கமான டீ சட்டையிலும், முக்கால் கால்சட்டையிலும் பீர் குடித்துப் பெருத்த தொந்தியோடும், தொங்கும் தாடைகளோடும் தலை பாதி சொட்டையான ஆண்கள். இந்த மாதிரி இடங்களுக்குப் பெண்கள் ஏன் அவ்வளவாக வருவதில்லை என்று மகேஷ்வரன் நினைத்துக்கொண்டான். ஆனால் அது உண்மையல்ல. அந்த மையத்திற்கு சமயங்களில் பெண்களும் வந்திருக்கிறார்கள். மகேஷ்வரனும் பார்த்திருக்கிறான். ஆனால் ஆண்களில் பலபேர் அப்படிவரும் பெண்களை ஓரிரு கணங்கள் மட்டும் பார்த்துவிட்டுத் திரும்பிவிடுவார்கள். இன்னும்

கொஞ்சம் நேரத்திற்கு உறுத்துப் பார்ப்பவர்களும்கூட இந்த இடத்திற்கு வந்த காரணத்தை நினைவு கூர்ந்தவர்களாய் ஜெபம் செய்யும் பாவனையில் கைவிரல்களைச் சேர்த்து வைத்தபடி தலை கவழ்த்துத் கொள்வார்கள். பெண்களுக்கு மட்டும் என்ன எய்ட்ஸ் வராதா என்று மகேஷ்வரன் தன்னுள் விவாதித்துக் கொண்டான். சுவரில் மாட்டியிருந்த மின்விசிறிகள் இன்னும் வேகமாக வெப்பக் காற்றை உமிழ்வதுபோல் சுழன்றன.

ஓராளுக்கு ஐந்து நிமிடங்கள் என்று வைத்துக்கொண்டால், இருபது பேர்களை மூன்று அறைகளால் வகுத்து . . . ஆறு என்ற எண்ணோடு ஐந்து நிமிடங்களால் பெருக்கினால் இன்னும் அரைமணி நேரமாவது இங்குக் காத்திருக்கவேண்டும். மகேஷ்வரன் ஜேசனை அழைத்துப் பேசலாமா என்று யோசித்தான். பின்பு வேண்டாம் என்று தானே முடிவு செய்துகொண்டான். அந்த முடிவில் அளவில்லாத காதல் இருந்ததாய் அவனுக்குப் பட்டது. இன்னும் கொஞ்ச நேரத்தில் அழைப்பார்கள், அவன் ஆட்காட்டி விரலின் முனையை ஊசியால் குத்திச் சுண்டுவிரல் அளவே இருக்கும் வெள்ளைப் பரிசோதனைத் தாளில் அவனது ஒரு சொட்டு ரத்தத்தைச் சேகரித்துக் கொள்வார்கள். அதன்பிறது ஒரு இருபது நிமிடத்தில் தனக்கு நோய் உண்டா இல்லையா என்று தெரிந்துவிடும் அதற்குப் பிறகு ஜேசனோடு பேசிக்கொள்ளலாம்.

“நாற்பத்தி ஆறு.”

இரண்டாவது அறையிலிருந்து வெளியேறி கைகளில் பேனாவோடும் தாள்கள் சொருகிய கறுப்பு அட்டையோடும் நின்றுகொண்டிருந்த சீன இளைஞன் ஒருவன் மகேஷ்வரனை அழைத்தான். மடங்கியிருந்த அவன் கையின் தசைகளும் தோள்களும் வெள்ளை டீ சட்டையில் நன்கு முறுக்கேறியிருந்தது அந்த அரையிருட்டிலும் மகேஷ்வரனுக்குத் தெளிவாய்த் தெரிந்தது. இறுக்கமாக இருந்த ஜீன்ஸில் இளைஞனின் தொடைத்தசைகள் கடைந்த பளிங்குக்கற்களாட்டம் இருந்தன. அடுத்த எண்ணை அழைத்தும் யாரும் வராத லேசான எரிச்சலில் இளைஞன் பேனாவால் அட்டையை வேகமாகத் தட்டி உதட்டைப் பிதுக்கியபடி நின்றான். அவன் உதடுகள் நன்கு கனிந்த ஜப்பானியப் பெர்ஸிம்மன் பழச்சுளைகள்போலிருந்தன. அவன் சிரித்தால் நிச்சயம் அது பளீர் வெள்ளையாகத்தான் இருக்கவேண்டும் என்று மகேஷ்வரன் நினைத்துக்கொண்டான். ஆழமாக மூச்சுவிட்டபடியே குறுக்கே கிடந்த கால்களையும், அலுவலகப் பெட்டிகளையும், நாற்காலி விளிம்புகளையும் ‘மன்னிக்கவும்’ என்ற வார்த்தையை சதா ஜெபித்துக்கொண்டே அகலக்கால் வைத்துக் கடந்து மகேஷ்வரன் அந்த இளைஞனிடம் போனான்.

"நாற்பத்தி ஆறு?"

"இம்ஞ்யெல். நான்தான் நாற்பத்தி ஆறு."

இளைஞன் மகேஷ்வரனைக் கொஞ்சம் வெறுப்போடு பார்த்தான். அந்தக் கோபம்தான் அவன் முகத்துக்கு எத்தனை அழகாக இருக்கிறது என்று மகேஷ்வரன் நினைத்துக் கொண்டான்.

"சரி, உள்ள வாங்க."

சதுரமான அறை. கண்களைக் கூசச் செய்யும் விளக்குகளின் வெள்ளை வெளிச்சம். நடுவில் போடப்பட்டிருந்த மேசையின் ஒரு பக்கம் அந்த இளைஞன். கதவின் பக்கமாக மகேஷ்வரன். படிவத்தில் மகேஷ்வரன் பூர்த்தி செய்திருந்த பதில்களாய் இளைஞன் படித்துக்கொண்டிருந்தான்.

"இங்கே முன்னால வந்திருக்கீங்களா?"

சற்றுத் தயக்கத்தோடு: "இ—இல்லை."

"ஒருத்தருக்கு எஹ்ச்.ஐ.வி இருக்கானு சரியா சொல்றதுக்கு உடலுறவு நடந்த நாளிலேர்ந்து பன்னிரண்டு வாரமாகும். இது தெரியுமா உங்களுக்கு."

"ஆமா ... இணையத்துல —"

"நீங்க உடலுறவு வச்சு எத்தனை வாரமாச்சு?"

"இது பன்னிரண்டாவது வாரம்."

மகேஷ்வரன் தெரிந்தே பொய் சொன்னான். ஆனால் அது உண்மையில் பொய் இல்லைதான். பன்னிரண்டு வாரங்களுக்கு முன்னால் அவன் நிச்சயமாக ஜேசனோடு உறவு வைத்துக் கொண்டிருப்பான்.

"ஒரே நபரோடா, அல்லது —"

உன்னைப் பற்றியெல்லாம் தெரியும் என்பதுபோல் இருந்தது இளைஞனின் பார்வை. மகேஷ்வரன் குரலைப் பலமாக செறுமியபடியே சொன்னான்:

"ஆமாம். நிச்சயமாக."

இளைஞன் அவனது ஆள்காட்டி விரலை இரண்டு மூன்று முறை அழுத்திப் பிடித்துவிட்டான். பின்பு ரத்தம் பாய்ந்து சிவந்திருந்த விரல்நுனியில் உறையிலிருந்து புதிதாய் எடுக்கப்பட்ட நகக்கண் அளவே இருந்த ஊசியை இறக்கினான்.

"இன்னும் இருபது நிமிஷங்கள்ல ரிசல்ட் தெரிஞ்சிரும். வெளியிலேயே இருங்க."

இளைஞன் மகேஷ்வரனுடைய கைவிரலைச் சுற்றிப் பிளாஸ்திரி சுற்றிவிட்டான்.

ஆனால் ஆண்களிடையேதான் அவனுடைய உண்மையான அடையாளம் அவனுக்குத் தெரிய வந்தது. அம்மாதான் நகரத்தின் மத்தியில் புரண்டு படுத்ததுபோலிருக்கும் குன்றின் அடிவாரத்தில் அமைந்திருந்த ஆண்கள் பள்ளியில் மகேஷ்வரனைச் சேர்த்துவிட்டாள். அது பணக்காரக் குழந்தைகள் போகும் பள்ளி. எப்படியாவது மகேஷ்வரனை அந்தப் பள்ளியில் சேர்த்துவிட வேண்டும் என்ற ஆதங்கத்தில் அம்மா அதிகாலை ஐந்தரை மணிக்கே பள்ளியின் வாசலில் வரிசை பிடித்து நின்றாள். இப்படிப்பட்ட நல்ல பள்ளிதான் தன் மகனை முழுமனிதனாக்கும் என்று அம்மா நம்பியிருக்கலாம். அவள் மிகப் பெரிய சாக்கடைக்கும் சாயம் போன பழைய அடுக்குமாடி வீடுகளுக்கும் நடுவே இருந்த தொடக்கப்பள்ளி ஒன்றில் உணவங்காடி வைத்து நடத்திக்கொண்டிருந்தாள்.

அம்மா சேர்த்துவிட்ட பள்ளியில்தான் பின்னாளில் உயர்நிலை வகுப்புகளுக்குப் போனபோது மகேஷ்வரன் தான் யாரென்பதைச் சின்ன சின்னக் கதைகளாக நெய்து கொண்டான். பதினைந்து வயதில் உடற்பயிற்சி வகுப்பு முடிந்து கழிவறைக்குச் சென்று மறுபடியும் சீருடைக்கு மாறச் சோம்பல்பட்டதால் மாணவர்கள் வகுப்பறைக்கே வந்து எந்தவித வெட்கமுமில்லாமல் உடைமாற்றிக் கொள்ள உள்ளாடைக்குள் பருத்த கூம்புபோல் நின்ற அவர்களது ஆண்மையை மகேஷ்வரன் வாய்பிளந்து பார்த்ததும். பின்பு இரவில் தன் படுக்கையறையின் இருண்ட சுவற்றிலே அதே காட்சிகளைத் திரைப்படமாக ஓட்டியதும், பள்ளி பாடல் குழுவில் அவன் ஸோப்ரானோ என்ற உச்ச ஸ்தாயியில் பாடும் பாடகனாகத் தேர்வானதும், பள்ளி இறுதி வகுப்பில் மேடைக்குப் பின்னால் மகேஷ்வரன் கச்சேரிக்காக உடைமாற்றிக் கொண்டிருக்க அங்கு வந்த ஹாக்கி அணித் தலைவன் அவன் இடுப்பில் கைபோட்டு வளைத்து அவன் கழுத்தில் முழுதாய் முத்தமிட்டதும், அதில் மகேஷ்வரனின் உள்தொடைகள் சூடேறித் தவித்ததும், பல்வேறு ஆண்கள் பல்வேறு சூழ்நிலைகளில் அவனுக்கு இல்லாத முலைகளைப் பிசைந்து பார்க்க முனைந்ததும், கடைசியாக ஆர்ச்சர்ட் ரோட்டில் நடந்த ஒரு புத்தாண்டுக் கொண்டாட்டத்தின் போது வெகுவாகக் குடித்திருந்த மகேஷ்வரனைப் பெருவிரைவு ரயில் நிலையத்தின் பின்னால் அழைத்துச் சென்று மிக மோசமான முதல் அனுபவத்தை தந்துவிட்டுச் சென்ற மலாய்க்காரக் கிழவனும் – எல்லோரும் இந்தக் கதைகளுக்கு மீண்டும் மீண்டும் எழுதப்படும் முடிவுரைகளானார்கள்.

ரெமோன் எனும் தேவதை

ஜேசன்தான் மகேஷ்வரனது எல்லாக் கதைகளுக்கும் அர்த்தம் தந்தான். ஜேசன் ஆஸ்திரேலியத் தந்தைக்கும் சிங்கப்பூரியளான சீனத் தாய்க்கும் பிறந்தவன். எளிதாய் ஆறடி உயரம் இருப்பான். மைக்கலாஞ்சலோவின் தாவீது சிலைபோல் உடலமைப்புக் கொண்டிருந்தான். பிளாரன்ஸ் நகரில் இருக்கும் அந்தச் சிலைபோலவே வெண்மணல் கொட்டிய கடற்கரையில் விழும் வெயிலைப் போல் வெள்ளை நிறம். அவன் கண்கள் தேக்கின் வண்ணத்தில் இருந்தன. நினைத்தபோதெல்லாம் சிரித்தான். அவன் சிரிப்பது சூர்யோதயம்போல இருந்தது. மகேஷ்வரன் இரண்டாண்டு தேசிய சேவை, பல்கலைக் கழகம் எல்லாம் முடித்துவிட்டு இளநிலை கணக்காய்வாளனாய் அரசாங்கம் சார்ந்த ஒரு நிறுவனத்தில் சேர்ந்த புதிதில் ஆண்கள் ஒருவரை ஒருவர் சந்திப்பதற்காக ஆர்ச்சர்ட் சாலையின் முக்கில் அமைந்திருந்த ஒரு கிளப்பில் ஜேசனைச் சந்தித்தான். அப்போது ஜேசனுக்குக் கல்யாணமாகி இரண்டு குழந்தைகள் இருந்தன. தனியாய் நின்று மதுவருந்திக் கொண்டிருந்த மகேஷ்வரனிடம் ஜேசன்தான் முதலில் வந்து பேசினான். அதன் பிறகு ஜேசனால் எப்போதெல்லாம் குடும்பத்தை விட்டு வர முடிந்ததோ அப்போதெல்லாம் ஜேசனும் மகேஷ்வரனும் எதாவது ஒரு மலிவான ஹோட்டலில் அறைகளை மூன்று மணி நேர வாடகைக்கு எடுத்துத் தங்கினார்கள்.

அவன் வேலை பார்த்த இடத்தின் கெடுபிடி கருதி மகேஷ்வரன் தன் பெயரையும் விவரங்களையும் ஹோட்டலின் பதிவேட்டில் எழுதத் தயங்குவான். ஜேசனை அதைப் பார்த்து பெரிதாகச் சிரிப்பான். தன் மனைவியுடன் மனம்விட்டுப் பேசி வருடங்களாகின்றன என்று ஜேசன் சொன்னான். அதை மகேஷ்வரன் அப்படியே நம்பினான். அவனுக்கும் பல்லாண்டுகள் கழித்து ஒரு பேச்சுத் துணை தேவைப்பட்டது.

“நாம ரெண்டு பேரும் கறுப்பு வெள்ளை பியானோ கட்டைகள் மாதிரியே இருக்கோம் இல்லையா, மகேஷ்?”

ஒரு நாள் மகேஷ்வரனின் கறுப்பான உடல்மீது முழுவதும் படர்ந்தபடி ஜேசன் கேட்டான். இருவரும் படுக்கையிலிருந்தபடியே தலை நிமிர்த்தி எதிரிலிருந்த ஆள் உயரக் கண்ணாடியில் தங்களைப் பார்த்துக் கொண்டார்கள்.

“நான்...ரொம்ப கறுப்பா இருக்கேனா, ஜே?” மகேஷ்வரன் சந்தேகத்தோடு கேட்டான். கறுப்பாய் இருப்பதை இதுவரைக்கும் பற்றி மகேஷ்வரனிடம் யாரும் கறுப்பாய் இருப்பதைப் பற்றி உயர்வாகப் பேசியதில்லை. மகேஷ்வரன் பார்த்த

திரைப்படங்களில் கூட கறுப்பான ஆண்கள் வெள்ளையான பெண்களைத்தான் விரும்பினார்கள்.

ஆனால் ஜே சொன்னான்: "இல்லை, உன் கருந்திராட்சை ஒயின் போன்ற நிறத்தைப் பார்த்துச் சொக்கித்தான் உன்னை நான் காதலிக்க ஆரம்பித்தேன்."

"நான் எப்பவும் கீழ இருக்கேன். நீ மேல இருக்கே. அப்பனா நான்தான் நம்ம ரெண்டு பேத்துல பொம்பளையா?" என்று வேறொரு நாள் தனியாய் இருக்கும்போது மகேஷ்வரன் கேட்டான்.

ஜே இதற்கு நேரடியாகப் பதில் சொல்லவில்லை. மகேஷ்வரனது தலைமுடியைக் கொத்தாய்ப் பிடித்து அவன் தலையைத் திருப்பினான். பின்பு அவன் உதடுகளை வெறிவந்தவன்போல முழுக்கக் கவ்வி முத்தம் இட்டான்.

"இல்லை, நீ என் குதிரை. என் கறுப்புக் குதிரை. நான் விரும்புறப்ப எல்லாம் நான் சவாரி செய்யும் குதிரை."

"நாற்பத்தி ஆறு."

அதே இளைஞன் மறுபடியும் மகேஷ்வரனைக் கூப்பிட்டான். அவனை அமரச் சொல்லிக் கையிலிருந்த பரிசோதனைத் தாளைக் காட்டினான் அதில் பதிக்கப்பட்டிருந்த இரண்டு சதுரங்களில் ஒன்றில் மட்டும் சிவப்புக் கோடு தெரிந்தது.

"உங்களுக்கு ஹெச்.ஐ.வி இல்ல."

மருந்தகத்திலிருந்து வெளியே வந்து வாகன நிறுத்துமிடத்துக்குப் போகும் படிக்கட்டுகளில் ஏறும்போது மகேஷ்வரனுடைய கை லேசாய் நடுங்கிக் கொண்டிருந்தது. மூன்று மாடிகள் ஏறியதில் மகேஷ்வரனுக்குச் சற்றே மூச்சிரைத்தது. நிறுத்தப்பட்டிருந்த பல்வேறு வாகனங்களின் மத்தியில் ஜேசனுடைய சாம்பல் நிற ஆல்டிஸ் காரை மகேஷ்வரன் தேடிக் கண்டுபிடித்தான். ஜேசன் ஓட்டுநர் இருக்கைக்குப் பக்கத்து இருக்கையில் அமர்ந்திருந்தான்.

"ரிசல்ட் வந்திருச்சு, ஜே. என்னமோ என்னை மாதிரி ஒழுங்கங்கெட்டவன் கூட இருந்தா ஹெச்.ஐ.வி வரும்னு சொன்னியே ஜே. மறுபடியும் உன் குடும்பத்துக்கிட்டயே போறேன்னு சொன்னியே. பாத்தியா – இப்போ எனக்கு ஹெச்.ஐ.வியே இல்லனு நிரூபணமாயிருச்சு."

"..."

"என்ன ஒண்ணுமே சொல்லமாட்டீங்குற. எம்மேல கோபமா ஜே?"

ஜேசன் இப்போதும் பதில் சொல்லாமல் அமர்ந்திருந்தான். அவன் கண்கள் அகலத் திறந்திருந்தன. வெள்ளெலியின் காதின் உட்புறம்போல் இளஞ்சிவப்பாய் இருக்கும் ஜேயின் நாக்கின் நுனி, மகேஷ்வரனது உடல் எங்கும் அணுஅணுவாய்ச் சுவைத்த அதே நுனி கோணலாய் இருந்த வாயின் வழியாக லேசாக வெளித்தள்ளியிருந்தது. திடீரெனக் கடந்த வாகனத்தின் பேரொளியில் ஜேசனின் மெழுகுபோன்ற வெண்மை நிறம் கொண்ட கழுத்தில் பதிந்த கை விரல் தடங்கள் ஊதா நிறமாய்த் தெரிந்தன. மகேஷ்வரன் ஜேயின் கைத்தொலைபேசியை எடுத்துப் பார்த்தான்.

“காலைலேர்ந்து நெறைய பேரு உன்னை அழைச்சிருக்காங்க ஜே. உன் ஆபீஸ், மனைவி, இன்னும் நெறையப் பேர்.”

மகேஷ்வரன் ஜேசனின் விலையுயர்ந்த அலுவலக சட்டையின் காலரை நீவி விட்டு, லேசாய்க் கலைந்திருந்த கழுத்துச் சுருக்கை அசைத்துச் சரியாக்கினான்.

“நமக்குள்ள எந்த வகையான உறவும் இல்லைங்கிறதைச் சாக்கா வச்சு என்னை விட்டுப் போறேன்னு நீ சொல்லலாமா ஜே? நீ இல்லாம இந்தக் கறுப்பன் என்ன செய்வான் சொல்லு? அதனாலதான் உன்னோட அழகான கழுத்த அறுத்து உன்னை முழுசா என்னுடைவனா ஆக்கீட்டேன்.”

மகேஷ்வரன் கொஞ்ச நேரம் ஜேசனது பரந்த மார்பினில் ஆசைதீரப் புதைந்துகொண்டான். ஜேசனின் கழுத்தைச் சமையலறைக் கத்தியினால் காதிலிருந்து காதுவரை அறுத்த கோட்டில் ரத்தம் எப்போதோ காய்ந்திருந்தது.

மகேஷ்வரன் தன் கைத்தொலைபேசியைக் கால்சட்டைப் பைக்குள்ளிருந்து எடுத்து அம்மாவைக் கூப்பிட்டான்.

அம்மா வரும்வரை ஜேசனை அணைத்தபடியே இருட்டில் அமர்ந்திருந்தான்.

சொகுசுப் பொருள்

“விக்னேஷா வந்திருக்கா.”

தகவலைச் சொல்லிவிட்டுப் பதிலுக்குக் காத்திருக்காமல் பிரண்டன் தன் இருப்பிடத்துக்குப் போனான். திறந்த கதவின் வழி புகுந்த காற்று சிறிது நேரம் பசித்த நாயாய் அறை முழுதும் அலைந்துவிட்டு ரங்கராஜனின் இருக்கையின் பக்கத்தில் இருந்த தூசுத்தரையில் கால் மடக்கி அமர்ந்துகொண்டது. நாயின் பொங்கிய கண்களாய் உஷ்ணம் வீசியவாறு அறையின் உச்சியில் இரண்டு வட்ட விளக்குகள்.

“வெயிட். பொறு. அப்புறம் வரச்சொல்லு.”

பிளாஸ்டிக் மேசை முழுவதும் தாள்கள் தேதிவாரியாக விசிறிக் கிடந்தன. போன வருடமே கனடா பல்கலைக் கழகத்துக்கு அனுப்பி இருக்க வேண்டிய மாணவர்களின் மதிப்பெண் பட்டியல் காகிதக் குவியலின் அடியில் கிடந்தது. ‘விக்னேஷா, விக்னேஷா’ என்று ஜபம் உருவேற்றியபடி ரங்கராஜன் தாள்களை அவசரமாகப் புரட்டினான். ஒன்றும் தெளிவாய் அகப்படவில்லை. சுழல் நாற்காலி இழுத்துக் கொண்டு நகர்கையில் மேசையின் விளிம்பில் தொந்தி இடித்து வக்கிரமாய், சப்த வாரணமாய் ஏப்பம் வெளியேறியது. காலரின் மேல்புறத்திலும், காதுகளின் ஓரத்திலும் அரை

மணி நேரத்துக்கு முன்னால் ஜீரணமான காரக்குழம்பின் புளித்த வாசம் வீசியது.

ரங்கராஜன் தன்னைத்தானே நொந்துகொண்டான். மதிய சாப்பாட்டு வேளையில் ஆனந்த பவனுக்குப் போய் சாப்பிட்டிருக்க வேண்டாம். 'விநாயகர் சதுர்த்தி ஸ்பெஷல் சாப்பாடு' என்று வெண்பலகையில் எழுதியிருந்ததைப் பார்த்து ஏமாந்துவிட்டான். போனதுதான் போனோம் தோசையோடு நிறுத்திக்கொண்டிருக்கலாம். நாள் முழுக்கக் குளிர்சாதன அறையில் அமர்ந்திருந்ததும் பெரிதாய்ச் சொல்லிக் கொள்ளும்படி எந்த வேலையும் இல்லாத அசதியும், டயட் இருக்கிறேன் என்று இந்திய உணவிலிருந்து பல நாள் நாக்கைக் காயப் போட்ட கொலைப் பசியும் துரத்த சின்ன வெள்ளிக் கிண்ணியில் பரிமாறியிருந்த கூட்டிலிருந்து பாயசம், மோதகம் வரை சாப்பிட்டு முடித்திருந்தான்.

வகை தொகை இல்லாமல் ரங்கராஜன் தின்றதைக் கிளாடிஸ் அறிந்தால் கேலி செய்வாள். மலாய் தந்தைக்கும் ஆஸ்திரேலிய அம்மாவுக்கும் பிறந்த பெண். அவன் மனைவி. நாற்பத்தைந்து வயதிலும் மெழுகில் கடைந்தெடுத்த உருவமாய், மெர்க்குரிச் சிதறல்போல் ஜாஜ்வல்யமாய் இருந்தாள். கனமான மார்பகங்கள். அவள் கடந்துபோகப் பிற ஆண்கள், குறிப்பாக இளைஞர்கள் பார்ப்பார்கள். ஓராண்டுக்கு முன்புவரை ரங்கராஜனை உடற்பயிற்சி செய்யச் சொல்லி கிளாடிஸ் நச்சரிப்பாள். இப்பொதெல்லாம் அவன் ஷவரை விட்டு இடுப்பில் துண்டைக் கட்டிக் கொண்டு வெளியில் வரும்போது படுக்கையில் நீட்டி படுத்தபடி சஞ்சிகை படித்தவாறே ரங்கராஜனை ஓரக்கண்ணால் ஏளனமாகப் பார்க்கிறாள்.

ரங்கராஜனும் கிளாடிஸூம் தம்பதியாக வெளியே சென்று பல்லாண்டுகள் ஆகின்றன. பன்னாட்டு எண்ணெய் எரிவாயு நிறுவனத்தின் கிழக்காசிய வட்டார விற்பனை நிர்வாகியாகக் கிளாடிஸ் இருந்ததும், உத்யோகத்திற்காக மாதம் பலமுறை அவள் வெளியூருக்குப் பறந்ததும் உறவின் பலவீனத்துக்கு நல்ல சாக்காக அமைந்தன.

வயிற்றுக்குள் உப்பிசமாக உருண்டுகொண்டிருந்த வாய்வு புரைக்கேறி இடது கரத்தின் மேல் பகுதி லேசாய் வலித்தது. நாற்பத்தேழு வயதில் உடம்பு குண்டாய்த்தான் ஆகியிருந்தது. இருக்கையில் அமர்ந்தபடியே ரங்கராஜன் இடுப்பை இடது புறமும் வலது புறமும் மாறி மாறி அசைத்தான். கொட்டாவி போலும் ஏப்பம் மீண்டும் வெளிப்பட்டு அறையின் உச்சியில்

இருக்கும் வட்ட விளக்குகளின் வெளிச்சப் பிரவாகத்தில் தூசுப்பந்தாய் கலந்து கரைந்தது.

"சார் நான் உள்ள வரலாமா?"

திறந்திருந்த கதவின் வழியாக அறைக்குள் விழுந்த வெளிச்சத் துண்டுகளை வாயால் கௌவும் ஆசையில் அதுவரைக்கும் சமர்த்தாய்ப் படுத்திருந்த காற்று நாய் நாக்கைத் தொங்கப் போட்டுக் கதவருகே அலைந்தது. நெற்றியையும் கண்களையும் மட்டும் அறைக்குள் நுழைத்தபடி விக்னேஷா நின்றிருந்தாள்.

"அதான் வந்துட்டீங்களே. அப்புறம் என்ன? உள்ள வாங்க."

குரலில் த்வனிக்கக் துவங்கியிருந்த கடுமையைக் குறைக்க ரங்கராஜன் முகத்தில் ஒரு புன்னகையை ஒட்டிக் கொண்டான். சகாய விலையில் பல்கலைக் கழகப் பட்டங்களை வழங்க ஆயத்தமாக இருக்கும் பதினெட்டுத் தனியார் பள்ளிகள் இருக்கும் சிலிகி வட்டாரத்தில் தொழில் நடத்திக் கொண்டு தானாய் வந்து மாட்டிய மாணவியையும் இழப்பது அறிவுடைமையல்ல. மேலும் சுண்டு விரல் பருமனை விடவும் மெல்லியதான அட்டை சுவருக்கு அந்தப் பக்கத்தில் இருந்தபடியே பிரண்டன் இந்த உரையாடலைக் கேட்டுக் கொண்டிருப்பான். பிரண்டன் சமீபத்தில்தான் அவன் காதலித்து வந்த சப்பை மூக்குக் கட்டச்சியைக் கல்யாணம் முடித்திருந்தான். கல்யாணமான பிரண்டனுக்கு ஏதாவதொரு தனியார் பள்ளியில் மானேஜர் ஆகிவிடவேண்டும் என்ற ஆசையும் வந்திருந்தது.

விக்னேஷா கதவைச் சத்தமில்லாமல் சாத்திவிட்டு உள் பார்த்துத் திரும்பினாள். இருபத்தோரு வயதுக்கு மேல் இருக்காது. நகத்தின் அடியில் இருக்கும் சதையைப்போல் அசட்டு சிவப்பு நிறம். தூங்கி வழியும் கண்கள். ஒல்லியான உடம்பு. அம்பு முனைபோல் கீழ் நோக்கிப் பாயும் மேலாடை அணிந்திருந்தாள். பிருஷ்ட பாகத்தை மட்டும் மறைக்கப் பயன்பட்ட குட்டைப் பாவாடை. இடது தோளில் இருந்த துணி அடிக்கடி வழுக்கிக் கொண்டு போனது. நீர்த்துப்போன காபி நிறத்தில் இருந்தாள். இவளும் கிளாடிஸ்போல்தானோ என்று ரங்கராஜன் யோசித்தான். முன்னால் இருந்த குழிவான பிளாஸ்டிக் இருக்கையில் அவள் அமர்ந்தபோது அவள்மீது வீசிய சோப்பு வாசனையோடு அவள் அடையாளம் சட்டெனப் புரிந்துபோகத் திடுக்கிட்டான்.

'ஓ நீயா?' என்று சொல்ல ரங்கராஜன் வாயெடுத்தான். பின்பு அடக்கிக் கொண்டான்.

ரெமோன் எனும் தேவதை

அஸ்திவாரங்கள் பலமாக இல்லாத தனியார் கல்வித் தொழிலில் ஈடுபடுவர்கள் அவசரமாகவோ அதிகமாகவோ பேசக் கூடாது என்று திரு ரிச்சர்ட் அவனுக்குப் போதனை செய்திருந்தார்.

"நம்ம பள்ளிக்கூடத்துல படிக்க வரவங்க யாருனு நினைக்குற?"

ரங்கராஜன் பதில் பேசாது அமர்ந்திருந்தான். அது, மாதம் ஐயாயிரம் சம்பளம் வாங்கும் ஆசிரியத் தொழிலை விட்டுவிட்டு, நான் இன்னும் பெரிதாய்ப் பணம் பண்ணப் போகிறேன் என்று அவன் ரிச்சர்ட்டின் கல்வி நிறுவனத்தில் வேலைக்குச் சேர்ந்த புதிது. பிரின்செப் ஸ்திரீட்டில் ஒரு பார். எதிரே இருந்த பார்க்லேன் ஷாப்பிங் செண்டரின் வழியாக சிலிகி ரோட்டு நைட் கிளப்பில் வேலை பார்க்கும் சீனாக்காரிகள் பலூன் முகம் கொண்ட கின்னரர்களாய், அரையிருட்டில் ஆடை விலகக் கடந்து போனார்கள். ரங்கராஜன் அவர்களைக் கண்களால் தொடர்ந்தான்.

"பெரிய பெரிய பல்கலைக் கழகங்கள்ல படிக்கத் தகுதியும் வசதியும் உள்ளவங்க உங்கிட்டயும், எங்கிட்டயும் தூரக்கல்வி படிக்க வரமாட்டாங்க, ரங்கு. நம்மகிட்ட வரவங்க எல்லாம் குறைஞ்ச விலையில எவ்வளவு சீக்கிரம் முடியுமோ அவ்வளவு சீக்கிரமா ஒரு கல்வித் தகுதியை உருவாக்கிக்க நினைக்கிறவங்க. இதுல ஒழுங்காப் படிக்காதவங்க, ஒழுங்காப் படிக்காததினால வேலைக்குப் போய்ப் பதவி உயர்வுக்கு அல்லாடறவங்க, படிப்பை ஒரு சாக்கா வச்சுகிட்டுச் சிங்கப்பூரில தங்கி வேலை பார்க்கிறவங்க எல்லாரும்தான் அடக்கம். உட்கார்ந்து படிக்கப் படிப்புங்கிறது இவங்களுக்குச் சொகுசுப் பொருள் இல்ல. அத்தியாவசியத் தேவை."

ரிச்சர்ட் விரல் நுனிகளில் ஐஸ் கட்டிகளை அள்ளித் தன் முன்னிருந்த விஸ்கிக் கோப்பைக்குள் போட்டார். அவரது வார்த்தைகளைப்போல் ஐஸ் கட்டிகள் ஆனந்தத் தீர்த்தமாய் சுழன்றன.

"இப்படிப்பட்டவங்க எதுக்கெடுத்தாலும் பெருசா கத்தத்தான் செய்வாங்க. அவங்க கத்துவாங்களேனு பயந்துபோய் நாம முந்திக்கிட்டுப் பேசிறக் கூடாது. ஏதாவது ஒரு கட்டத்துல குறுக்கு வழியில படிப்ப வாங்குறோமேங்கிற குற்ற உணர்ச்சி அவங்களுக்குள்ள குறுகுறுக்க ஆரம்பிக்கும். அப்ப அவங்களே வாயை மூடிக்குவாங்க. அதுவரைக்கும் நாம எதுவும் பேசாம இருந்தாலே போதும்."

கடந்த எட்டு வருடங்களுக்கும் ரிச்சர்ட்டின் இந்த அறிவுரைதான் ரங்கராஜனுக்குத் தாரக மந்திரம். தாரக மந்திரம் என்பது பிரச்சினைகளை நேரடியாக எதிர்கொள்ளாமல் அவற்றைத் லகுவாகத் தாண்டிப் போக உதவுவது. இப்போது மேசைக்கு எதிரே ஒரு பிரச்சினை முளைத்திருந்தது.

விக்னேஷா தன்னுடைய முழு முகத்தையும் பார்க்காதவாறு ரங்கராஜன் பக்கவாட்டில் திரும்பி அமர்ந்துகொண்டான். குரலை மாற்றி லேசான உறுமலுடன் பேச ஆரம்பித்தான்.

“சரி, சொல்லுங்க. ஹூம், விக்னேஷா?”

அவள் அவனை வெகு விநோதமாகப் பார்ப்பதுபோல் தோன்றியது. கண்டுபிடித்துவிட்டாளோ என்று ரங்கராஜன் லேசாய்ப் பதறினான். மேசையின் கீழே எதையோ உன்னிப்பாகக் கவனிப்பதுபோல் தன் முகபாவத்தை மாற்றிக் கொண்டான்.

“இல்ல சார். உக்ரைன் பல்கலைக்கழகத்துல சேர்ந்து தூரக் கல்வி மூலியமா என்ஜினியரிங் டிகிரி படிக்கிறதுக்காக மொத்தப் பணமா இருபதாயிரம் வெள்ளி கட்டியிருந்தேன். போன அக்டோபர்லதான் முதலாம் ஆண்டு தேர்வு எழுதுனேன்.”

“சரி, அதுக்கென்ன இப்ப?”

“இப்ப என் இண்டரெஸ்ட் மாறிடுச்சு. வேறொரு பல்கலைக் கழகத்துல சேர்ந்து டூரிஸம் படிக்கலாம்னு இருக்கேன்.”

ரங்கராஜன் அவள் முகத்தைச் சற்றே ஏறெடுத்துப் பார்த்தான். உண்மையிலேயே அவளுக்கு அடையாளம் தெரியவில்லையா என்று பல கோணங்களில் மனதுக்குள் ஆராய்ந்தான்.

அவள் முகம் திரைகள் இன்றித் திகம்பரமாய்க் கிடந்தது. ரங்கராஜன் தலைக்குப் பின்னால் ரிச்சர்ட் வலைத்தளங்களிலிருந்து பதிவிறக்கம் செய்து பிரேம் போட்டு மாட்டி வைத்திருந்த புகழ்பெற்ற ஆங்கிலேய பல்கலைக் கழகங்களின் போஸ்டர்களை அவள் எழுத்துக் கூட்டிப் படித்துக்கொண்டிருந்தாள். அவள் உதடுகள் நீர்ப்பிராணிகளின் உடம்பைப்போல் வாளிப் பானவையாக சதா ஒரு ஈரத்துடன் இருந்தன. அவள் உதடுகளைப் பார்க்கப் பார்க்க ரங்கராஜன் வாய்க்குள் எச்சில் சுரந்தது.

ரங்கராஜன் காற்று நாயைத் தேடினான். அது அறையை விட்டு வேறெங்கோ வாலாட்டி வெளியேறியிருந்தது. தரை முழுக்க அதன் கால்கள் அளைந்த இடங்களில் எல்லாம் தூசுப் படலங்கள் யந்திரங்களாகப் பதிந்திருந்தன.

ரங்கராஜன் குரலைச் செறுமிக் கொண்டான்.

“இதோ பாருங்க, மிஸ் விக்னேஷா. படிப்பைப் பாதியில விட்டுட்டுப் போனா கட்டின பணத்தைத் திருப்பித் தர மாட்டோம்னு காண்டிராக்ட்டில தெளிவாப் போட்டிருக்கு. நீங்க பார்த்திருப்பீங்கனு நினைக்கிறேன்.”

விஷயம் நினைவில் இருப்பதைப்போல் விக்னேஷா தலையாட்டினாள். ஆனால் அவளுக்கு உண்மையில் எதுவும் ஞாபகம் இல்லை என்பது அவள் கண்களின் வெறுமையில் தெளிவாய்த் தெரிந்தது.

“நான் பணத்தைத் திருப்பிக் கேட்டு வரல சார். நான் எழுதின முதலாம் ஆண்டு தேர்வுகளோட மார்க் ஷீட் கிடைச்சா நான் அடுத்ததா படிக்கப் போற கோர்ஸுல சில சலுகைகள் கிடைக்கலாம்னு சொன்னாங்க.”

ஏழு வருடங்கள் உயர்நிலைப் பள்ளி ஆசிரியனாய் மாடாய் உழைத்துவிட்டுப் போதும் என்று ரங்கராஜன் வெளியேறியபோது தீவு முழுக்க ரிச்சர்ட்டின் பள்ளியைப் போல் தூரக் கல்வி வழங்கும் பல தனியார் பள்ளிகள் முளைத்திருந்தன. அவற்றில் நல்ல தரமான கல்வியைக் கொடுப்பவை இல்லாமல் இல்லை. மீதமுள்ள பள்ளிகள் நகரத்தின் மத்தியில் இருந்த அலுவலக அறைகளையே வாடகைக்கு எடுத்துக் கொண்டன. அவற்றில் பல்வேறு அட்டைத் தடுப்புகளை ஏற்படுத்தி வகுப்பறைகளாக மாற்றிப் பல்கலைக் கழகப் பாடங்கள் நடத்தின. பாடங்களை நடத்தித் தரப் பகுதி நேர விரிவுரையாளர்கள் பயன்பட்டார்கள். கனடா, நியூ சீலாந்து, ஆஸ்திரேலியா, அமெரிக்கா, இங்கிலாந்து என்று நாடுகளில் அமைந்திருந்த சின்னச் சின்ன பல்கலைக் கழகங்கள் வழங்கும் பட்டங்கள் தொழிலுக்கு மூலதனமாயின. அவற்றில் பல பல்கலைக்கழகங்கள் ஒரே ஒரு தபால் பெட்டி விலாசத்தை வைத்துத் தனியார்கள் நடத்தி வந்தவை. யார் வேண்டுமானாலும் பல்கலைக் கழகங்களை நிறுவலாம் என்று சில நாடுகளில் இருந்த சட்ட ஓட்டைகள்ளைப் பயன்படுத்தி அவையும் இயங்கி வந்தன.

கிளாடிஸ் இன்னும் அதிகமாகப் பணம் சம்பாதித்து வா, நீ ஆண்மகன் தானா என்று நச்சரித்திருக்காவிட்டால் ரங்கராஜன் ஆசிரியத் தொழிலை விட்டுக் கமிஷன் வேலைக்குத் தனியார் பள்ளி அட்மிஷன்ஸ் மானேஜராக வந்திருக்க மாட்டான்.

ஆனால் இந்த உக்ரைன் பல்கலைக் கழகம் பரவாயில்லை. கம்யூனிஸ்ட்டுகளின் காலத்தில் தலைமறைவில் செயல்பட்ட பல்கலைக் கழகம் மக்களாட்சி மலர்ந்தவுடன் கியவ் நகரத்தின் பழைய அலுவலகக் கட்டடம் ஒன்றில் பத்து வகுப்பறைகளோடு

செயல்பட்டுக்கொண்டிருந்தது. ஆனால் எவ்வளவுதான் உயர்ந்த நெறிகள் இருந்தாலும் பணம் பற்றவில்லை என்றால் கொள்கை களைத் தூக்கிப் பிடிக்க முடியாது என்ற உண்மையை யாரும் மறுக்க இயலாது.

ரங்கராஜன் வேலை பார்த்த பள்ளிக்கூடமும் சிறிய பள்ளிக்கூடம்தான். பள்ளியின் தலைமை அலுவலகம் சிலிகி ரோட்டிலும், வகுப்பறை வசதிகளும் மாணவர் சேர்க்கைப் பிரிவும் தஞ்சோங் பகாரிலும் இருந்தன.

வட்ட விளக்குகள் திடீரென விட்டு விட்டு எரிந்ததில் எதிரே இருந்த அட்டை சுவற்றில் படிந்திருந்த கறைகள் ரங்கராஜனின் கண்களுக்கு ஆருடங்களாகத் தெரிந்தன. ஆனால் அவற்றைப் படிக்க முற்படுகையில் அர்த்தம்தான் வழுக்கிக் கொண்டு போனது.

"தேர்வு முடிஞ்ச ஒரு மாசத்துல அவங்களே உங்க ஈமெயில் ஐ டிக்குத் தேர்வு முடிவுகள அனுப்பியிருப்பாங்களே மிஸ் விக்னேஷா?"

"இல்ல சார். அனுப்பல. நான் பலமுறை அவங்களுக்கு மின்னஞ்சல் அனுப்பியும் அவங்க கிட்ட இருந்து போன வாரம் வரைக்கும் பதிலே வரல. போன வாரம் அனுப்பின ஈமெயில்ல கூட நீங்க படிச்ச பள்ளிக்கூடத்திலேர்ந்து அத்தாட்சி கொண்டு வாங்க அதுக்கப்புறம் மார்க் ஷீட்டை இருந்தாப் பார்த்து அனுப்பி வைக்கிறோம்னு அலட்சியமாச் சொல்லிட்டாங்க."

ரங்கராஜன் முதல் முறையாக விக்னேஷாவை முழுமையாகப் பார்த்தான். தராசுத் தட்டு இடம் மாறி இருந்தது. அவன் மூக்கு நீண்டு அவளது உடம்பிலிருந்து எழும் சோப்பின் வாசனையை வெட்கமின்றி ஆராய்ந்தது. கற்பனையில் வாயோரம் கோரைப் பற்கள் நீள அவன் எச்சில் ஒழுகப் பல்காட்டி சிரித்தான். ஆனால் ரங்கராஜன் உடம்பில் ஏற்பட்ட சீழ்களை நக்கியபடி சூரிய வெளிச்சத்துக்கு வெண்மையான வயிற்றைக் காட்டிக் கொண்டு கால் பரப்பித் தெருவோரம் கிடக்கும் கிழட்டு நாய் அல்ல. தான் அசுர பலத்தோடு மாமிசம் பிய்த்துண்ணும் வேட்டை நாய் என்று ரங்கராஜன் நினைத்துக் கொண்டான்.

"இப்ப நான் என்ன செய்யணும்னு எதிர்ப்பார்க்குறீங்க?"

"நீங்க எனக்கு ஒரு அத்தாட்சிக் கடிதம் கொடுத்தா உதவியா இருக்கும். தஞ்சோங் பகார் கேம்பஸ்ல போய்க் கேட்டபோது ஹெட் ஆபீஸ்ல கேட்டாதான் கிடைக்கும்னு சொன்னாங்க."

“நீங்க எங்க பள்ளியில சேர்ந்த போது நாங்க கொடுத்த ஸ்டூடெண்ட் அட்டையைக் கொண்டு வந்திருக்கீங்களா?”

அவள் மடியில் புதைத்து வைத்திருந்த கைப்பையில் தேடுவதுபோல் பாவனை செய்தாள்.

“ச்சு. வீடு மாறும்போது தொலைஞ்சு போச்சுனு நினைக்கிறேன்.”

“அப்படினா அத்தாட்சிக் கடிதம் கொடுக்கிறது கஷ்டம் ஆச்சே.”

“உங்க கிட்டதான் ஸ்டூடெண்ட்ஸ் ரெக்கார்ட்ஸ் அது இதுனு எதாவது இருக்குமே.”

“...”

“பிளீஸ். நான் ரொம்பக் கஷ்டப்பட்டு வேலை செஞ்சு படிப்புக்காகச் செலவு பண்றேன்.”

ரங்கராஜனின் வாயோரம் மீண்டும் எச்சில் ஊறியது. அவன் மறுபடியும் பல்லீறுகள் தெரியச் சிரித்தான்.

அவர்கள் இருவரும் முகமது சூல்தான் சாலையிலிருந்த இரவு விடுதியில் இருந்து வெளியில் வந்தபோது இருட்டு ஊதா நிற திரைச்சீலைகளாய் வீதியெங்கும் பரவி இருந்தது. இருவரும் மிக அதிகமாகக் குடித்திருந்தார்கள். அவள் அவன்மீது வெகு சகஜமாகச் சாய்ந்துகொண்டிருந்தாள். அவன் வெங்காயத் தோல்போல மெல்லியதாக இருந்த அவள் ஆடையின் வழியே அவளது இடுப்பின் முன்புற எலும்பை வருடிக் கொடுத்தபடியே நடந்தான்.

சாலையெங்கும் திவலைகளாய்த் தெருவிளக்குகளின் வெளிச்சங்கள். அவ்வப்போது சுடர்ப்பாவாடைகளாய்க் கடந்துபோகும் வாகனங்களின் விளக்குகள்.

ரங்கராஜன் ராபர்ட்ஸன் வால்க்கைத் தாண்டி சிங்கப்பூர் ஆற்றின் அருகே தன் வண்டியை நிறுத்தியிருந்தான். விக்னேஷாவை வண்டிக்கு அழைத்துக்கொண்டு போனான். காரின் கதவைத் திறந்து அவளைப் பின் ஸீட்டில் சாய்த்தான். சாயங்காலத்திலிருந்து அங்கே விட்டு விட்டுப் போன கார். அவள் அடிவயிற்றின் குழிவில் நீந்திய நிழல்களைப் போலவே காருக்குள் இருந்த இருட்டும் சூடாக இருந்தது.

அவனைப் பிரிந்து அவள் எழுந்த போது கட்டடங்களின் வெளிச்சத்தில் அவள் தாடையும் கழுத்தும் மட்டும் மஞ்சளாகத் தெரிந்தன.

“எப்ப வேணும்னாலும் கூப்பிடு நாதன். நான் ஒரு தனியார் பள்ளிக்கூடத்துலதான் டிகிரி பண்ணிகிட்டு இருக்கேன். நான் எப்பவும் ஃப்ரீதான்.”

அவன் மானேஜராக இருந்த பள்ளியின் பெயரைச் சொன்னாள். பின்னர் பட்டன்களை மாட்டியபடி அவன் காரிலிருந்து ஊதா நிற இரவுக்குள் காணாமல் போனாள். கிளப்பில் சந்தித்த பெயர் தெரியாத ஒருத்தி. ரங்கராஜன் அவளை அதன் பிறகு தொலைபேசியில் கூப்பிடவே இல்லை. இன்று கூப்பிடாமலேயே அவள் வந்திருக்கிறாள்.

அவளது தூங்கி வழியும் கண்கள் ரங்கராஜனை எதிர்ப்பார்ப்போடு பார்த்துக்கொண்டிருந்தன.

மிகவும் எளிதுதான். அவன் ஒரு கடிதம் எழுதினால் போதும், உக்ரைன் பல்கலைக் கழகத்தில் அவளுக்குத் தேவையான மார்க் ஷீட்டைத் தந்து விடுவார்கள். ரங்கராஜன் சிரிப்பு மாறாமல் பதில் சொன்னான்.

“சாரி மிஸ் விக்னேஷா. நீங்க இங்கதான் படிச்சீங்கனு சொல்ல எனக்கு எந்த அத்தாட்சியும் இல்லையே. நீங்க அடையாள அட்டைய கொடுத்தாலும்கூட அது நீங்க யாருனு சொல்லுமே தவிர நீங்க ஒழுங்கா கிளாஸுக்கு வந்தீங்களா, அசைண்ட்மெண்ட் எல்லாம் ஒழுங்கா செஞ்சீங்களானு எதையும் சொல்லாது.”

“எனக்குச் சொல்லிக் கொடுத்த ஆசிரியர்களைக் கேட்கலாமே.”

“மன்னிக்கணும், மிஸ் விக்னேஷா. படிப்பு மாதிரி முக்கியமான விஷயங்கள்ல நேர்மையான அணுகுமுறை முக்கியம். அதுலேயும் நீங்க நம்ம பள்ளிகூடத்தைச் சொல்லிக்காம விட்டுப் போய் ரொம்ப நாளாச்சு. இப்ப உங்க ரெக்கார்ட்ஸை எடுக்கணும்னா உங்க பிரத்யேக ரிஜிஸ்ட்டிரேஷன் நம்பரும் பாஸ்வேர்டும் தேவை.”

“அப்படினா எனக்கு அத்தாட்சிக் கடிதம் கொடுக்க முடியாதா?”

“நீங்கதான் யாருனே எனக்குத் தெரியலையே.”

“நான் இந்த விஷயத்தைக் கல்வி அமைச்சுக்கு எடுத்துகிட்டுப் போவேன்.”

அவள் வார்த்தைகளில் அனல் இருந்தது.

"தாராளமா."

அவன் பல்தெரிய சிரித்துக்கொண்டே பதில் சொன்னான். அவள் போகமாட்டாள் என்று அவனுக்குத் தெரியும். எல்லோருக்கும் ஏதோ ஒரு கட்டத்தில் குறுக்கு வழியில் போகிறோமே என்ற குற்ற உணர்ச்சி குறுகுறுக்கும். அப்போது அவர்கள் வாய் தானாய் அடைத்துக் கொள்ளும்.

விக்னேஷா சட்டென்று எழுந்து அவன் ஆபீஸை விட்டுக் கிளம்பினாள். அவள் நடையில் சிறிது தள்ளாட்டம் இருந்தது. அது அவள் குதிகால் செருப்பால் ஏற்பட்டதாகக் கூட இருக்கலாம்.

கதவு திறக்க காற்று நாய் விக்னேஷாவின் முழங்கால்களின் பின்னிருந்த கண்ணாடிக்குழிகளை நாக்கு நீட்டி நக்கியபடியே விரட்டிக் கொண்டு ஓடியது.

வெற்றிலை

ஜன்னலின் ஓரமாகப் போடப்பட்டிருக்கும் ஒற்றைப் படுக்கையில் லேசான குறட்டைச் சத்தத்தோடு ஆழமாய் உறங்கிக் கொண்டிருப்பவனின் மூக்கை வலிக்கத் திருகிவிட்டு அவன் திடுக்கிட்டு எழுந்து பார்க்கும்போது அவன் கண்களில் படும்படி ஆடை சரசரக்க வேகமாய் ஓடி ஒளிவதுபோல் பாவனை செய்ய வேண்டும்.

அவனுக்கு மிக அகலமான மார்புப்படம். அவள் முழு உடலையும் அளப்பவைபோல் மிக மிக நீளமான கைகள். இடுப்பிலிருந்து இறங்கும் உயரமான அலங்காரத் தூண்களாக வெண்ணெய் வாசம் வீசும் திண்ணென்ற தொடைகள். தூக்கத்திலிருந்து அதிர்ச்சியடைந்து எழுபவன் அந்த சின்ன அறையை ஒரே எட்டில் தாண்டி அவளுடைய வயிறு குழைய அதைச் சுற்றிக் கையைப் போட்டு வளைத்துக் கொள்வான். நனைந்திருக்கும் அவளது கூந்தலுக்குள் முகத்தைப் புதைத்துக் கொண்டு சோப்பு நுரை வாசமும் காலை வெயிலும் கலந்திருக்கும் அவளது வாசனையை ஆழ முகர்வான். இந்தச் செயல் அவனைக் கிளர்ச்சியடையச் செய்யும். மீண்டும் அங்கிங்கெனாதபடி எங்கும் விறைப்பாவான். அவனிடத்திலிருந்து மீண்டும் ஆண்தனமான ஒரு வாசம் கிளம்ப ஆரம்பிக்கும். அவர்கள் மீண்டும் அந்த ஒற்றைப் படுக்கையின் மீது உறவு கொள்வார்கள்.

ஜன்னல் திரைச்சீலையின் விளிம்புகளிலிருந்து கசியும் வெளிச்சத்தில் முறுக்கி வைத்த வீணைபோல் விறைப்பான உறைகள் போட்டு ஜாஜ்வல்யமாய்க்

கிடக்கும் படுக்கை. படுக்கையைப் பாஸ்கரன் பலமுறை விமர்சனம் செய்திருக்கிறான்.

“இந்த உறையில இருக்குற கார்டூன் மிருகங்களையும் சுற்றி அடுக்கி வச்சிருக்குற விளையாட்டுச் சாமான்களையும் பார்க்கும்போது எனக்கு என்னமோ பண்ணுது சுஜா. மூடே வர மாட்டேங்குது.”

அவன் வயிற்றின்மீது அமர்ந்திருந்தவள் முகத்தில் அலைந்து கொண்டிருந்த தலைமயிரை விலக்கிவிட்டு அறையைச் சுற்றியிருந்த பொருள்களை முதன்முறையாகப் பார்ப்பவள்போல் விசாலமான விழிகள் அகல ஆச்சரியத்தோடு பார்த்தாள். பளீரென்ற வண்ணத்தில் பல வகையான சின்னச் சின்ன இயந்திர வாகனங்கள். தரையின் ஓர் ஒரத்தில் பாதிக் கட்டிட வடிவத்தில் பொருத்தப்பட்டு மீதி சிதறிக்கிடந்த லேகோ கட்டைகள். விளையாட்டுப் பொருள்களை வைத்து இழுத்துச் செல்லப் பிடியோடு டிராலி. நிறையப் படங்களோடு சிறுவர் புத்தகங்கள். அவர்களது புணர்ச்சியை நித்தியமான மர்மப் புன்னகையோடு பார்த்துக் கொண்டிருந்த பழுப்பு நிறக் கரடி பொம்மை.

சுஜா தன்னைப் பாஸ்கரன்மீது சரியாகப் பொருத்திக் கொண்டாள். அவள் கைகள் அவன் மார்புமீது அலைந்தன. மூச்சில் வேகமும் உஷ்ணமும் கூடியிருந்தது. ஜன்னலுக்கு வெளியே அவ்வப்போது உறுமிச் செல்லும் வாகன ஓசை.

“சுதிக்‌ஷா ரூமுதான் சரியா இருக்கும் பாஸ்கர். அவ பாலர் பள்ளிக்குப் போயிருக்கா. இந்த அறை வீட்டுக்குப் பின்னாடி ஒதுக்குப்புறமா இருக்கு. எதுத்தாப்புல பக்கத்து வீட்டு ஜன்னல் எதுவும் இல்ல.”

“காலங்காத்தால யாரு நம்ம ரெண்டு பேரையும் பார்க்கப் போறாங்க?”

எதிர்வீட்டு ஜன்னல்களைத் பழைய துணிகளால் ஸ்ப்ரே அடித்து விசுக்விசுக் என்று துடைத்துக் கொண்டிருக்கும் பணிப்பெண்கள், நீண்ட மூங்கில் கம்புகளிலிருந்து காயப்போட்ட துணிகளை ஜன்னல்களின் வெளிப்புறத்திலிருந்து கம்புகளோடு கைவலிக்க உருவி உள் இழுத்துக் கொண்டிருந்த அவளைப்போன்ற இல்லத்தரசிகள், கைகளில் மொத்தமான ஊதுவத்திகளைப் பிடித்துக்கொண்டு வாயில் எதையோ முணுமுணுத்தபடி தெற்குத் திசையைப் பார்த்துக் கைகளை ஆட்டி எந்நேரமும் கும்பிட்டுக் கொண்டிருக்கும் மேல்மாடிச் சீனக் கிழவி, அன்று பள்ளிக்கூடம் போகாத மாணவ மாணவிகள்.

குளிர்சாதனச் சுழற்சியில் திரைச்சீலையின் ஓரங்கள் அவ்வப்போது விலக ஜன்னலின் பின்னால் விசித்திரமான வீரியமுள்ள இணைப் பிரபஞ்சம் ஒன்று இயங்கிக் கொண்டிருந்தது. குட்டிக் குட்டி அடுக்குமாடிச் சதுரங்களாகக் கொட்டக் கொட்ட விழித்துப் பார்க்கும் ஆர்வமுள்ள கண்களாக.

சுஜாவின் மார்பைக் கையால் பற்ற நினைத்தவன் தடுமாறிப் படுக்கையிலிருந்து விழப் போனான்.

"ப்ச்சு. இதுக்காகத்தான் சொன்னேன். ரெண்டு பேருக்கு இந்த படுக்கை பத்தாதுனு. பேசாம பெரிய படுக்கைக்குப் போயிருக்கலாம்."

பெரிய படுக்கை என்றால் அவளும் சிவாவும் படுப்பது. சுஜா பாஸ்கரன் சொன்னதற்குப் பதிலும் சொல்லவில்லை. அவன் சொன்னதை மறுக்கவும் இல்லை. அவனுடைய கனமான தோள்களைக் கெட்டியாகப் பிடித்தபடி தாளகதி மாறாமல் இயங்கினாள்.

ஒன்று – இரண்டு – ஒன்றுஇரண்டு - ஒன்று – இரண்டு.

பல நேரங்களில் மனிதர்கள் புணர்ச்சி இப்படித்தான் இருக்கிறது – கனமாக, அதீத உஷ்ணத்துடன், எங்கும் ஊடுருவிப் பரவுவதாக, மூடிய கண்களின் பின்னால் பளபளக்கும் ஒளிப்பந்துகள் சுழல்வதாக.

இன்றைய காலை நேரத்தைப்போல்.

கனமான பாத்திரம் நிறையத் தண்ணீரை இரு கைகளிலும் ஏந்தி நடப்பவள்போல நெஞ்சு படபடக்க அடிமேல் அடிவைத்து அவன் இருக்கும் இடத்திற்கு நடந்தாள்.

ஆனால் பாஸ்கரன் மூக்கைத் திருகியவுடன் திடுக்கிட்டு எழவில்லை. ஓரக்கண்ணால் அவளை ஒருமுறை பார்த்துவிட்டுப் பெரிய கொட்டாவியுடன் போர்வையைத் தோளைச் சுற்றிப் போர்த்தியவாறு திரும்பிப் படுத்தான்.

முதுகுத்தண்டு கை, கால் விரல்கள், பிடறி, கன்னக் கதுப்புக்கள் – சிறு சிறு எறும்புகள் ஊர்வதைப்போல் ஏமாற்றம். மெல்ல வற்றும் கிணறாய் சுஜா படுக்கையின் ஓரமாகப் பாஸ்கரனின் அருகில் அமர்ந்தாள். அவனையே சிறிது நேரம் பார்த்துக் கொண்டிருந்துவிட்டு அவன் தோளை மெல்ல உலுக்கினாள். உலுக்கும் போது கை லேசாய் நடுங்கியது.

"என்ன ரொம்பக் களைப்பா இருக்கீங்களா? ராத்திரி ரொம்ப வேலையா?"

“”ஆமா வழக்கத்தைவிட அதிகமா நாலஞ்சு ஆக்ஸிடெண்ட் கேசு, ரெண்டு தற்கொலை முயற்சி, மூணு டி.ஓ.ஏ – செத்துப்போன நிலையில வந்து சேர்ந்தது.”

“அவசர சிகிச்சைப் பிரிவிலே மத்த டாக்டருங்களும் இருப்பாங்க இல்லையா?”

பாஸ்கரன் நெற்றி மயிரைப் பரபரவென்று தேய்த்துக் கொண்டான். கண்களைச் சுருக்கியபடி சுஜாவின் வார்த்தை களிலிருந்த ஏளனத்தை எடைபோட்டான். சிறிது நேரம் அவன் முகத்தில் சிவந்த நிழலாக ஆத்திரம் தெரிந்தது. பின்னர் அவன் கண்கள் அவள் கழுத்தைத் தாண்டிக் கீழிறங்கத் தொடங்கின. விரல்களை வெறுமையாய்க் கிடந்த அவள் மார்பின்மீது இலக்கில்லாமல் அளையவிட்டபடியே பாஸ்கரன் பேசினான்.

“ஆமா பத்துப் பன்னெண்டு பேருங்க இருப்பாங்க. காத்துக்கிட்டு இரு. ராத்திரி ஷிப்டுல மூணு பேரு தேறுனாலே பெருசு. அதுலயும் நேத்து ஒருத்தி உடம்பு சரியில்லைனு பாதிலேயே போயிட்டா. அடிபட்டவனுக்கும் பொணத்துக்கும் குனிஞ்சு நின்னு தையல் போட்டே கீழ் முதுகும் விரலும் பேயா வலிக்குது.”

சுஜா பாஸ்கரனின் உடலைச் சுற்றியிருந்த போர்வையை விலக்கி அவனுடைய பிருஷ்டத்துக்கு மேல்புறமாய் தன் உள்ளங்கையை வைத்து அமுக்கினாள். பின்பு கையைக் கொஞ்சம் இறக்கி அவன் பிருஷ்டத்தின் திரண்ட பகுதியின்மீது வைத்துக் கொண்டாள்.

விரல் நுனிகளால் அவன் பிருஷ்டச் சதையின் மீது சின்னச் சின்னதாய் பிணைந்தும் பிணையாமலும் வட்டங்கள் – காலம்சிலிர்க்க வைத்தபடி பரவும் நீர்த்திவலைகளாய், சூடேறும் உடம்பின் மீது விரிந்து விரிந்து மடியும் வெள்ளி நிறக் கம்பி முனையுடைய குடைகளாய்.

“எங்க, கல்யாணமாகாத இளம் டாக்டர். யாராவது சின்ன வயசுக்காரியா டாக்டர் நர்ஸுனு கண்ணு தேட ஆரம்பிச்சிருச்சோனு நினைச்சேன். என்ன இருந்தாலும் நான் நாப்பத்து மூணு வயசு கெழவிதான. ஒரு கொழந்தை வேற பெத்தவ.”

அவள் ஆசை. அவன் மெத்தனம். அவள் ஏமாற்றம். அவன் சலிப்பு. இருவருக்கும் இடையே வார்த்தையின்மையும் அசௌகர்யமும் மழையில் நனைந்த நாய்களாகக் கால்பரப்பி

அமர்ந்து கொண்டன, லேசான துர்நாற்றத்தோடு, ஹே ஹே ஹே என்று மண்டைக்குள் சுத்தியலடியாய் இடைவிடாமல் கேட்கும் வாய்க்கு வெளியே நாக்கைத் தொங்கவிட்ட மூச்சிரைப்பாய்.

பாஸ்கரனின் முகம் கோபத்தில் கறுத்தது. ஆனால் சமாளித்துக் கொண்டான்.

"உன்னைப் பிடிக்காமலா குழந்தைக்கு நெத்தியில அடிபட்டிருக்குனு ஆஸ்பத்திரிக்குக் கொண்டு வந்தவள மருத்துவ அறிவுரை கொடுக்குற சாக்குல சுத்தி சுத்தி வந்தேன்?"

மூன்றரை வயது சுதிக்ஷா வீட்டின் வாசலில் போடப் பட்டிருந்த கேட்டின்மீது ஏறி விளையாடிக் கொண்டிருந்த போது பிடி தவறி டமார் என்று கதவோரமாகக் குடைகளை வைக்கப் போடப்பட்டிருந்த கனமான பீங்கான் ஜாடியில் நெற்றி மோதத் தரையில் ஒரு நாள் விழுந்தாள். விழுந்த வேகத்தில் ஜாடி பல துண்டுகளாய் உடைந்து சிதறியது. சுதிக்ஷா நெற்றியில் ஆழமான வெட்டு. சுஜா பதறிப்போய் சிவாவை அலுவலகத்தில் அழைத்தாள். வழக்கம்போல் சிவா சுஜாவிடம் வேலை இருக்கிறது நீயே பார்த்துக்கோ என்று சொன்னான்.

உயிருக்காபத்தில்லாத வெட்டு. ஆம்புலன்ஸ் வரமாட்டார்கள். திங்கட்கிழமை காலை வேலைக்குப் போகிறவர்களால் வாகன நெரிசல் உச்சத்தில் இருக்கும் நேரத்தில் குழந்தையைத் தோளில் போட்டபடி வீட்டில் உடுத்திக் கொள்ளும் பழைய சேலை காற்றில் கலைய டாக்ஸி தேடி சாலையோரமாய் இங்கும் அங்கும் ஓடியபடி. டாக்ஸிகாரனிடம்: குழந்தையோட கண்ணு சொருகீட்டு வருது அங்கிள், கொஞ்சம் சீக்கிரமா போங்க.

டாக்ஸிகாரன்: ரத்தம் ஸீட்டுல படமா பார்த்துக்கம்மா. மத்தவங்க ஏறுற வண்டி. கொழந்தையைக் கீழ உடாத. தோள் மேலயே வச்சுக்கோ.

மருத்துவமனை வந்ததும் குழந்தைக்குச் சிகிச்சை தந்து இதமாய்ப் பேசியவன் கேட்டபோது சுஜா தன் தொலைபேசி எண்ணைத் தந்ததில் தவறில்லை.

இருவரும் ஆரம்பத்தில் தொலைபேசியில் பேசிக் கொண்ட பேச்சுக்கள் ஞாபகத்துக்கு வரப் படுக்கையில் அமர்ந்தபடியே சற்று உரக்கவே சிரித்துக் கொண்டார்கள், வெவ்வேறு சுதிகளில், வெவ்வேறு காரணங்களுக்காக.

காமம் என்பது விக்கல். வாய் நிறையக் குளிர்ந்த நீரைப் புகட்டி நெஞ்சில் தடவிவிட விக்கல் கொஞ்ச நேரத்துக்கு அடங்கும். ஆனால் மீண்டும் எச்சரிக்கையின்றி வந்து தொலைக்கும். விக்கல்

நின்ற நேரத்துக்கு மட்டும் சகஜ நிலையும் தான் யார் என்ற எண்ணமும் தலையெடுக்கும்.

"மணி பன்னெண்டாகப் போகுது. சுதிக்ஷாவைப் பள்ளிக்கூடத்துலேர்ந்து நான் கூட்டிக்கிட்டு வரணும். என் தாலியை எடுங்க."

"ஏன் தாலியைக் காட்டுனாத்தான் பிள்ளையைக் கூட்டிக் கிட்டுப் போக விடுவோம்னு புதுசா சட்டம் போட்டிருக்காங்களா? இவ்வளவு நாளு சிங்கப்பூருல இருந்தாலும் உங்க ஊரு பட்டிக்காட்டுப் புத்தி உன்னை விடாது போலிருக்கு."

கலகலவென்று சிரித்தபடியே தன் அருகிலிருந்த மெத்தைப் பகுதியைப் பாஸ்கரன் தடவினான். போர்வைக்கடியில் இருந்து கையை இழுத்த போது வெறுமையாய்ச் சிவந்த உள்ளங்கை மட்டுமே வந்தது.

"சீ, எங்க போச்சு சனியன்."

பாஸ்கரன் முழங்கைகளிலும் முழங்கால்களிலும் உடம்பைக் குப்புறத் திருப்பியபடி சுஜாவின் தாலியைத் தேடினான். அவன் தேடத் தேட கலவரமடைந்த சுஜா போர்வையின் ஓரங்களை தூக்கிப் படுக்கையைக் கையால் தட்டித் தேடினாள். பின்னர் இருவரும் போர்வையை இழுத்துத் தரைக்குத் தள்ளிவிட்டுப் படுக்கை எங்கும் தாலியைத் தேடினார்கள். தழைந்திருக்கும் தன் மார்புகளை முன்கையால் தாங்கியபடி சுஜா தரையில் தவழ்ந்து தன் தாலி படுக்கைக்கு அடியில் கிடக்கிறதா என்று பார்த்தாள். அதற்குப் பின் இருவரும் கீழே கிடந்த போர்வை முதற்கொண்டு படுக்கையைச் சுற்றிக் கிடந்த அவர்களது ஆடைகள் அனைத்தையும் ஒவ்வொன்றாய் உதறிப் பார்த்தார்கள்.

எல்லாம் முடிந்தபிறகு சுஜா படுக்கையின் ஓரத்தில் தலையில் கைவைத்தபடி அமர்ந்து கொண்டாள்.

"இதுக்காகத்தான் தாலியைக் கழட்டித் தரமாட்டேன்னு மறுபடி மறுபடி சொன்னேன். அடுத்தவன் பொண்டாட்டியோட தாலியைக் கையில் சுத்திக்கிட்டு அவகூட படுத்துக்குறதுல ஆம்பிளைங்களுக்கு அப்படி என்ன ஆசையோ. கேட்டா அடுத்தவன் பொண்டாட்டி கையாலயே அவன் கட்டுன தாலியைக் கழட்ட வைக்குறதுலதான் விறுவிறுப்பே இருக்குனு விளக்கம் வேற."

பாஸ்கரன் எதுவும் சொல்லாமல் சுவரோரமாய்ப் போடப்பட்டிருந்த அலமாரி மீது சாய்ந்தபடியே அவளைப் பார்த்தபடி நின்றிருந்தான். அதற்குப் பின்னும் ஒரு முறை

இருவரும் தாலிக்காக அறை முழுவதும் தேடினார்கள். தேடுவதில் பாஸ்கரனுக்கு ஆர்வம் குன்றி வருவதைக் கவனித்த சுஜா அவனைக் கிளம்பச் சொன்னாள்.

“சரி, உங்களுக்கும் நேரமாகுது. நானும் போய் சுதிக்ஷாவைக் கூட்டிகிட்டு வரணும். நீங்க கிளம்புங்க.”

கீழே கசங்கிக் கிடந்த கால்சட்டைக்குள் ஒரு கால் மாற்றி மறுகால் நுழைந்து நொண்டி நொண்டி கால்சட்டையை அணிந்து கொண்டு.

“சரி. கெளம்புறேன். ரொம்பப் பதட்டப்படாதே. தாலிதான காணாப் போச்சு. அதுக்குப் போயி.”

“ம்.”

“அப்புறமா கூப்பிடு.”

“சரி.”

முதல் வாரம் சுஜா வீட்டில் நைட்டி அணிவதைத் தவிர்த்துவிட்டுக் காலர் வைத்த டீ சட்டையும் ஜாகிங் சிலுவாரும் அணிய ஆரம்பித்தாள். ஆனால் காலர் வைத்த டீ சட்டை தூங்கும்போது கழுத்துக்குப் பின்னால் குறுகுறுத்தது. கழுத்தைச் சொறிந்து கொண்டே எழுந்தவள் தன் விலா எலும்பின் மீது சிவா எதேச்சையாய்ப் போட்டிருந்த கையை அவசரமாக விலக்கினாள். கை எடுத்துப் போடப்படும்போது பாதி உறக்கத்தில் விழித்தெழுந்த சிவா முதலில் திடுக்கிட்டுப் பின்னர் அவள் தன் கையை அகற்றுவதைச் சாதாரணமாக எடுத்துக் கொண்டான். இருவருக்கும் அத்தகைய இடைவெளியும் பரஸ்பர அருவருப்பும் பழகியிருந்தன.

சிவா வீட்டில் இல்லாத நேரங்களில் சுஜா சுதிக்ஷாவின் அறையிலும் பெளியேயும் நடக்கும் போதே கால்களால் தடவித் தாலியைத் தேடினாள்.

ஒரு வாரம் தாக்குப் பிடித்தவளுக்கு அடுத்த வாரத்தில் மீண்டும் நைட்டிகளுக்கும் காலர் இல்லாத டீ சட்டைகளுக்கும் மாறியே ஆக வேண்டும் என்று தோன்றியது. சிவா அலுவலகத்துக்குச் சென்றிருந்த நேரத்தில் அலமாரியில் அறைக்குள் பூட்டி வைத்திருந்த இரண்டு மூன்று கனமான தங்கச் சங்கிலிகளை எடுத்து அணிந்து கொண்டாள். கழுத்தில் மட்டும் ஏன் இத்தனை நகை என்று சிவா கேட்காமல் இருக்க என்றும் கைகளில் மோதிரங்களை அணியாதவள் ஒன்றுக்கு மூன்று மோதிரங்கள் கையில் அணிந்து கொண்டாள். சிவாவுக்கு

இரவில் உணவு பரிமாறும்போது மட்டும் தூரமாக நின்றபடி பரிமாறினாள்.

ஆனாலும் சிவா இதை எதையும் கவனித்ததாகத் தெரியவில்லை. உத்தியோக நிமித்தமாக அவன் படித்தாக வேண்டிய தாள்களையும் கோப்புக்களையும் படித்தபடியே குனிந்த தலை நிமிராமல் அவள் பரிமாறிய உணவை உண்டுவிட்டுப் போனான். அநேகமாக இரவு நேர உணவை மட்டும்தான் சிவா வீட்டில் வெகு நேரம் கழித்துத் தாமதமாய் வந்து உண்பான். மற்றபடி அதிகாலை ஐந்தரை மணிக்கெல்லாம் கட்டிடம் கட்டும் இடத்துக்குப் போய்விடுவான். சனி, ஞாயிறு கூட வேலை இருந்தது. மிகப் பெரிய கட்டுமானப் பணி. அரசாங்கம் நகரம் முழுவதும் விரிவாக்கம் செய்து கொண்டிருந்த சுரங்கப் பெரு விரைவு ரயில் திட்டம்.

சுதிக்ஷா மட்டும் சுஜா அவளைக் குளிப்பாட்டும்போதெல்லாம் வாவ் மம்மிக்கு எவ்ளோ நகை, ராணி மாதிரி இருக்கே என்று சுஜாவின் கழுத்தில் கிடந்த சங்கிலிகளை ஒவ்வொன்றாய்த் தொட்டுப் பார்ப்பாள்.

சுதிக்ஷா சுஜாவிடம்: நீ ராணினா நான் இளவரசிதானே'ம்மா?

ஒரு நாள் சிவா அலுவலக விருந்து என்று குறுஞ்செய்தி அனுப்பினான். இன்றிரவு சாப்பாடு வேண்டாம் என்று சொல்லி. நள்ளிரவுக்குப் பின் அவன் வீட்டிற்கு வந்த போது அவன் கண்கள் சிவந்திருந்தன. சுஜா பெரிய அறையில் நைட்டி அணிந்தபடி படுக்கையில் சாய்ந்து மாத இதழ் ஒன்றைப் படித்துக் கொண்டே கைத்தொலைபேசியில் திரைப்படம் ஒன்றைப் பார்த்துக் கொண்டிருந்தாள்.

சிவா சுஜாவையே கண்கொட்டாமல் பார்த்தபடியே கைக்கடிகாரத்தைக் கழற்றி மேசைமீது வைத்தான். பிறகு இடுப்பாழத் தண்ணீரில் கைகளையும் கால்களையும் அகட்டி வைத்து நடப்பவன்போல மெல்லத் தள்ளாடியபடி அவளிடம் வந்தான். சிவா முன்னால் குனிந்து சுஜாவின் முகத்தில் முத்தம் தர முயல அவன் கைகள் அவள் மார்பு மேடெங்கும் முரட்டுத் தனமாக அலைந்தன. சுஜா சிறிய கூக்குரலோடு தன் மார்புக்கு முன்னால் இருந்த ஆடையைக் கெட்டியாகக் கையில் இறுகப் பிடித்துக் கொண்டாள். அவள் கண்களில் பீதி தெரிந்தது. அதை வெறுப்பு என்று புரிந்து கொண்ட சிவா இன்னும் வெறி பிடித்தவனாய் அவள் நைட்டியைக் களைய முயன்றான். அப்படிச் செய்யும்போது சுஜாவின் கழுத்திலிருந்த கனமான சங்கிலிகள் அவன் கைகளைக் கீற – எதுக்கு இவ்வளவு

சித்துராஜ் பொன்ராஜ்

சங்கிலிகளை அணிந்து கொண்டிருக்கிறாய் விபச்சாரி மாதிரி – என்று கூவியபடி அவற்றைக் கொத்தாய்க் கழற்றித் தரையில் போட்டான். சுஜா பயத்தாலும் ஆற்றாமையாலும் ஐயோ ஐயோ என்று கத்தினாள்.

ஆனால் அடப் பாவமே, வழக்கம்போல் சிவாவினால் புணர்ச்சிக்குத் தயாராக முடியவில்லை. கொஞ்ச நேரம் சுஜாவின் உடம்பின்மீது தன் உடம்பைத் தேய்த்துவிட்டு குரலைச் செறுமியபடி உடலிலிருந்து நழுவிக் கொண்டிருக்கும் உடைகளை ஒரு கையால் பிடித்தபடியே கழிவறைக்குள் நுழைந்தான்.

சுஜா தனது கழுத்துப் பகுதியை கையால் பிடித்தபடியே படுக்கையின்மீது மல்லாக்கக் கிடந்தாள். பயத்தால் அவளுக்கு மூச்சிரைத்தது. பெரிய பெரிய உருண்டைகளாய்க் குளிர்ந்த காற்றை விழுங்கியவள் தன் கண்ணோரத்தில் ஒன்றோடொன்று தங்க நிறப் பாம்புகளாய்ப் பிணைந்தபடி தரையில் கிடக்கும் சங்கிலிகள் தெரிந்தன. அவற்றுக்குப் பின்னால் நேர் எதிரே தூரத்து அலமாரியின் அடியிலிருக்கும் தூசு படிந்த இருட்டு மூலையில் காணாமல் போன தாலியின் வெற்றிலை வடிவத்தாலான கொடி பிரகாசித்துக் கிடந்தது.

ஆயினும் அந்தக் கணத்தில் வசிய வளையம் ஏதோ ஒன்று நொறுங்கிச் சுக்கு நூறாகியிருக்க வேண்டும். சுஜா அலமாரியின் அடியில் கிடந்த தாலியை எடுக்க எந்த முயற்சியும் செய்யவில்லை. பாஸ்கரனையும் அதற்குப் பின் அவள் சந்திக்கவில்லை.

ரெமோன் எனும் தேவதை ☆ 111 ☆

சாவுக்காசு

இந்த உலகத்தில் யாரும் நல்லவர்கள் இல்லை என்பது அப்பாவின் அசைக்க முடியாத நம்பிக்கை. அதற்கு ஏற்றாற்போல் இறந்த பின்னாலும்கூடக் கடைசிக் காலங்களில் நோயில் சிக்கி நறங்கிப் போன முரட்டு முகத்தில் ஒரு விதமான வெறுப்புக் குறியோடும், குச்சி போன்ற இரண்டு கைகளையும் நீட்டி உள் நோக்கித் திருப்பிய விறைப்போடும் பதினைந்து வருடங்களாக மனைவியோடும் பிள்ளைகளோடும் வாழ்ந்த அடுக்குமாடி வீட்டின் நடுவாந்திரத்தில் பிணமாகப் படுத்திருந்தார். வீட்டின் வரவேற்பறையில் வைக்கப்பட்டிருந்த கண்ணாடிப் பொருட்களை அப்பாவின் பழைய சாயம் போன லுங்கிகளைக் கொண்டே மறைத்திருந்தார்கள்.

அப்பா கெப்பல் துறைமுகத்தில் ஃபோர்க்லிப்ட் ஓட்டும் வேலை முடிந்து வீடு திரும்பிய பிறகு நாளெல்லாம் வெற்று மார்போடு லுங்கி கட்டியபடி தான் வீடெல்லாம் அலைவார். கண்ணாடிப் பொருள்களின் மீது போர்த்தப்பட்ட லுங்கிகளில் அப்பாவின் வாசனை பலமாக அடித்தது.

நான் வரவேற்பறையின் ஒரு பக்கமாக நீண்ட வரிசையாகத் தூக்கிப் போடப்பட்டிருந்த சோபாவில் இடம் மாற்றி இன்னும் வசதியாக அமர்ந்துகொண்டேன். நேரெதிரே அப்பாவின் பிணம். அவருக்கு அந்தப் பக்கத்தில் நைட்டி உடுத்திய அம்மா. தலையில் கைவைத்தபடி கனமான துண்டை மார்புக்குக் குறுக்காக அணிந்துகொண்டு

சில்லென்ற தரையில் சித்திகள் புடைசூழ அமர்ந்திருந்தாள். எனது தங்கை லீனா சமையலறையை ஒட்டியிருந்த சுவரில் சாய்ந்தபடி மாமாவோடு பேசிக்கொண்டிருந்தாள்.

அதே சுவர்தான் இப்போது மூளியாக இருந்தது. வழக்கமாகப் பேப்பர் மலர்மாலை சாத்தியபடி வாசல் பார்க்க மாட்டப்பட்டிருக்கும் இடுப்பளவு குருவாயூரப்பன் படத்தை வீட்டிற்குப் பிணம் வரும் முன்னரே அகற்றியிருந்தார்கள். சாமிப் படத்தை லுங்கியைக் கொண்டு மறைக்க வேண்டாம் என்று அம்மா சொல்லியிருப்பாள். அதனால் மாமாவோ சித்திகளின் மருமகன்களில் ஒருத்தனோ படத்தை அகற்றி வீட்டின் ஏதோ ஒரு மூலையில் சாமியின் முகம் சுவற்றைப் பார்த்து இருக்கும்படி சாய்த்து வைத்திருக்க வேண்டும்.

சாமியும் தனக்கு மறுபடியும் மீண்டும் வரவேற்பறைக்குள் பிரவேசிக்கும் லாயக்கு வரும்வரைக்கும் படச்சட்டத்தின் பின்னால் ஆணியில் மாட்டுவதற்காகப் பொருத்தப்பட்டிருந்த முறுக்கிய கம்பியை விறைப்பாகத் தூக்கிவைத்தபடியே பொறுமையாகக் காத்திருப்பார். சாய்த்து வைத்துவிட்டு மருமகனோ மாமாவோ இன்னும் சில பேரைக் கூட்டிக் கொண்டு அடுக்குமாடிக் கட்டடத்தின் தரைத் தளத்திலிருந்த திறந்த பகுதிக்குப் போய் புகை பிடித்துவிட்டு வந்திருக்கலாம். புகைபிடித்து வந்தவர்கள் அத்தனை பேரும் வீட்டிற்குள் வராமல் வாசலுக்கு வெளியே போடப்பட்டிருக்கும் குறுகலான நடைபாதையின் கட்டைச்சுவரில் சாய்ந்து எதிர்த்தாற்போல் இருக்கும் கட்டிடங்களைப் பராக்குப் பார்த்தபடி நின்றிருப்பார்கள். அவர்கள் வாயெல்லாம் கசப்பு கலந்த கனமான தீய்ந்த நாற்றம் வீசும்.

நாற்றம் போகும் வரைக்கும் அவர்கள் தங்களுக்குள்ளாகவே ஏதேதோ பேசிக்கொண்டிருப்பார்கள். அதில் நடிகைகளின் பெயர்களும், கல்யாணமாகியும் பல்வேறு பெண்களை ஜெயித்த ஆண்களின் பராக்கிரமங்களும் இடம்பெறும்.

அவர்கள் எல்லோரும் ஒட்ட வெட்டப்பட்டிருந்த சுருட்டை முடியோடு மினுமினுக்கும் கறுப்பு நிறத்திலிருந்தார்கள். எல்லோரும் மீசை வைத்திருந்தார்கள். சீசனைப் பொறுத்து முகத்தில் பிரெஞ்சுக் குறுந்தாடியோ அல்லது கனமான முழு தாடியோகூட வைத்துக் கொள்வார்கள். அவர்கள் மீசையில்லாமல் இருப்பது அபூர்வம். பத்தொன்பது வயதாகியும் கூட நான் மீசை வளர்க்காததைப் பார்த்துவிட்டு என்னிடம் 'என்னடா ஒம்போது பய மாதிரி மீசையில்லாம சுத்துற' என்று ஒரு காலத்தில் கேட்டிருக்கிறார்கள்.

அப்பா மீசையில்லாமல் இருப்பதைப் பற்றி அவர்கள் என்ன சொல்லியிருப்பார்கள் என்று எனக்குத் தெரியாது. என்ன காரணத்தினாலோ தான் ஜீவித்திருந்த காலம்வரை அப்பா அம்மாவின் உடன்பிறந்தவர்களையோ அவர்கள் குடும்பத்தாரையோ வீட்டிற்குள்ளேயே சேர்க்கவில்லை. இப்போது எல்லோரும் அப்பாவின் சாவுக்கு வந்திருந்தார்கள்.

வீடு மிகவும் சிறியது. நிற்க இடமில்லாமல் வீட்டிற்குள் அப்பாவுடன் துறைமுகத்தில் முன்னால் வேலை பார்த்த பழைய நண்பர்கள் வருவதும் போவதுமாக இருந்தார்கள். அவ்வப்போது மூக்கை உறிஞ்சியபடி தலையில் கைவைத்துக் கொண்டு அமர்ந்திருந்தாலும் அம்மா யார் யார் வருகிறார்கள் என்பதை விடாமல் கவனித்துக் கொண்டிருப்பது எதிரில் அமர்ந்திருந்த எனக்குத் தெளிவாகத் தெரிந்தது.

அப்பாவுடன் வேலை பார்த்த சக தொழிலாளர்கள் வந்து பிணத்தின் முன்னால் நிற்கும் நேரங்களில் அம்மா தலையை இன்னும் தாழ்த்திக்கொண்டு மார்பில் தொங்கிய துண்டுக்குள் மூக்கை மிக பலமாகச் சிந்த ஆரம்பிப்பாள். வந்திருந்தவர்கள் எல்லோருக்கும் நரைத்திருந்தது. சிராங்கூன் சாலையில் சொற்ப விலைக்கு அவசரத்தில் வாங்கிய சிறிய மலர்மாலைகளைக் கசங்கிப் போன பிளாஸ்டிக் பைகளிலிருந்து உதறியெடுத்து அவர்கள் அப்பாவுக்குச் சூட்டினார்கள். மாலைகளைச் சாமி படங்களுக்கு மாட்ட வாங்கிப் போவதாய் நினைத்துப் பூக்கடைக்காரன் பைக்குள் வைத்திருந்த கையளவு உதிரிப் பூக்களை மீண்டும் பையை உதறி அப்பாவின் காலடியில் கவிழ்த்தார்கள்.

கடுமையான வெயிலில் நடந்து வந்திருந்ததாலோ என்னவோ அவர்கள் எல்லோருடைய கண்களும் சாய்த்து வைக்கப்பட்டிருக்கும் சிறிய கறுப்பு முக்கோணங்களாகச் சுருங்கி வரவேற்பறை விளக்குகளின் வெளிச்சத்தில் நீரில் கிடக்கும் கருந்தேள்களாகப் பளபளத்தன. அவர்களில் யாரும் கட்டடத்தின் தரைத்தளத்தில் சிகரெட் பிடிக்கப் போகவில்லை. அப்பாவின் காலடியில் விறைப்பாக நின்றபடி ஏதேதோ பிரார்த்தித்தார்கள். சிலர் சீனர் வழக்கப்படி மூன்று முறை இடுப்பிலிருந்து குனிந்து அப்பாவுக்கு வணக்கம் செய்தார்கள். சிலர் கைகூப்பினார்கள். மரியாதை செலுத்திவிட்டுத் தலை நிமிர்ந்து அம்மாவைத் தேடினார்கள். அவள் கவலையில் ஆழ்ந்திருந்ததைப் பார்த்துப் போய் பேசுவதா வேண்டாமா என்று தயங்கினார்கள். பின்னர் வீட்டிலிருந்தவர்கள் யாரும் தங்களை யார் இன்னார் என்று விசாரிக்காததால் எனக்கு மட்டும் கை கொடுத்துவிட்டு வீட்டில்

கொஞ்ச நேரத்துக்கு மெல்லிய வயோதிக வாசனையை அலைய விட்டுவிட்டுக் காணாமல் போனார்கள்.

அவர்களில் பலர் நான் குழந்தையாய் இருக்கும்போது என்னைத் தோளில் தூக்கிக் கொண்டு திரிந்தவர்கள்.

"நாலரைக்கெல்லாம் பொணக்காடி, பஸ்ஸு எல்லாம் வந்துரும். நாலே முக்கா வரைக்கும் முடிக்க வேண்டிய சடங்கை யெல்லாம் முடிச்சுட்டு ஒடம்ப மின் மயானத்துக்குக் கொண்டு போறோம். சரியா அஞ்சரைக்கு ஒடம்ப எரிக்க டைம் கொடுத்திருக்காங்க. வேணு நீ வேணுன்னா இப்பவே தேத்தண்ணி ஏதாச்சும் சாப்டுரு. அப்புறம் நேரம் கெடைக்காது பாத்துக்கோ."

இரண்டாவது சித்தியின் மருமகன் உரக்கப் பேசினான். நேற்று அப்பாவுக்கு மாரடைப்பு என்று ஆம்புலன்ஸை அழைத்து, யீஷுன் தாண்டிப் போகும் வழியில் ஆம்புலன்ஸிலேயே அப்பாவின் உயிர் போக, இப்போதுதான் புதிதாகக் கட்டிய மருத்துவமனைக்குக் கொண்டு போய் மரணச் சான்றிதழ் வாங்கும்போதே மின் மயானத்துக்கு அப்பாவின் உடலைக் கொண்டு போக வேண்டிய நேரத்தையும் குறித்துக் கொடுத்துவிட்டார்கள். நல்ல வேளையாக அடுத்த நாளே கிடைத்துவிட்டது. சில நேரங்களில் சாவு அதிகம் விழுந்திருந்தால் பிணத்தை எரிக்க இரண்டு நாளைக்கு அப்புறம்தான் மின் மயானத்தில் நேரம் கிடைக்கும் என்று யாரோ சொல்லக் கேள்விப்பட்டிருக்கிறேன். இரண்டு நாளைக்கு உடம்பை வைத்துக் கொண்டிருப்பது சிரமம்தான். பிள்ளைகளுக்குக் காலாண்டுத் தேர்வுக் காலம் வேறு. பணமும் அதிகம் செலவாகும்.

குடும்பத்தாரிடம் அப்பாவின் உடலை ஒப்படைக்க மருத்துவமனை வேண்டியதைச் செய்து கொண்டிருக்கும்போதே அப்பாவின் பழைய புகைப்படத்தோடு செய்தித்தாளில் மரண அறிவிப்புக் கொடுக்க லீனா ஓடினாள்.

யாரோ உயரமான மனிதர் முழுக்கைச் சட்டை அணிந்தவராய், கனமான தங்கக் கைக்கடிகாரம் பளீரென்று மின்ன அப்பாவைப் பார்க்க வந்திருந்தார். நன்றாகப் பின்னுக்கு இழுத்து வாரப்பட்டிருந்த அவருடைய தலைமயிர் வரவேற்பறை விளக்குகளின் வெளிச்சத்தில் பளபளத்தது. அம்மா அவருக்கு அருகில் நின்று கொண்டிருந்தாள். அம்மாவின் முகம் அப்பாவின் கால் கட்டைவிரலைப் பார்த்தபடி லேசாய்ச் சாய்ந்திருந்தாலும் அவளுடைய கண்கள் அடிக்கடி அந்த மனிதரின் முகத்தைப் பார்த்தபடி இருந்தன. அந்த மனிதர் ஒன்று, லீனா வேலை பார்க்கும் வெளிநாட்டு வங்கியில் மிகுந்த உயரதிகாரியாக

இருக்க வேண்டும். அல்லது, தன்னார்வ ஊழியராக லீனா தன்னை ஈடுபடுத்திக் கொண்டிருக்கும் அடுக்குமாடிப் பேட்டைக் குடியிருப்பாளர் குழுவின் முக்கியப் பொறுப்பாளராக இருக்க வேண்டும்.

லீனா இரண்டிலும் மிக உயர்ந்த பதவியில் இருந்தாள். நான் வீட்டிற்குச் சொல்லாமல் சட்டைக்காரப் பெண்ணைக் கல்யாணம் செய்துகொண்டு போன பிறகு அவள்தான் அப்பாவையும் அம்மாவையும் பார்த்துக் கொண்டாள். அப்பாவின் சாவு காரியத்தையும் அவள்தான் பொறுப்பெடுத்துக் கொண்டு நடத்துகிறாள்.

உயரமான மனிதர் அம்மாவிடம் தாழ்ந்த குரலில் எதையோ சொன்னார். பின்பு லீனாவின் கைகளை இறுகப் பிடித்து அவற்றுக்குள் வெள்ளைக் கடித உறையை வைத்தார். அதில் இருநூறோ முந்நூறோ பணமிருக்கும். அப்பாவின் சாவுக்கு வந்தவர்கள் கொடுத்த இந்த உறைகளை எல்லாம் லீனாவே வாங்கி வைத்துக் கொண்டிருந்தாள். இது சீனர் வழக்கம். சாவு வீட்டிற்குப் போகும் திடீரென்று ஏற்பட்ட செலவைத் தாக்குப்பிடிக்கும் வகையில் இறந்தவரின் குடும்பத்தாருக்குக் கவரில் பணத்தை வைத்துக் கொடுத்து வருவது. உயரமானவர் கொடுத்த உறை சற்றுக் கனமாகவே தெரிகிறது என்று நான் யோசிக்க ஆரம்பித்திருந்தேன்.

எனக்கு நிச்சயமில்லாத வருமானம். பழைய கார் விற்பனை யாளன்.

லீனா வந்தவரிடம் என்னைப் பற்றிச் சொல்லியிருக்க மாட்டாள். என்னிடம் கை கொடுக்காமலே அந்த உயரமான மனிதர் கிளம்பிவிட்டார்.

“ஏதாவது சாப்புடுறீங்களா? பன்னும் தண்ணியும் வாங்கிட்டு வந்திருக்கேன்.” டயானா பக்கத்தில் நின்றுகொண்டு எனது தோளில் கை வைத்தபடி பேசினாள்.

“கொழந்தைங்க சாப்பிட்டாங்களா?”

“மொதல்லயே சாப்பிட்டுட்டாங்க. இதையெல்லாம் பார்க்க வேணாம்னு சொல்லி வீட்டிலயே விட்டிருக்கேன். அவங்க நாலரை மணிக்கு வந்தாப் போதும்.”

அவள் குரலில் மிகுந்த கண்டிப்பிருந்தது.

டயானா நின்றிருந்த இடத்திலிருந்து நகர வரவேற்பறையின் தூரத்து மூலையில் சாய்த்து வைக்கப்பட்டிருந்த தங்கச்சாயம் பூசிய குருவாயூரப்பன் படச்சட்டம் எனது கண்ணில் பட்டது.

அந்தப் படத்தின் பின்னால் ஒரு கதை இருக்கிறது. சுமார் இருபது வருடங்களுக்கு முன்பாக அப்பா துறைமுகத்திலிருந்து ஓய்வு பெற்ற போது வந்த பணத்தில் எங்கள் எல்லோரையும் முதன்முறையாக வெளியூர்ப் பயணமாகக் கேரளாவுக்கு அழைத்துப் போயிருந்தார். அப்போதெல்லாம் அப்பா அம்மாவின் உறவுக்காரர்களோடு அதிகமாக பேசாவிட்டாலும் அவர்களை வீட்டை விட்டுத் தள்ளிவைக்கும் அளவுக்குக் குரோதமில்லாதவராக இருந்தார். அதனால் பயணத்தில் எனது இரண்டு அத்தைகள் சேர்ந்து கொண்டார்கள். இரண்டாவது சித்திதான் பெரியாஸ்பத்திரியில் தாதியாக வேலை செய்யும் தன் கூட்டாளியான விஜயா ஆன்டியைப் பயணத்துக்கு அழைத்து வந்தாள்.

விஜயா மலையாளி. பிரகாசிக்கும் ஜன்னல் திரைச்சீலை போன்ற சதுர முகம். அகலமான மூக்கு. மிகப் பெரிய ஆகிருதியோடு இருந்தாலும் யாரும் விஜயாவைத் தடிமன் என்று சொல்லமாட்டார்கள்.

அது எப்படியிருந்தாலும் கேரளாவைச் சுற்றிப் பார்த்துவிட்டு மறுநாள் காலை குருவாயூரப்பன் கோயிலில் சீவேலி தரிசிக்கப் போகலாம் என்று முடிவாகி எல்லோரும் சீக்கிரமே எழுந்து பசியாறிவிட வேண்டும் என்று முடிவு செய்திருந்தார்கள். அதிகாலை நான்கரை மணிக்கு ஸ்டிக்கர் பொட்டைக் காணவில்லை என்று விஜியிடம் பொட்டு கடன் வாங்கப் போன இரண்டாவது சித்தி விஜயாவின் அறையிலிருந்து அவசரத்தில் கட்டிய லுங்கியோடு அப்பா வெளிவருவதைப் பார்த்தாள்.

அதற்குப் பிறகு குருவாயூரின் பிரசித்தி வாய்ந்த பகுதியில் இருந்த ஹோட்டல் ஸ்ரீகிருஷ்ணாவின் எட்டாவது மாடியில் தங்கும் அறைகளுக்கு வெளியே விஜயா ஆன்டியை இரண்டாவது சித்தி 'கொழுப்புப் புடிச்சது' என்று கதறியபடியே கன்னத்தில் பலமாக மாற்றி மாற்றி அறைந்ததையும், எங்கள் அறை வாசலிலிருந்து வெறி பிடித்தவளாட்டம் ஓடிப்போன அம்மா விஜயா ஆன்டியின் தலைமயிரைக் கொத்தாய்ப் பிடித்துக்கொண்டு செருப்பால் ஆன்டியின் தலையில் பல முறை அடித்ததையும், மார்பைத் தாண்டி முந்தானை சரிய விஜயா ஆன்டி ஓலமிட்டபடி ஹோட்டல் படிக்கட்டுகளை நோக்கி ஓடியதையும் கதவுக்குப் பின்னாலிருந்து அப்போது பதினான்கு வயதான நானும், பன்னிரண்டு வயது லீனாவும் பார்த்திருக்கிறோம்.

இந்தச் சம்பவத்துக்குப் பிறகு விஜயா ஆன்டி எங்களுடைய குடும்பச் சுற்றுலாவில் பங்கெடுத்துக் கொள்ளவில்லை. விஜயா ஆன்டியின் பெட்டியின் இருந்த பொருட்களை ஹோட்டல்

ஸ்ரீகிருஷ்ணாவின் முன்னாலிருந்த தெருவில் அம்மா பித்துப் பிடித்ததுபோல் இறைத்ததை ஹோட்டல் ஊழியர்கள், சித்திகள், கடந்து போகும் பேருந்தில் அமர்ந்திருந்த பயணிகள் என்று எல்லோரும் வேடிக்கை பார்த்தார்கள். அதற்குள் வேறொரு லுங்கியை எடுத்துக் கட்டியிருந்த அப்பா எட்டாவது மாடியிலிருந்த எங்களுடைய அறை ஜன்னலில் நின்றபடியே வெற்று மார்புக்குக் குறுக்கே கைகளைக் கட்டியபடி அம்மா செய்வதையெல்லாம் மவுனமாக வேடிக்கை பார்த்துக் கொண்டிருந்தார்.

நேற்று அப்பா இறந்ததை எப்படியோ அறிந்துகொண்டு விஜயா ஆன்டி அப்பாவைக் கடைசியாக ஒருமுறை பார்க்க மருத்துவமனைக்கு வந்திருந்தார். இன்னமும் சுடர் போலவே பிரகாசிக்கும் அவருடைய முகத்தில் சோகம் பூசப்பட்டிருந்தது. நன்றாக வயதாகியிருந்தது. விஜயா ஆன்டி பாதியாக இளைத்திருந்தார். அம்மா கொத்தாய்ப் பிடித்து செருப்படி தந்த தலைமயிர் முழுவதும் சாம்பல் நிறமாகியிருந்தது.

அப்பாவின் மரணம் உறுதி செய்யப்பட்டதை அடுத்து எல்லோரும் பல்வேறு திசைகளில் புறப்பட்டுப் போயிருந்த வேளையில் விஜயா ஆன்டி எனக்கு முன்னால் வந்து எனது கைகளைப் பிடித்துக் கொண்டார்.

“வீட்டுக்குப் பெரியவனாயிட்டீங்க இல்லையா தம்பி. உங்கள ரொம்ப சின்ன வயசுல பார்த்தது.”

“ஆங். ஆன்டி. நல்லாயிருக்கீங்களா? அப்பாவைப் போயி பார்த்தீங்களா?” என்று கேட்டேன்.

“ஆமா தம்பி. எங்கிட்ட டிரெய்னிங் எடுத்துக்கிட்ட நர்ஸு ஒருத்தி என்னைத் தனியா அழைச்சிட்டுப் போயி காட்டுனா. காரியம் எப்ப? நாளைக்கா?”

“ஆமா ஆன்டி. நாளைக்குச் சாயங்காலம்னு சொல்லி யிருக்காங்க. எப்பனு சரியாத் தெரியல. லீனாதான் எல்லாத்தையும் ஏற்பாடு பண்றா. அவகிட்ட கேட்டாச் சரியாச் சொல்லுவா”

எனக்கு வெட்கமாக இருந்தது.

“நீங்க நாளைக்கு அப்பாவோட காரியத்துக்கு வருவீங்க இல்லையா ஆன்டி?”

“இல்லை தம்பி. அப்பாவைக் கடைசியா ஒரு தடவை பார்த்தாச்சு. என்னைப் பொறுத்தவரைக்கும் எனக்கும் உங்க அப்பாவுக்கும் இடையில இருந்த கதை இந்த ஆஸ்பத்திரியோட முடிஞ்சுபோச்சு.” என்று விஜயா ஆன்டி சொன்னார்.

சொல்லிவிட்டு என் கையில் ஒரு உறையைத் திணித்தார். அதில் நிறையப் பணம் கனத்தது. உறைக்குள் ஒரு வேளை ஓர் ஆயிரம்கூட இருக்கலாம். வாஞ்சையோடு என் தோளைத் தட்டிக் கொடுத்துவிட்டு விஜயா ஆன்டி நாங்கள் நின்றிருந்த மருத்துவமனை வருகையாளர் பகுதியை விட்டுக் கிளம்பினார்.

நான் விஜயா ஆன்டியை அப்பாவின் காரியத்துக்கு வரச்சொல்லி வற்புறுத்தியிருக்க வேண்டும். குறைந்த பட்சம் ஒரு முறைக்கு இரு முறையாவது வருவீர்களா என்று கேட்டிருக்க வேண்டும். ஆனால் அந்த நேரத்தில் அதற்கு மேல் எதையும் சொல்ல எனக்குத் தோன்றவில்லை.

விஜயா ஆன்டி சொன்னதுபோல அவருக்கும் என் அப்பாவுக்கும் இருந்த உறவெல்லாம் மருத்துவமனையோடு முடிந்துபோன கதை என்றுதான் எனக்கும் தோன்றுகிறது.

விஜயா ஆன்டி கொடுத்த பணம் என் சட்டைப் பையில் உறுத்திக்கொண்டிருக்கிறது. அதை நான் லீனாவிடம் சேர்க்க வில்லை.

நீலம்

"அப்ப என் முடியை வெட்டிறலாம்னு சொல்றியா?"

தோளைத் தாண்டி வளர்ந்திருந்த என் கூந்தலை விரல்நுனியில் சுழற்றியபடியே கேட்டேன். என் தலைமுடி கருகருவென அடர்த்தியாக வளர்ந்திருந்தது. நல்ல சுருட்டை மயிர். என் முடிக்கற்றைகள் தோள்மீது கரும் திராட்சைகளாகக் கனமாகக் கிடந்தன. எதிரே ஆளுயரக் கண்ணாடியில் தெரிந்த என் கண்களின் ஓரங்களில் சிவப்பு நிறம் கரைகட்டியிருந்தது.

மூக்கில் சளி அடைத்திருந்தது. அம்மாவுக்குத் தெரிந்தால் என்றைக்கும் இல்லாத புதுப்பழக்கமாய் முடியை நீளமாக வளர்த்ததுதான் ஜல தோஷத்துக்குக் காரணம் என்பாள். சின்ன வயதிலிருந்தே அம்மா தலைமுடியைக் கட்டையாக வெட்டச் சொல்லித்தான் பழக்கியிருக்கிறாள்.

நரேன் எனக்குப் பின்னால் எனது தோள்களின்மீது கைகளை லேசாய் வைத்தபடியே என் தலைமயிரைக் கவனமாகப் பார்த்தபடியே நின்றிருந்தான். தாமிர நிறமாய், உயரமாக, பரந்த தோள்கள், மார்பு, ஒரு கையின் அணைப்புக்கு அடக்கமான இடுப்பு, திரண்ட தொடைகள் என்று அகலமாக. முடி திருத்தும் நிலையத்தின் கடும் மஞ்சள் விளக்கொளியில் அவன் உடம்பு செந்நிற மரக்கட்டையினால் செய்யப்பட்டதைப் போல் ஜ்வலித்தது.

சித்துராஜ் பொன்ராஜ்

நரேனுக்கு நல்ல விசாலமான கண்கள். விளக்குகளின் வெளிச்சம் ததும்பி அவை வெள்ளி முலாம் பூசியதுபோல் பளபளக்கின்றன. காதோரங்களில் ஒட்டச் சிரைத்தும் தலையின் உச்சியில் சேவலின் கொண்டையைப்போல மேல் நோக்கியும் சீவப்பட்டிருந்த அவன் தலைமயிரின் பழுப்பு நிற நுனிகளில் விளக்கின் கிரணங்கள் நீர்த்துளிகளைப்போல் துடித்துக் கொண்டிருந்தன.

“நீயே என் முடியை வெட்டிடுறியா நரேன்?”

நாற்காலியில் நன்கு பின்னால் சாய்ந்து அமர்ந்துகொண்டேன். நரேன் பதில் ஏதும் பேசவில்லை. கண்ணாடியின் அடியில் அமைக்கப்பட்டிருந்த அடுக்கில் மடித்து வைத்திருந்த பச்சை நிறத் துணியைக் காற்றில் நன்றாக உதறி என் தோள்களைச் சுற்றிக் கட்டிவிட்டான். அவன் உடலின்மீது பீய்ச்சியிருந்த செண்டு வாசம் என் மூக்கின் உட்புறத்தைச் சிறிய ஊசிகளாகக் குத்தியது. நான் கண்களை மூடி ஆழச் சுவாசித்தேன்.

“வா, முடியை ஷாம்பு போட்டுக் கழுவிடலாம்.”

முடி திருத்தும் நாற்காலிகளின் குளிர்ந்த பின்புறங்களை விரல்களால் தொட்டபடியே அவன் பின்னால் நடந்தேன். பஞ்சைப்போல் கனமற்றுக் கிடந்த என் அடிவயிறும் தொடைகளும் காற்றில் எழும்பிக் கலைந்துவிடாமல் இருக்க எனக்கு அந்தத் தீண்டல் தேவைப்பட்டது.

மீண்டும் ஒருமுறை நரேனின் அருகாமையில் அவனுடைய கனமான தொடைகள் உரச மல்லாக்கச் சாய்க்க வைக்கப் பட்டிருந்தேன். காதுகளின் விளிம்புகளிலும் பின்னங் கழுத்திலும் மயிர் கூச்செறியச் செய்யும் சின்னச் சின்ன மலர்களாய் வெண்நுரைகள். முதலில் குளிராகவும் பின்னர் வெதுவெதுப் பாகவும் மாறும் குழாய் நீர். சூடு சரியாக இருக்கிறதா என்று நரேன் கேட்கிறான். நான் சொல்வதை நம்பாமல் தன் புறங்கையில் தண்ணீரைத் திருப்பிச் சூட்டைச் சரிபார்த்துக் கொள்கிறான். அவன் குரலில் தொனிக்கும் அக்கறை ஒரு கணம் என் கன்ன மேட்டில் வெண்நுரையாகப் பொங்கிச் சிரித்தது.

ஆனால் நரேந்திரனின் குரலில் இருந்த கனிவு அவன் கண்களில் இல்லை. எங்கோ தூரத்தில் பார்த்தபடியே நாற்காலியின் ஓரத்திலிருந்த விசையை அழுத்தி என்னை நேராக அமர வைத்தான். கையிலிருந்த முரட்டுத் துண்டால் என் தலையை லேசாய்த் துவட்டிவிட்டுத் துண்டை என் தலையைச் சுற்றித் தலைப்பாகையைப் போன்று கட்டினான். மறுபடியும் மூக்கு அடைத்துக் கொண்டது. மூக்கைப் பலமாக உறிஞ்சியபடியே

கைவிரலால் என் கண்ணைத் துடைத்துக் கொண்டேன். என்னை விநோதமாகப் பார்த்தபடியே நரேன் மறுபடியும் முடி திருத்தும் நாற்காலிகள் இருக்கும் இடத்திற்கு நடந்தான்.

நரேன்தான் கட்டையாக இருந்த என் தலைமயிரை நீளமாக வளர்க்கும்படி என்னிடம் சொன்னான். அதுவரைக்கும் மொத்தமே இரண்டு முறையோ மூன்று முறையோதான் சந்தித்திருப்போம். நகரத்தின் நடுவில் செயல்படும் ஏதோ ஒரு தமிழ் இலக்கிய அமைப்பில் இருவரும் சேர்ந்து எளிதில் மறக்கக்கூடிய கவிதைகளை எழுதிய வகையில் இருவருக்கும் இடையே பழக்கம் ஏற்பட்டிருந்து. நூலகக் கட்டிடத்திற்கு எதிரிலிருந்த காபி இடமொன்றில் சூடான காபிக் கோப்பைகளில் கைகளைத் தேய்த்தபடியே எதிரும் புதிருமாக அமர்ந்திருந்தோம்.

“நீ இப்படி முடியைக் கட்டையா வெட்டியிருக்குறது எனக்கு அறவே புடிக்கல ஜீ. நம்மவங்கள்ல புருஷனைப் பறிகொடுத்தவங்க தான் இப்படி முடியைக் கட்டையா வெட்டிப்பாங்க. உனக்குத் தெரியுமில்லையா...”

காபியின் சூட்டைப்போல் எனது கன்னம் முழுவதும் ரோஷத்தைப் பூசிக்கொண்டேன்.

“நான் இதைவிட முடியைக் கட்டையா வெட்டியிருக்கேன் தெரியுமா?”

“அதெல்லாம் எனக்குத் தெரியாது. ஒழுங்கா முடியை வளர்த்துக்கோ. இப்படிப் பார்க்கவே அசிங்கமா இருக்கு. என் பொண்ணுக்குக் கூட வெயில் காலத்துல கஷ்டமா இருக்கும்னு சொல்லி முடியைக் கொஞ்சம் வெட்டலாமேனு அம்மாவும் பொண்டாட்டியும் பேச்செடுத்தாங்க. நான் போட்ட சத்தத்துல பொட்டிப் பாம்பா அடங்கீட்டாங்க. நீ நீளமா முடி வளர்த்தா எவ்வளவு அழகா இருப்பே தெரியுமா?”

சின்ன வட்ட மேசையின் குறுக்கே கைகளை நீட்டி என் விரல்களைத் தன் விரல்களுக்குள் முதல் முறையாகப் பிணைத்துக் கொண்டான். என்னை வற்புறுத்துவதற்காக அவன் சொன்ன வார்த்தைகளில் காரியங்களும் காரணிகளும் பாம்புகள்போல்தான் பிணைந்திருந்தன. நான் அவன் வீட்டில் பளபளக்கும் கண்களோடும் விஷமேறிய மூச்சோடும் பெட்டிப்பாம்புகளாய் உலவிக் கொண்டிருக்கும் அவன் தாயாரையும் மனைவியையும் நினைத்துக் கொண்டேன்.

என் அம்மாவும் காரணங்களையும் காரியங்களையும் ஒன்றாகச் சேர்த்துப் பிரட்டித்தான் தருகிறாள். அன்றிரவு அம்மா சாப்பிட மிளகு ரசமும் மேங்கறிகாயாகச் சொரக்காய்

பிரட்டலும் பண்ணியிருந்தாள். கால்விரல்களைக் கடித்துக் கொண்டிருந்த குதிகால் செருப்புக்களை வாசலிலேயே எத்திவிட்டு முழுக்கைச் சட்டையின் முனைகளை மடித்துவிட்டபடியே சாப்பிட அமர்ந்தேன். சாப்பாட்டைத் தட்டில் சாய்த்துவிட்டு அம்மா சமையலறைக்கும் சாப்பாட்டு மேசைக்கும் இடையே காரணமே இல்லாமல் போய் வந்து கொண்டிருந்தாள். அவள் கையில் சோற்றுக் கரண்டி ஆயுதம்போல் நீண்டிருந்தது.

"உன் மாமா அடிக்கடி லைப்பிரரி பக்கம் உன்னை ஒரு பையனோட பார்க்குறதா சொல்றாரே, யாருடி அது?"

மிக அதிகக் குண்டாக, மாநிறத்தில், முப்பத்தைந்து வயதுக்கும் மேற்பட்ட உருவத்தோடும் கட்டை முடியோடும் இந்திய ஆடவனோடு நகரத்துத் தெருவில் நடக்கும் ஓர் இந்தியப் பெண்ணை அடையாளம் கண்டுகொள்வது மிகவும் சுலபம். நினைவில் வைத்துக் கொள்ள வசதியானதும்கூட.

"தெனமும் ராத்திரி பதினொன்றரை மணிக்குக் கூப்புடுறானே, அந்தப் பையனா?"

"..."

"கேக்குறேன்ல. சொல்லுடி வாயத் திறந்து."

விக்கியது. தண்ணீர் கோப்பைக்காகச் சாப்பாட்டு மேசைமீது கைபரப்பித் தடுமாறினேன்.

"தெரிஞ்சவரு."

"தெரிஞ்சவருனா?"

"பிரெண்டு."

"அந்தப் பையனை உனக்கு எப்படித் தெரியும்?"

"தெரியும்."

"அந்தப் பையன் முடி வெட்டுற எடத்துல வேலை பார்க்குறதா மாமா சொல்லுறாரேடி."

சோற்றில் அளைந்து கைவிரல்களில் மிளகு ரசம் உலர்ந்து போயிருந்தது.

"நின்னு பதில் சொல்லிட்டுப் போடி. கண்டவங்களோட மயிரையும் அள்ளுற வேலையைப் பார்க்குற பையனோட சங்காத்தம் நம்ம குடும்பத்துக்கு ஆகுமாடி?"

குழாய்க்குக் கைகழுவப் போனவள் அம்மாவை முறைத்தபடியே சமையலறை வாசலில் திரும்பி நின்றேன்.

"அவரும் ஒரு -ஃபேமிலிதான், தெரிஞ்சுக்கோ."

நான் பிறந்து முப்பத்தேழு வருடங்கள் ஆனபோதிலும் இதுவரையில் ஒருமுறைகூட பொருட்படுத்தாத குடிப்பிறப்பை இப்போது துணைக்கழைக்க வைத்ததற்காக நான் என் தாயை மிகத் தீவிரமாக, கொலை செய்ய விரும்பும் அளவுக்கு வெறுத்தேன். அதே சமயம், என்றைக்குமே குடிப்பிறப்பை எண்ணிப் பார்க்காத இந்த விஷயத்தில் மட்டும் குடிப்பிறப்பை ஏன் ஒரு பொருட்டாகக் கருதினேன் என்ற எண்ணமும் சோற்றுப் பருக்கைகள் உலர்ந்திருக்கும் கையாகப் பிசுபிசுத்து.

முடிதிருத்தும் நிலையத்தில் உள்ள நாற்காலிகள் தாழ்வானவை. இருக்கைப் பகுதி குறுகலானவை. அவற்றில் அமர்ந்திருக்கும்போது குண்டாக இருக்கும் என் தொடைகள் ஒன்றோடொன்று உரசிக் கொள்ள கால்கள் சற்றே உயர்ந்து அடிவயிற்றில் துருத்திக் கொண்டிருக்கும் ஊளைச் சதையில் அழுத்துவதால் அசந்தர்ப்பவசமான ஒரு நோவு ஏற்பட்டது. நரேன் தன் கைகளில் வெள்ளிநிற கத்திரிக்கோலை வைத்துக் கொண்டு என் முடியைக் கற்றைக் கற்றையாக வெட்டிக் கொண்டிருந்தான்.

நரேனைச் சந்தித்த புதிதில் யோகா வகுப்பில் சேர்ந்தபோது முதல் பயிற்சியாக இரு கால்களையும் மடக்கித் தரைமீது சம்மணம் போட்டு அமரச் சொன்னார்கள். என்னால் முடியவில்லை. முடி திருத்த நிலைய நாற்காலியில் அமர்ந்திருப்பது போன்று அடிவயிற்றுக்கும் தொடைகளுக்கும் நடுவே அதே வகையான நோவு ஏற்பட்டது. உடற்பயிற்சிக் கூடத்தில் யோகா சொல்லித் தந்த ஒல்லியான சீனப் பெண் முகம் மொத்தமும் சிரிப்பு மலர அருகில் வந்து சொன்னாள்.

"குழந்தை பெற்றுக் கொண்ட பிறகு உடம்பு கரையக் கொஞ்ச நாள் எடுக்கத்தான் செய்யும். மனம் தளராமல் பயிற்சி செய்யுங்கள்."

நான் நரேனின் குழந்தைகளுக்காகப் பயிற்சி புத்தகங்களை வாங்கிக் கொண்டு போயிருக்கிறேன். நாங்கள் இருவரும் பல்கலைக் கழகத்துக்குப் பக்கத்தில் இருந்த மேற்குக் கடற்கரைப் பூங்காவில் கடலைப் பார்த்தபடி அமர்ந்திருந்தோம். கரும்பச்சை சியாமள நிறத்தில் கடல். முன்னும் பின்னும் போய்க் கொண்டிருந்த கொள்கலக் கப்பல்கள். இடது பக்கம் வெகு தூரமாக ஸ்தூபிகள் போல் எழுந்திருந்த எண்ணெய்ச் சுத்திகரிப்பு நிலையங்களின் செங்குத்துக் குழாய்களிலிருந்து ஊதா நிற வானத்தில் ஆரஞ்சுச் சுடர்கள் ஜ்வாலை விட்டு எரிந்தன.

நரேன் நான் கொடுத்த புத்தகங்களை ஒரு முறை பார்த்துவிட்டுப் புல்தரைமீது வைத்தான். பிறகு கைக்கு வாகாக என் இடுப்பைச் சுற்றி கையைப்போட முயன்றான். சதைமடிப்பில் அவன் கை வழுக்கிக் கொண்டு போனது. பின்னர் ஒருவாறு தன் கையை என் விலா எலும்புக்கு மேல் வைத்துக்கொண்டான். அவன் கைவிரல்கள் அவ்விடத்திலிருந்து மேல் நோக்கி ஊர ஆரம்பித்தன.

"முண்டம், சிங்கப்பூர் பயிற்சிப் புத்தகங்களைப் போயி வாங்கிட்டு வந்திருக்கியே. மலேசியாவுல இதையெல்லாம் பாவிக்க முடியுமா? அங்க சிலபஸே வேற. ஆசிரியர் பயிற்சிக் கல்லூரியில பேராசிரியருனுதான் பேரு. இந்த விஷயம் கூடத் தெரிய மாட்டேங்குது. மக்குச் சாம்பிராணி."

பூங்காவில் நடக்க வந்தவர்களில் பலபேர் கையில் பிள்ளைகளோடும் நாய்களோடும் வந்திருந்தார்கள். ஒவ்வொருவர் கடக்கும்போதும் நரேன் என்மீது இருந்த கையை விலக்கிவிட்டுக் கடந்துபோகிறவர்களை அவர்கள் கடக்கும்வரை உன்னிப்பாகக் கவனித்தான். அவர்கள் கடந்து போன பிறகு கையை மீண்டும் என்மீது போட்டுக் கொண்டான்.

"எங்கிட்டப் படிச்ச மாணவி ஒருத்திதான் இந்தப் பயிற்சிப் புத்தகங்க புதுசா வந்திருக்குனு கொண்டு வந்தா. கொண்டு போய்க் கொடுங்க நரேன். புள்ளைங்க படிப்பாங்க இல்லையா?"

இதே ஊதா நிற வானத்திற்கு அடியில் எங்கோ வடக்குத் திசையில் இருக்கும் சிறிய நகரம் ஒன்றில் நோஞ்சானான தாமிர நிற உடம்பும் பெரிய குரலுமாய் இருக்கும் அவன் மனைவியின் சாயலில் ஆண், பெண் என இரண்டு குழந்தைகள். ஆண் பெரியவன், பெண் சிறியவள். நரேன் அவர்களைப் பற்றி எதுவும் சொல்லாத பட்சத்தில் அவர்கள் அப்படித்தான் இருக்க வேண்டும்.

நரேன் அருகில் கிடந்த பயிற்சிப் புத்தங்கள்மீது எவ்வித சுவாரஸ்யமும் இல்லாமல் சதா அசைந்துகொண்டிருந்த கடலைப் பார்த்துக் கொண்டிருந்தான்.

"அதை விடுங்க நரேன். இவ்வளவு நல்ல குடும்பத்துல பொறந்திருந்தும் நீங்க ஏன் எல்லாத் தொழிலையும் விட்டுட்டு இந்த வேலைக்கு வந்தீங்க?"

"இந்தத் தொழில் கேவலம்னு சொல்றியா?"

நிமிர்ந்து அமர்ந்தவனின் உடல் விறைப்பில் கோபம் தெரிந்தது.

“ச்சு. நான் அப்படி நெனைக்கவே இல்ல. அப்படி நெனச்சிருந்தா உங்ககூட இப்படி வந்து நாலு பேரு பார்க்குற மாதிரி உக்காந்திருப்பேனா?”

“ஓஹோ இந்த முடி வெட்டுற பயலோட பொது எடத்துல சரிசமமா உக்காந்து பேசவே ரொம்ப யோசிச்சியோ?”

மொழி என்பது வாய்ப்பிருந்தால் மிகக் கொடூரமான சாதனம். நரேன் இப்போது அடிப்பட்ட மிருகம். மொழி என்பது ஈறு தெரிய இளித்துக் காட்டிய முறம்போன்ற பற்களும், சுழலும் செந்நிற நாக்கும் கூரிய நகங்களும். தாடையோரம் எச்சில் வழிய மேற்குக் கடற்கரையோர புல்திட்டில் நரேன் கொடும்பசியோடு அமர்ந்திருந்தான். நான் அவன் முழங்கையை லேசாய்ப் பற்றினேன்.

“ஏன் இப்படி கத்துறீங்க நரேன்? ஏன் இந்த வேலையத் தேர்ந்தெடுத்தீங்கனு நான் சாதாரணமாத்தான கேட்டேன்.”

“ஆமா கத்துறேன். உங்க எல்லாரோட கணக்குப்படி நான் காட்டான் தானே அதனாலதான் கத்துறேன். இங்க ஒரு வெள்ளி அங்க மூணு வெள்ளி. நான் படிச்ச படிப்புக்கு நிச்சயமா அந்த ஊருல இதே சம்பளத்துக்கு வேலை கெடைக்காது. அதே சமயம் இங்கயும் என் படிப்புக்கு ஏத்த வேலையை உங்க ஊர்க்காரன் கொடுக்க மாட்டான். அதனால மசுறு வெட்டுற இந்த வேலைக்கு வந்தேன். போதுமா?”

மார்பில் இரு கைகளாலும் மீண்டும் மீண்டும் அறைந்து கொள்வதைப் போலவே நரேந்திரன் பேசினான்.

“ஆனா அங்க காலேஜுல டிகிரி முடிச்சதா தானே சொன்னீங்க.”

“ஆமா வியாபார நிர்வாகம். வியாபாரம் இருந்தாதான நிர்வாகம் பண்ணுறதுக்கு. இங்க கட்டிட வாசலுல செக்யூரிட்டியா ஸ்டூல் போட்டு உக்காந்துகிட்டு ராத்திரி முழுக்கப் பேந்தப் பேந்த போறவனுக்கும் வரவனுக்கும் கேட்டு தொறந்துவிட எனக்கு மனசில்ல, போதுமா? மலேசியா தமிழன்னால ஒண்ணு செக்யூரிட்டி, இல்ல பெட்ரோல் பம்ப் அடிக்கிறவன். அப்படித் தானே?”

பெட்ரோல் போடுவதுபோல் நரேன் சைகையில் காட்டினான். அதில் ஆபாசம் நிறைந்திருந்தது. அவன் கரத்தை லேசாய்ப் பிடித்து உலுக்கினேன்.

“நான் என்ன சொல்லிட்டேன்னு இப்படி கோபப்படுறீங்க நரேன்?”

“ஆமாமா. நீங்க ரொம்பப் படிச்சிருக்கீங்க. பி.ஹெச்.டி வாங்கியிருக்கீங்க. டீச்சருக்கெல்லாம் டீச்சர். நீங்க கேட்டா நாங்க எல்லாத்தையும் பொத்திக்கிட்டு ஒழுங்கு மரியாதையாத்தான் பதில் சொல்லணும்.”

சகலத்தையும் பொத்துதல். மீண்டும் ஆபாசமான சைகை. நானும் அடிப்பட்ட மிருகம்.

“நெறைய உழைச்சித்தான் நான் பி.ஹெச்.டி பட்டம் வாங்குனேன். யாரும் மசுறு புடுங்கிக்கிட்டு இருந்ததுக்காகப் பட்டத்தைத் தூக்கிக் கொடுக்கல.”

அன்றுதான் முதன்முறையாக நரேன் என் கன்னங்களில் மாற்றி மாற்றி அறைந்தான். கத்திரிக்கோலை லாவகமாகப் பிடித்து முடி வெட்டுவது போலவே நரேனின் கைவிரல்கள் மிக நளினமாக காற்றில் அலைந்து என் கன்னங்கள் கருஞ்சிவப்பாய் வீங்க மறுபடியும் மறுபடியும் இறங்கி முத்தமிட்டுப் பறந்தன.

நரேன் என்னை அடித்து முடித்த பிறகு அவன் கோபத்தைத் தணிக்கும் வகையில் அவன் தோளைப் பிடித்துவிட்டபடியே அவனுடைய உடம்பின்மீது என் கனமான மார்பகங்களைத் தேய்த்தபடி அமர்ந்துகொண்டேன். அது அவனுக்குப் பிடிக்கும் என்று எனக்குத் தோன்றியது. அவன் எங்கும் போய்விடாமல் இருக்க அவன் கையை நான் இறுகப் பற்றியிருந்தேன். நரேனின் மனைவி அவனை நிறையவே காயப்படுத்தியிருப்பாள்.

நான் கல்வியியலில் முனைவர் படிப்புப் படிக்க ஆஸ்திரேலியாவுக்குப் போக வேண்டும் என்று சொன்னபோது அரசாங்கக் கணக்கராக வேலை பார்த்துக் கொண்டு பணி ஓய்வுக்குக் காத்திருந்த அப்பா நிறைய யோசித்தார். வீட்டிலேயே இருக்கும் அம்மா தம்பி படிப்புக்குக் காசு வேணும்டி என்று தெளிவாகவே சொன்னார். அப்பா இங்கயே சிங்கப்பூர்ல வேலைக்குப் போயிகிட்டுப் பகுதி நேரமா படிச்சிகிட்டா குடும்பத்துக்கும் பயன்படுமே என்றார். நான் வங்கியில் கடன் வாங்கி ஆஸ்திரேலியாவிற்குப் படிக்கப் போன நாளில் இருந்து அப்பா என்னிடம் எதுவும் பேசுவதில்லை.

என் முடிக்கற்றைகள் ஒவ்வொன்றாகக் கழன்று விழுகின்றன. முடியைக் கத்தரித்துவிட்டு நரேன் என் தோள்பட்டையில் ஒட்டிக் கொண்டிருந்த ரோமங்களைப் பிரஷினால் தரைக்குத் தட்டி விட்டான்.

பிரஷைச் சுவரில் மாட்டியபடியே கேட்டான்.

“நிச்சயமாத் தெரிஞ்சு போச்சா.”

“ம். மூணு மாசம் தள்ளிப் போச்சு. டெஸ்டுலயும் நிச்சயமாகியிருச்சு.”

யோசித்தபடியயே கைகளினால் இப்போது கட்டையாக இருக்கும் என் தலைமயிரை இப்படியும் அப்படியும் நகர்த்திவிட்டான்.

“அ–அந்த எடத்துல சரியா துடைச்சுகிட்டுத்தான டெஸ்டு பண்ணே? மூத்திரத்துல எதாவது அழுக்கு ஒட்டிகிட்டு இருந்து டெஸ்டு தப்பா போயிருக்கப் போகுது.”

போன வாரம்தான் குளியலறை டாய்லட்டில் கால் பரப்பி அமர்ந்தபடி உள்ளாடையை முழங்கால்வரை இறக்கிவிட்டுச் சோதனைப் பட்டைமீது சிறுநீர் பெய்தபோது இரண்டு நீல நிறக் கோடுகள் தோன்றிச் சிரித்திருந்தன.

போகும்போது கடைக்கண்ணாடிகளின் வழியாக நரேனைத் திரும்பிப் பார்த்தேன். தரையில் குவிந்து கிடந்த மயிர்களைத் துடைப்பத்தால் கூட்டிக் கொண்டிருந்தான். கடை திறக்க இன்னும் நேரமிருந்தது. மயிர்க்கற்றைகள் கடையின் கடுமையான மஞ்சள் விளக்கொளியில் கறுப்பு நிறப் பறவைகளாக மேலெழுந்து எங்கும் ஜாஜ்வல்யமாய் பொழிந்துகொண்டிருந்த பெருவெளியில் கரைந்து மறைந்தன.

புரட்சி

விவேகானந்தன் தனது நாவலை நாள் முழுவதும் எழுதிக் கொண்டிருக்கிறான். பிரச்சினை என்னவென்றால் அவன் எழுதும் வார்த்தைகள் அனைத்தும் கண்ணாடியில் தெரிபவைபோல் தாளில் இடதும் வலதும் திருப்பிப் போட்டதாகவே தெரிகின்றன. இப்படி – ஒரு ஊரில் ஒரு ராஜகுமாரி இருந்தாள்.

சமையலறை ஓரத்தில் போடப்பட்டிருந்த சிறிய மர மேசையில் விவேகானந்தன் பரப்பி வைத்திருக்கும் கோடுகள் போட்ட தாள்களைப் பார்த்து ஸ்வர்ணலதா எழுத்துக்கள் ஏன் இப்படி வந்திருக்கின்றன என்று அவனிடம் அவ்வப்போது கேட்பாள். உயிருக்குள் இருப்பதை அப்படியே தாளில் பிரதிபலிக்கும்போது வார்த்தைகள் இப்படி திருப்பிப் போட்டதைப்போல் வருவது இயற்கைதான் என்று விவேகானந்தன் மிகுந்த பொறுமையோடு பதில் சொல்வான். உயிருக்குள்ளிருந்து பிறக்காதது எப்படி உண்மையான எழுத்தாகும் என்று விவேகானந்தன் தன் அம்மாவைத் தணிந்த குரலில் திருப்பிக் கேட்பான்.

அதற்கு ஸ்வர்ணலதா பதில் எதுவும் சொல்ல மாட்டாள். முன்புறமும் பின்புறமும் திரண்ட பிருஷ்ட மேட்டில் காமுகன் அளைந்த கைச்சுவடுகளாகச் சமையல் கறைகளும் வியர்வை நாற்றமும் ஒட்டியிருக்கும் சாயம் போன நைட்டியில் தன் கைகளைத் துடைத்த பிறகு மேசையின் ஓரத்தில் தள்ளி வைக்கப்பட்டிருக்கும் சாப்பிட்ட தட்டுக்களை

முணுமுணுத்தபடி எடுத்துக் கொண்டுபோய் குழாயடியில் சத்தத்தோடு வைப்பாள்.

விவேகானந்தன் உள்ளங்கை அளவே இருக்கும் முகம் பார்க்கும் கண்ணாடி ஒன்றை விரல்களால் முன்னும் பின்னும் அசைத்தபடியே தாளில் எழுதப்பட்டிருக்கும் வார்த்தைகளை வாயோரங்களில் ஒட்டிய மெல்லிய புன்னகையோடு தொடர்ந்து மெய்ப்புப் பார்க்கத் தொடங்கி விடுவான்.

சில நேரங்களில் அவன் அம்மா தன் கையில் தண்ணீரில் மூழ்கி இறந்த சிறு பிராணியின் உடலாட்டம் நனைந்தும் பழுப்பேறியும் சொரசொரப்பாக இருக்கும் துண்டுத் துணியைத் தண்ணீர்க்குழாய் மேடைமீது சொத்தென்று வைத்துவிட்டுச் சோப்புத் தண்ணீரில் முங்கி முங்கி வெளிறிப் போன தன் கைகளைப் பிசைந்தபடியே விவேகானந்தனை கவலையோடு பார்க்கிறாள்.

ஏழு வயதில் விவேகானந்தனுக்கு வீட்டுப் பாடங்கள் செய்யச் சிறு மர மேசையும் முக்காலியும் ஒன்றை வாங்கி அவள் கணவனும் அவளும் வரவேற்பறையின் நடுவில் போட்டிருந்தார்கள். பள்ளியிலிருந்து மாலை நான்கு மணிக்கு வந்ததும் விவேகானந்தன் பள்ளிச் சீருடைகளைக் கழற்றாமலே முக்காலியில் அமர்ந்து மேசைமீது பாடப் புத்தகங்களைப் பரப்பிவைத்துப் பாடங்களைச் செய்ய ஆரம்பித்துவிடுவான். கடினமான கேள்விகள் எதிர்ப்படும்போது பென்சிலை வைத்துக் கீழ் உதட்டில் லேசாய்த் தட்டியபடியே யோசிப்பான்.

அவன் தலை உச்சியிலிருந்து மூக்கு நுனி, கனிந்த உதடு, மார்பு, முன்னங்கை ரோமங்கள், மேசை, மின்விசிறிக் காற்றில் படபடக்கும் பாடப் புத்தகப் பக்கங்கள் என்ற அனைத்தின் மீதும் சாயங்கால வெயில் தேன் கொட்டிக் கவிழ்த்ததுபோல் சுடர்விட்டுக் கொண்டிருக்கும்.

வீட்டிற்கு அருகில் பள்ளிக்கூடம். ஐந்தரை மணிக்கு வாசுதேவன் பள்ளிக்கூடத்தைப் பூட்டிவிட்டு வாசுதேவன் வீட்டிற்கு வந்துவிடுவார். இளம் வயதிலேயே தலைமையாசிரியர். கால்சட்டையின் முன்னால் தொங்கவிடப் பட்டிருந்த வெள்ளை அரைக்கைச் சட்டை. கறுப்பு அல்லது பழுப்பு நிறத்தில் தொளதொளப்பான கால்சட்டை. நல்ல கறுப்பு. கன்ன மேடுகள் ஜாஜ்வல்யமாய் ஜ்வலிக்க ஒல்லியான முகம். கனமான மூக்குக்கண்ணாடி. காதோரங்களில் தூக்கிக் கத்தரிக்கப்பட்டு எண்ணெய் தடவி அழுந்த வாரிவிடப்பட்டிருந்த கட்டையான தலைமயிர், சாயந்திரம் வரை பளபளப்பாக. கழுத்தில் சிறியதாய்த்

தங்க நிறப் பூண்போட்ட ருத்திராட்சம் – மெல்லிய வெள்ளி நிறச் சங்கிலியில் கோர்த்திருந்தது.

கைநிறையப் புத்தகங்கள். திருத்த வேண்டிய தாள்கள் நிறைந்த கோப்பு.

மற்ற பாடப் புத்தகங்களை இரண்டு கைகளிலும் சுமந்தவாறு ரத்தினவேல் கொண்டு வருவான். சிவந்த கண்கள். மாநிறம். நரைத்த தலை. புதர்போல் புருவங்கள். காக்கி நிறத்தில் கசங்கிய சட்டை. பெரும்பாலும் அரைக்கால் சட்டையும் செருப்பும். பள்ளிக்கூடத்தின் ஒரே உதவியாளன். அவன் வேலையென்று அதிகம் இல்லை. ஆசிரியர்களின் மேசைகளையும், சுண்ணப்பலகையையும் ஈரத்துணியால் துடைத்து வைப்பது. பள்ளிக்கூடத்தின் முன்னாலிருந்த திடலைப் பெரிய விளக்குமாறால் கூட்டுவது. சதா மூத்திர நாற்றம் வீசும் கழிவறைகளைத் தண்ணீர் விட்டு அலம்புவது. மிக முக்கியமாகப் பள்ளிக்கூடத்தின் ஓரமாக ஓடும் அடைப்புக்களைக் கறுப்பாய்த் தேங்கியிருக்கும் தண்ணீரில் முழங்கால் வரைக்கும் இறங்கி நீண்ட குச்சியால் அடைப்புக் குத்தி விடுவது.

சாக்கடை சரியாகப் பராமரிக்கப்படாததாலும், சாலையின் ஓரமாய் வளர்ந்திருந்த பிரம்மாண்டமான மரங்களிலிருந்து தினசரி உதிரும் இலைகளாலும் சாக்கடை தினமும் ஒரு முறையாவது அடைத்துக் கொள்ளும். மழைக்காலங்களில் அதற்கும் மேலாக.

“அம்மா, அப்பா வந்துட்டாரு. ரத்தினம் மாடு புஸ்தகத்த எங்க வைக்கிறதுனு கேக்குது.”

“சீ. அப்படியெல்லாம் சொல்லக்கூடாது. ரத்தினம் அங்கிள்னு சொல்லணும்.”

எல்லாம் இரட்டையாகவும் ஆனால் எதுவுமே தொடர்பில்லாததாகவும் தெரியும் இணை பிரபஞ்சத்தில் ஸ்வர்ணலதா நல்ல தரமுடைய சேலையும், கையில் கைக்கடிகாரமும் கட்டியிருக்கிறாள். கழுத்தின் ஓரங்களிலும் மார்புப் பிளவிலும் வாசனைத் திரவியம் பூசியிருக்கிறாள். அவள் நடக்கும்போது சேலை விலகி வயிற்றின் திண்மை தெரிகிறது. கணவனைப்போல் கறுப்பு நிறம். சமையலறையிலிருந்து லேசாய்க் கையாட்டியபடி நடந்து வருகிறாள். சமையலறையில் ஓடியாடி வேலை செய்யும் கன்கம்மா என்ற பதினைந்து வயதுச் சிறுமி. களையான முகம். வாளிப்புள்ள உடல்வாகு. ரத்தினத்தின் சேரியைச் சேர்ந்தவள்.

"ரத்தினம் அங்கிள் இல்ல. மாடுதான். தடி மாடு. சாக்கடையில உருள்ற எருமை மாடு."

விவேகானந்தன் வலது கை தூக்கிக் கீழ் மூன்று விரல்களை நீட்டியும் மற்ற இரண்டு விரல்களில் பென்சிலைச் சொருகி வைத்துக் கொண்டும் ரத்தினத்தைக் காண்பித்தான். சின்ன வயதில் ரத்தினம் முழங்கால் தேய விவேகானந்தனை முதுகின் மீது தூக்கித் தரையில் மாடுபோல் தலையாட்டி ஆட்டி நடந்து விளையாட்டுக் காட்டுவான். அந்தப் பாதிப்பு. வேறு ஒன்றுமில்லை. நீங்கள் தவறாக நினைக்க வேண்டாம்.

வெகு சாமர்த்தியமாக வீட்டில் அவ்வப்போது பேசப்படுவதை ஸ்வர்னணலதா மறைத்தாள். விவேகானந்தன் ஆச்சரியத்தில் சற்று வாய் பிளந்தபடி அவளைப் பார்த்தான்.

ரத்தினத்திற்குப் பெரிய பற்கள். மலிவான பீடிகளை உறிஞ்சிக் கறுத்துப் போன வழவழப்பான உதடுகள். அதற்கென்ன குழந்தைதானே. என் ராஜா விளையாட்டாய்த்தான் சொல்கிறான். ஹாஹாஹா. ஆனால் ரத்தினத்தின் கண்களில் சிரிப்பில்லை. சிமெண்டுச் சுவர்போல் கனத்துக் கிடக்கின்றன.

ரத்தினத்திற்கு அறுபது பயிற்சிப் புத்தகங்களைத் தூக்கிக் கை வலித்திருக்க வேண்டும். புத்தகங்களை வரவேற்பறையின் பின்னால் இருக்கும் கண்ணாடி மேசைமீது சற்றே தொப்பென்று வைக்கிறான். உள்ளங்கைகள் அழகிய ரோஜா மலர்களாய் சிவந்துள்ளன.

"ஏய் அறிவிருக்கா? புஸ்தகத்தைக் கண்ணாடி மேசைமேல வச்சா கண்ணாடி அழுக்காகாது? அம்பது வயசாச்சே தவிர புத்தி கொஞ்சம்கூட இல்ல. அது சரி, இந்த மேசையோட விலை உங்களுக்கெல்லாம் எங்க தெரியப் போவுது? முதல்ல புஸ்தகத்தை எடுத்துப் பீரோ மேல வய்யி. என்னதான் சோப்புப் போட்டுக் குளுப்பாட்டுனாலும்..."

விவேகானந்தனின் வீட்டுப்பாடத்தைக் கண்காணித்துக் கொண்டிருப்பதை விட்டுவிட்டுத் திடீரென்று தலையை உயர்த்திய வாசுதேவன் உரக்கக் கத்தினார்.

தலைநகரத்திலிருந்து உயர் கல்வி அதிகாரிகள் வரும்போது சந்திப்புக்களுக்காகப் பயன்படுத்தும் மேசை. மற்றபடி அவர் மனதிற்குள் ஒன்றும் இல்லை. நீங்கள் தவறாக நினைக்கக் கூடாது. வேலை நேரம் அதிகம். வெயில் காலம் வேறு.

ரத்தினம் இரண்டு கைகளையும் விறைப்பாய் வைத்தபடி மேசையின் முன்னால் சற்றே குனிந்தபடி நின்றான். பெரிய

வெள்ளிப் பாத்திரத்தைத் துணியால் துடைத்தபடியே சமையலறையில் இருந்த சிறுமி பெரிய கண்கள் விரிய எட்டிப் பார்ப்பதை ரத்தினம் கவனித்துக் கொண்டிருந்தான். நெற்றிப்பொட்டில் புடைத்த பல்லி உடம்பாய் நரம்பு அச்சானியமாய்த் துடிக்கிறது.

"சரி. புஸ்தகத்தை வச்சிட்டுப் போ."

போ, போ, போ. போய்விடு. பாவம் அவருக்கு நாள் முழுக்கக் கால்கடுக்க நின்று பாடம் சொன்ன களைப்பு இருக்காதா. பெரிய கறுப்பு வியர்வை வட்டம் சட்டையின் பின்புறத்தில் முஷ்டியால் குத்து வாங்கிய ஒற்றைக் கண்ணாக விழித்திருக்க ரத்தினம் மெல்லிய சாக்கடை நாற்றம் வீசக் கிளம்பிப் போனான்.

"உங்களுக்குச் சூடா டீ போட்டு எடுத்துட்டு வரட்டுங்களா?"

அன்றிரவு வாசுதேவன் நாவலை எழுதத் துவங்கினார். விவேகானந்தன் தரையில் குப்புறப் படுத்தபடி சத்தம் முற்றாய் அணைக்கப்பட்டிருந்த தொலைக்காட்சியில் தலையைச் சுற்றிக் கறுப்புத் துணிகளைக் கட்டிய மனிதக்கூட்டங்கள் கைகளில் சிவப்பு நிற வாசகங்கள் எழுதப்பட்டிருந்த தட்டிகளை ஏந்தியபடி தொண்டை கிழியக் கத்துவதையும், சில நேரங்களில் அரசாங்கச் சிலைகளைச் சரிப்பதையும், மற்ற நேரங்களில் அரசாங்கக் கட்டிடங்களையும் சின்னங்களையும் எரித்துச் சாம்பலாக்குவதையும் கொட்டாவி விட்டபடி பார்த்துக் கொண்டிருந்தான்.

ஓய்ந்திருந்த வேளைகளில் கூட்டம் உடம்பெங்கும் செந்நிறச் சாயம் பூசிக் கொண்டிருந்த இளையர்களைச் சவப்பெட்டிகளில் வைத்து அவர்களைத் தலைக்கு மேல் தூக்கிக் கொண்டு ஊர்வலமாகப் போனது. அப்படிப் போகும்போது அவர்களின் அசைவுகளில் ஒரு தாளலயம் இருப்பதுபோல் விவேகானந்தனுக்குத் தோன்றியது. மேலும் கீழும் மெல்ல அசைந்தபடி கறுப்புத் தண்ணீராய், தெரு முற்றங்களில் தேங்கி நிற்கும் சாக்கடையாய்ப் பெருங்கூட்டம். அந்த அசைவுக்கேற்ப அவர்கள் ஏதேனும் கத்திக் கொண்டிருப்பார்கள் என்று விவேகானந்தன் எண்ணிக் கொண்டான். ஊமையாய்க் கிடந்த தொலைக்காட்சித் திரையைத் தாண்டியும் அவர்களின் குரல்கள் தனக்குக் கேட்க வேண்டும் என்று காதுகளைத் தீட்டிக் கொண்டான்.

தொலைக்காட்சித் திரைகளில் கலைந்து கூடும் ஒளித்துகள்களாக, சன்னமாக, கூழாங்கற்கள் நிறைந்த கரையில்

மோதித் திரும்பும் சிற்றலைகளின் புரளிப்பேச்சாக அவர்களின் குரல்கள் அவன் காதுகளில் எங்கோ தூரத்திலிருந்து ஒலிக்க ஆரம்பித்தன.

"காலிப்பயல்க."

மேசைமீது அமர்ந்து கொண்டு எழுதிக் கொண்டிருந்த வாசுதேவன் ஏசினார். குவளையில் தண்ணீர் எடுத்து வந்த ஸ்வர்ணலதா செய்தித்தாளை விரித்து வைத்தபடி மேசையில் அவருக்கு எதிர்ப்புறமாக அமர்ந்து கொண்டாள். வாசுதேவன் மீண்டும் எழுதத் துவங்கியிருந்தார்.

"இவங்க தொல்லை ஜாஸ்தியாப் போச்சு. போன ஞாயித்துக்கிழமை நம்ம பக்கத்தூருல இருக்குற போலீஸ் ஸ்டேஷனை எரிச்சிருக்காங்க."

மின்விசிறிக் காற்றில் செய்தித்தாள் பக்கங்களின் லேசான சரசரப்பு. ஸ்வர்ணலதா வாசுதேவனை உன்னிப்பாகப் பார்த்துக் கொண்டிருந்தாள்

"நான் வேணும்னா அப்பாகிட்டப் பேசி உங்களுக்குத் தலைநகரத்துக்கே மாற்றல் வாங்கிடவா?"

வாசுதேவன் மூக்குக்கண்ணாடியைக் கழற்றித் புருவ மத்தியை விரல்களால் பிடித்து விட்டுக் கொண்டார். பிறகு தன் மனைவியை நிதானமாகப் பார்த்தார். கிட்டப் பார்வையால் ஸ்வர்ணலதா இருந்த திசையில் வெறுமே அலைந்து கொண்டிருந்த அவர் கண்களில் கடுமை கூடியிருந்தது.

"வேலை இருக்கு."

வெடிபோல் வார்த்தைகள், தொண்டையை நன்றாகக் கனைத்துக் காறி உமிழ்ந்தவையாக. சாப்பிடும்போது அதிகம் பேசுபவர் மீது கை நிறைய அள்ளி அடித்த சாதமும் குழம்புமாக. உஷ்ணமாக, மணமணக்க, சொத சொதவென்று. ஸ்வர்ணலதா முகத்தில் அடிவாங்கியவள்போல சற்றே பின்னால் சாய்ந்து அமர்ந்தாள். ஆனால் விவாதத்தை விடவில்லை.

"வேலை. அப்படியென்ன பெரிய வேலை. நாற்பது குழந்தைங்க படிச்சப் பள்ளிக்கூடம். ஒண்ணாம் வகுப்புலேர்ந்து பத்தாம் வகுப்பு வரைக்கும் ரெண்டே ரெண்டு டீச்சர்தான். நாடு இருக்குற நெலமையில பணக்காரக் குழந்தைங்க எல்லாரும் ஊரைவிட்டுக் குடும்பத்தோட பெரிய நகரங்களுக்குப் போயிட்டாங்க. இப்பப் படிக்கிறதெல்லாம் ஒண்ணுக்கும் லாயக்கில்லாத சேரிப் பசங்கதான்."

ஸ்வர்ணலதாவுக்கு மிருதுவான மலர்மொட்டைப் போன்ற அழகான மூக்கு. அது ஒரு முறை சுளித்துத் தளர்ந்தது.

“கூட வேலை பார்த்த ஒரே டீச்சரும் சொல்லாமக் கொள்ளாம ஓடிப் போய்ட்டான். களவாணிப் பயல்.”

“களவாணிப் பயல்.” வாசுதேவனும் ஆமோதித்தார். தரையில் படுத்திருந்த விவேகானந்தன் க–ள–வா–ணி என்று தனக்குள் பலமுறை சொல்லிப் பார்த்துக் கொண்டான்.

“ஆனா லதா. இந்த மாதிரிப் பட்டிக்காட்டுல வேலை பார்க்தாத்தான் மாணவர்கள் மேல அக்கறையுள்ளவன், பரோபகாரினு பேரு வாங்க முடியும். அடுத்த பதவி உயர்வுக்குத் தோதா மேலதிகாரிகளோட கவனத்தை ஈர்க்க முடியும். பின்னால உங்க அப்பா மாதிரி அரசியல்ல பெரியாளாகணும்னாலும் இந்த வரலாறு உதவும். நாற்பது வயசுலயே தலைமையாசிரியர் முதல் கிரேடு சும்மா கிடைக்குமா?”

வாசுதேவனின் கண்கள் பளபளத்தன. தரையில் கிடந்த விவேகானந்தன் ப–ரோ–ப–கா–ரி, ப–ரோ–ப–கா–ரி என்று சொன்னான்.

“ஆமா, தலைமையாசிரியரா இருக்கிறதுல என்ன லாபம்?”

ஸ்வர்ணலதா செய்தித்தாளை இரண்டாய் மடித்து மேசை மீது போட்டாள்.

“நிறையவே. அடுத்த வருஷம் என்னைத் தலைநகரத்துக்கு இயக்குநரா மாத்திருவாங்க. நாம ரெண்டு பேரும் கல்யாணம் பண்ணிக்கப் போறோம்னு சொன்னப்ப உங்க அப்பாவும் குடும்பமும் கேலியாப் பேசுனது என் காதுலயே கேட்டுக்கிட்டு இருக்கு.”

மின்விசிறி திடீரென்று கமறிக்கொண்டு திரும்பியதில் சடசடத்த தாள்களின் நிழல்கள் வாசுதேவனின் முகத்தில் தீச்சுவாலைகளைப்போல் பெரிதாய் அசைந்தன.

“சுயசரித நாவல்னா என்ன’ப்பா?”

தொலைக்காட்சியில் போலீஸ்காரன் ஒருவன்மீது கூட்டத்தார் இரும்புக் கழிகளால் கட்டவிழ்த்துக் கொண்டிருந்த வன்முறையில் சுவாரஸ்யம் இழந்திருந்திருந்த விவேகானந்தன் மேசைமீது இரு கைகளை ஊன்றி எழுதப்பட்டிருந்த தாள்களைக் கால்விரல்களில் குதித்தபடி பார்த்துக் கொண்டிருந்தான்.

“சுயசரித நாவல்னா அப்பா வாழ்க்கையில நடந்த சம்பவங்களை வச்சு எழுதுறதுனு அர்த்தம்.”

சு–ய–ச–ரி–த–ம். சு–ய–ச–ரி–த–ம். சு–ய–ச–ரி–த–ம்.

“அப்பா உங்க வாழ்க்கையில நடந்த சம்பவத்தை வச்சு எழுதணும்னா தாத்தா கிராமத்துல நெறைய நெலம் வச்சிருந்தாருன்னுதான எழுதணும். ஏன் ‘என் குடும்பம் ஏழைக் குடும்பம்னு எழுதியிருக்கீங்க?”

வாசுதேவன் அவசர அவசரமாகத் தனக்கு முன்னாலிருந்த தாள்களை மார்போடு அள்ளிக் கொண்டார். அவற்றைத் தன் மடிமீது தலைகுப்புற வைத்துவிட்டு விவேகானந்தனின் தோள்களை இரு கைகளாலும் பிடித்து லேசாய் உலுக்கினார்.

“சுயசரிதம்ங்கிறது நாம மத்தவங்களுக்கு என்ன சொல்ல விரும்புறோம்ங்கிறதோட சம்பந்தபட்டதில்ல விவேகானந்தா. மத்தவங்க எதைக் கேக்க விரும்புறாங்களோ அதைச் சொல்றது தான் சுயசரிதம்.”

ஓரிரு வாரங்களில் விவேகானந்தன் ஊமையாய்க் கிடந்த தொலைக்காட்சித் திரையில் மானசீகமாய்க் கேட்ட பேரிரைச்சல் அவர்கள் நகரத்துக்கு வந்தது.

ஒரு நாள் பிற்பகல் நகரத்தின் மையத்திலிருந்த சந்தையில் மளிகைச் சாமான்கள் வாங்கப் போன வாசுதேவனை அவருடைய வெள்ளை அரைக்கைச் சட்டையையும் கனத்த மூக்குக் கண்ணாடியையும் மட்டும் வைத்து அவரை அரசாங்கத்தின் கைக்கூலி என்று கைகளைக் காற்றில் மிக ஆரவாரமாகவும் ஆனந்தமாகவும் அசைத்துக் கொண்டிருந்த இளைஞர்கள் பல பேர் கூக்குரலிட்டு அழைத்தார்கள். அவர்களில் சிலர் வாசுதேவனின் தலையை உள்ளங்கைகளின் ஓரங்களால் மறுபடியும் மறுபடியும் தட்டினார்கள்.

பொலிவான முகமுடைய இளைஞன் ஒருவன் அவரது மூக்குக் கண்ணாடியை முகத்திலிருந்து பிடுங்கி காலுக்கடியில் போட்டுப் பரபரவென்று தேய்த்தான். சில இளைஞர்கள் தீராத மகிழ்ச்சிப் பெருக்கால் வாசுதேவனின் சட்டையின் இரு கைகளையும் வலுவாக இழுத்தார்கள். அவர்கள் கைகளோடு வந்த சட்டைத் துணியைக் காற்றில் குதூகலத்தோடு விசிறி எறிந்தார்கள். மற்றவர்கள் சுவர்களின் மீதும் சாலையின் மீதும் மினுமினுக்கும் மலர்களாய் நடைபாதைகளின் ஓரத்தில் பூத்திருந்த கூர்மையான கற்களின்மீதும் வாசுதேவனின் முகமும் மார்பும் தொடைகளும் சிறியதும் பெரியதுமான சிவப்பு ரிப்பன்களாகக் கிழியும்படி இழுத்துப் போனார்கள்.

மூக்குக் கண்ணாடியை இழந்த வாசுதேவன் இடுங்கிய கண்களோடு முற்றிலும் மங்கலாகத் தெரிந்த கட்டிடங்களையும்

நிலக்குறிகளையும் ஒவ்வொன்றாக அடையாளம் தெரிந்து கொண்டு வீடு வந்து சேர்வதற்குப் பல மணி நேரமானது. இருட்டில் விழித்து விழித்துப் பார்த்துக் கொண்டு வந்த வாசுதேவன் எதேச்சையாக பள்ளிக்கூடத்திலிருந்து தெருவுக்குள் இறங்கி வந்த ரத்தினத்தின் மீது மோதினார்.

ரத்தினத்தின் பின்னால் தோள் தெரியும்படி மேலாடை இறங்கிய நிலையில் கலைந்த ஆடையோடு வாசுதேவனின் வீட்டில் வேலை செய்யும் பதினாறு வயதுப் பெண் நின்று கொண்டிருந்தாள்.

"ஓ, ரத்தினமா. சரி, சரி பார்த்து வீட்டுக்குப் போ."

ஆனால் வாசுதேவன் பள்ளிக்கூடத்தைக் கடந்து அவர் வீட்டிற்குள் புகும்வரை ரத்தினமோ அந்தப் பெண்ணோ நகரவே இல்லை. ரத்தினம் வாசுதேவனையே வெறித்துப் பார்த்துக் கொண்டிருந்தான். அவன் கண்ணில் தீராத கோபம் இருந்தது.

அதற்குப்பின் நடந்ததை எல்லாம் அதே வாக்கியங்களில் அதே ஏற்ற இறக்கத்தோடுதான் இந்த இருபது வருடங்களாக ஸ்வர்ணலதா சொல்லிக் கொண்டிருக்கிறாள்:

வீட்டிற்கு வந்த பிறகு வாசு பள்ளிக்கூடம் போவதை நிறுத்தி விட்டார் / அதற்கும் ஒரு வாரம் கழிந்து அவர்கள் வந்து வாசுவை அழைத்துப் போனார்கள் /யார் என்று தெரியவில்லை / முகத்தைச் சுற்றிக் கறுப்புத் துணி கட்டியிருந்தார்கள் / அவர்களில் ஒருவன் பாவம் இவரை ஏன் அழைத்துப் போகிறோம் என்று கேட்டான் /கட்டையாயிருந்தவன் ஒட்டுண்ணிகளைக் கொல்வது புரட்சிக் கடமையல்லவா என்றான் / அப்போதே புரிந்து கொண்டேன் / அழைத்துப் போகும்போது அவருக்கு இன்னமும் செய்யக் கொடுத்திருந்த மூக்குக் கண்ணாடிகூட வரவில்லை தெரியுமா / தடவித் தடவி சிறுபிள்ளைபோல் அவர்களோடு போனார் / விவேக் அவர்களைத் தடுக்கப் பார்த்தான் / கட்டையான மனிதன் கீழே கிடந்த மரக்கட்டையின் நுனியால் விவேக்கின் மண்டைமீது மீண்டும் மீண்டும் அடித்தான் / மரக்கட்டை நுனியில் விவேக் ரத்தம் கரும்சாந்தாக — சேற்றில் மிதித்துவிட்டுத் தரைமீது பதித்த பூட்ஸுப் பாதம்போல் கனமாக, கருணையே இல்லாமல், திடமாக.

கட்டையாயிருந்தவனின் முகத்தைச் சுற்றியிருந்த கறுப்புத் துணியை மீறியும் புதர்போல் வளர்ந்திருந்த அவனது புருவ மயிர் தெரிந்தது. ஸ்வர்ணலதா யாரிடமும் சொல்லவில்லை.

சில மணி நேரங்களுக்குப் பின்னால் வாசுதேவனின் உடலைப் பொது மக்களில் சில பேர் நகரத்தின் பிரதான

சாலையில் ஓரமாக ஓடிய சாக்கடையின் கறுப்பு நீரில் கண்டெடுத்தார்கள். வாசுதேவனின் பற்கள் அசுரத்தனமான குளிரில் சிக்கியதுபோல் கிட்டிட்டிருந்தன. அவன் வாய்க்குள் பளபளப்பான சிறிய நாகப்பழம்போல் கழுத்தில் அணிந்திருந்த உருத்திராட்சம் திணித்து வைக்கப்பட்டிருந்தது. அதன் தங்கப் பூணும் வாசுதேவன் கழுத்தில் அணிந்திருந்த வெள்ளிச் சங்கிலியும் எவ்வளவு தேடியும் காணவில்லை.

ஸ்வர்ணலதா தன் தகப்பன் தொடங்கிய நாவலை முடிக்க இரவும் பகலும் எழுதிக் கொண்டிருக்கும் விவேகானந்தனை மிகுந்த இரக்கத்துடன் பார்த்தாள். அவன் எழுதிய வேகத்திலேயே தாளில் எழுத்துக்கள் இடதும் வலதுமாகத் திருப்பி விழுந்து கொண்டிருந்தன.

ஒரு நாள் – பல ஆண்டுகள் கழித்து – யாரேனும் அந்த நாட்டிலும் ஸ்வர்ணலதாவும் விவேகானந்தனும் வாழ்ந்த நகரத்திலும் நடந்தேறிய புரட்சியைப் பற்றிப் பக்கம் பக்கமாக இதே வகையில் எழுதக் கூடும், கண்ணாடி எழுத்தைப்போல – இடதும் வலதும் திருப்பிப் போட்டபடி.

இரவு மணி எட்டாகி விட்டிருந்தது. ஸ்வர்ணலதா வேலை செய்யும் ஆடை தைக்கும் கூட்டுறவுத் தொழிற்சாலைக்குப் போக வேண்டும். உற்பத்திச் சுணக்கத்தை ஈடுகட்ட எல்லாத் தொழிலாளர்களையும் இரவு வேலைக்குச் சொல்லியிருந்தார்கள்.

விவேகானந்தன் கையிலிருக்கும் முகம் பார்க்கும் கண்ணாடியின் மூலமாகத் தான் எழுதியதை மீண்டும் மெய்ப்புப் பார்த்துக் கொண்டிருந்தான். ஸ்வர்ணலதா கண்ணாடியை உன்னிப்பாகக் கவனித்தாள்.

அதில் எல்லாம் அவளுக்குத் தெரிந்தன – விவேகானந்தன் எழுதிய பக்கங்கள், அவன் கையில் வைத்திருக்கும் கண்ணாடி, விவேகானந்தன், சற்றே வாய்பிளந்தபடி அவனையே அவள் பார்த்துக் கொண்டிருப்பது, அவர்கள் வீடு, அதற்குப் பக்கத்தில் இருந்த பள்ளிக்கூடம், ரத்தினம் வாழ்ந்த சேரி, ரத்தினம், செத்துக் கிடந்த வாசுதேவன், பிரதான சாலை, இந்த நகரம், நாடு, இடதும் வலதும் தூக்கிப் போட்டதுபோல் சோம்பலாய்ச் சுழன்று கொண்டிருக்கும் பிரபஞ்சம்.

கிருஷ்ணர், மண் நிறைந்த வாயைத் திறந்து காட்ட யசோதை அதற்குள் உலகத்தையே பார்த்தது போல.

அநாகதம்

இன்சூரன்சு லோகநாதன் இறந்த பிறகு வந்த ஞாயிற்றுக்கிழமை தேர்வுக்காலம் என்பதால் நாங்கள் எல்லோரும் இரண்டு வாரம் கழித்துத்தான் மீண்டும் சந்தித்தோம்.

சதுர அறையின் நடுவில் இரட்டைக் குழல் விளக்குகளின் வெளிச்சம் வெள்ளை வாரணமாய்த் தும்பிக்கை துழாவியபடி நின்று கொண்டிருந்தது. அவர்கள் அத்தனை பேரும் அறையின் குறிப்பிட்ட பகுதிகளில் சிறு சிறு குழுக்களாகப் பிரிந்து நின்றார்கள். அவர்களில் பெரும்பாலோர் தென்னிந்தியர்கள். ஏழெட்டுச் சீனர்கள். நான்கு ஆஸ்திரேலியர்கள். எல்லோரும் வடநாட்டுப் பாணியில் வெள்ளை நிறச் சிலுவாரும் முழங்கால் வரை நீண்டிருக்கும் சட்டையும் அணிந்திருந்தார்கள். கூடிப் பேசிக்கொண்டிருந்த பெண்களின் கூந்தலில் ஒரு முழம் மல்லிகையும் நெற்றியில் மலையாள பாணியில் தீற்றிய சந்தனக் கீற்றும் மிளிர்ந்தன. எல்லோரும் கைகளில் பிளாஸ்டிக் கோப்பைகளில் சூடான காபியும், சிறுதானியங்களால் செய்யப்பட்ட அடையும் குருமாவும் வைத்திருந்தார்கள்.

அன்றைய உணவைப் புரோபசர் கிரிஜா கொண்டு வந்திருந்தாள். அவள் பேலியோ உணவுமுறையில் மிகுந்த பற்றுள்ளவள். அறைக்கு ஒரே வாயிலான மரக்கதவுக்குப் பக்கத்திலேயே

மடக்கு மேசையை நீட்டிவைத்து காபி கேனையும் அடைகள் அடுக்கப்பட்டிருந்த டப்பாவையும் குருமா பாத்திரத்தையும் பிரித்து வைத்திருந்தாள். எல்லோருடைய கண்களிலும் விடுமுறை நாள் தூக்கம் லேசாய்ச் சிவந்து கிடந்தது. அவர்களது உரையாடல்கள் செவ்விசை அரங்கத்தின் கனத்த வெல்வெட் திரைச்சீலைகளில் சிக்கிய ஆலாபனைகளாக, அடுத்த அறையில் ஒலிக்கும் நாதஸ்வரமாகத் தாழ்ந்தே கேட்டன. அவர்களது உரையாடல்கள் கூரிய முனையுள்ள அங்குசங்கள். அறையின் நடுவாந்திரங்களில் கட்டப்பட்டிருந்த வெளிச்ச யானைகளை அடக்கிப் பழக்கப்பட்டவை.

“லோகா உண்மையிலேயே கட்டிடத்திலேர்ந்து குதிச்சுத் தற்கொலை பண்ணிக்கிட்டாரா?” கறுத்த நிறமுடைய பெண் அடையைப் பிட்டுத் தின்று கொண்டிருந்த வத்சலாவிடம் கேட்டாள்.

வத்சலாவும் அவளும் ஒரே வெளிநாட்டு வங்கியில் கணினித் துறை ஊழியர்களாகப் பணியாற்றி வந்தார்கள். நான் அவர்கள் அருகில் நின்றபடி அவர்கள் உரையாடலை உற்றுக் கேட்டுக் கொண்டிருந்தேன். அவர்களைப் போலவே அறையில் இருந்த பெரும்பாலானவர்கள் இங்கே வேலை பார்க்க வந்தவர்கள் என்று சாவதற்கு முன்னால் லோகா என்னிடம் சொல்லியிருக்கிறான். எண்பது சதவிகிதத்தினர் பொறியியலாளர், கணினி நிபுணர், விரிவுரையாளர், கணக்காய்வாளர் என்று நடுத்தட்டுக்கும் மேலான பதவியில் இருப்பவர்கள். மீதமிருந்தவர்கள் உழைக்கும் வர்க்கம் என்றாலும் குருஜியினிடத்தில் தோன்றிய அயராத பக்தியின் வெளிப்பாட்டால் தொண்டர் குழாத்தினுள் உறுப்பினர்களாகச் சேர்க்கப்பட்டிருந்தவர்கள். வத்சலாவும் அவள் கணவர் நாகராஜனும் உறுப்பினர்களின் முதன்மையானவர்களாகக் கருதப்பட்டார்கள்.

நாகராஜன் உள்ளூர் சத்சங்கத்தின் துணைத்தலைவராக இருந்தார். வத்சலா சத்சங்கத்தின் உள்ளூர் முகநூல் பக்கத்தையும் இன்ஸ்டாகிராமையும் பார்த்துக்கொண்டாள். இருவரும் பணம்கட்டி சத்சங்கத்தின் பலவகையான பயிற்சி வகுப்புகளை முடித்திருந்தார்கள். கனடாவில் இருந்த குருஜிக்கு இந்தக் காரணத்தால் மிக வேண்டியவர்களாகவும் இருந்தார்கள். குருஜி உள்ளூருக்கு வந்தால் அவர்களது பரந்த தனியார் அடுக்குமாடி வீட்டினில்தான் தங்குவார் என்பது எல்லோருக்கும் தெரியும்.

வத்சலா கைவிரல்களில் குருமா காயக் கையைத் தட்டுக்கு மேல் உயர்த்தியபடி வார்த்தைகளை அளந்து அளந்து பதில்

சொன்னாள். அவள் பேசியபோது வார்த்தைகள் வெள்ளி நிற அரவங்களாக நெளிந்து ஓடுவதாகப் பார்த்தவர்கள் சொல்லியிருக்கிறார்கள். ஆனால் எனக்கு அந்த விவரங்கள் எதுவும் சரியாக ஞாபகம் இல்லை என்றே சொல்ல வேண்டும்.

"அப்படித்தான் நினைக்கிறேன் ஹேமா. எனக்கும் விவரம் சரியாத் தெரியல. அன்னைக்கு நைட் தூங்கப் போறதுக்கு முன்னாடி ஸ்ரீதர்தான் எங்க ரெண்டு பேருக்கும் வாட்ஸ் ஆப் பண்ணியிருந்தார். அதுக்கப்புறம் எந்தச் சேதியும் வரல. நாங்களும் புள்ளைங்க எக்ஸாம் பீரியடுங்கிறதால எதையும் அதிகமா விசாரிச்சுக்கல."

"ப்ச்சு. கேக்கவே பாவமாயிருக்கு வத்சலா. தவமணியும் குழந்தைகளும் இனிமே எப்படிச் சமாளிக்கப் போறாங்கனு நெனச்சாலே மனசு கிடந்து அடிச்சுக்குது."

வத்சலா ஹேமாவைப் பரிதாபத்தோடு உற்றுப்பார்த்தாள். அப்படி வத்சலா உற்றுப்பார்க்கும் போதெல்லாம் அவள் வாய்க்கடையோரங்களில் வெள்ளிச் சுறா மீன்களாக இரண்டு கோரைப் பற்கள் தலைநீட்டுவதை லோகா எனக்குக் காட்டியிருக்கிறான். ஆனால் அது வத்சலாவின் சிவந்த முகத்தில் உள்ள தாடைத் தேமல்களில் வெளிச்சம் விழும்போது ஏற்படும் மாயத்தோற்றமாகக் கூட இருக்கலாம் என்று நினைக்கிறேன். லோகா எதையும் அதீதமாகக் கற்பனை செய்யக் கூடியவன். இதுகூட அவன் கற்பனையின் பாற்பட்டதாகவே இருக்கலாம். ஆனால் வத்சலா பேசும்போது பிளந்த சிவப்பு நாக்குகளோடு கூடிய வெள்ளி நாகங்கள் அலைவதை லோகா மட்டுமல்ல, இன்னும் பலபேரும் சொல்லியிருக்கிறார்கள். நானும் பார்த்திருக்கிறேன். ஆனால் எப்போதென்றுதான் எனக்குச் சரியாக ஞாபகம் இல்லை. பின்னால் யோசித்துப் பார்த்தால் பார்த்த இடமும் சந்தர்ப்பமும் நினைவுக்கு வரலாம்.

"நீ துக்கப்படக் கூடாதவர்களுக்காகத் துக்கப்படுகிறாய். அதே சமயம் பண்டிதர்களைப்போல் பேசவும் செய்கிறாய். இறந்தவர்களைப் பற்றியோ, இருப்பவர்களைப் பற்றியோ அறிவாளிகள் கவலைப்படுவதில்லைனு குருஜி போன வருஷம் நடந்த ஞான போதன சாகர பகவத் கீதை சொற்பழிவுல சொல்லிருக்காரே – உனக்கு ஞாபகம் இல்லையா ஹேமா? லோகாவினுடைய சாவுங்கிற ஒரு சம்பவத்த மேம்போக்கா பார்த்துட்டுப் அதனோட ஆழமான உள்ளர்த்தத்தைப் புரிஞ்சுக்காம நீ பேசுறியோனு எனக்குப் படுது."

சிவந்த கைவிரல்களில் அடையை மிருதுவாய்ப் பிய்ப்பது போலத்தான் வத்சலா பேசினாள். ஆனால் அது ஹேமாவுக்குள் ஏனோ விசித்திரமான ஒரு அச்சத்தை ஏற்படுத்தியது. 'சர்ப்பம், நாக்குப் பிளந்த சர்ப்பம்' என்று லோகா சிரிப்பது எனக்கு இப்போதும் கேட்கிறது. அறையின் மேற்குக் கோடியில் மாட்டப்பட்டிருந்த பழைய குளிர்சாதனம் உறுமியபடி குளிர்காற்றைப் பொழிய ஹேமா தன் கன்னத்தில் நாகத்தின் வால்பகுதி உரசிவிட்டுப் போனது போன்ற சில்லிப்பை உணர்ந்தாள். அப்போது வத்சலாவின் உதடுகளில் சற்றே மேல் நோக்கிய விதத்தில் ஏளனப் புன்னகை தோன்றியிருந்தது. பின்னிருந்து பாய்ந்த வெளிச்சப் பிரவாகத்தில் வத்சலாவின் சிவந்த முகம் வெள்ளை உடைகளில் திடீரென்று பேரழகு வாய்ந்ததுபோல் ஹேமாவுக்குப் பட்டது. ஒன்பது வருடங்களாகக் குருஜியிடம் மாணவியாக இருக்கிறாளே சும்மாவா என்று ஹேமா நினைத்துக்கொண்டாள். அந்த உணர்ச்சியின் கதகதப்பில் பௌர்ணமி சமுத்திரமாய் ஹேமா இறுமாந்தாள். அந்நேரம் வத்சலாவினிடத்தில் ஹேமாவுக்குப் பெரும் காதல் தோன்றி மறைந்தது.

இதுவும் ஆச்சரியத்துக்குரியது அல்ல. 2008ம் ஆண்டு வெளிவந்த 'ஞான போதன சாகரம்' என்ற காணொளித் தொடரின் மூன்றாவது குறுந்தகட்டில் [காப்புரிமை:2008 விஸ்வ சாந்தினி குருபீடம், டாரண்டோ, கனடா] 'சக்கரங்களும் சாந்தினி யோகமும்' என்ற பகுதியில் குருஜியே இதனைத் தெளிவுபடுத்தியுள்ளார்: "மனித உடலின் நடுப்பகுதியில் ஸ்தூல ஹ்ருதயம் இருக்கும் இடத்துக்குச் சமீபத்தில் எல்லா உணர்ச்சிகளின் கேந்திரமாகவும், மிருக இச்சைகளும் உயரிய எண்ணங்களும் சந்தித்துக் கொள்ளும் தலமாகவும் அநாகத சக்கரம் உள்ளது. இந்தச் சக்கரம் இரண்டு ஷட்கோணங்களாலான பன்னிரண்டு இதழ் கொண்ட கரும்சாம்பல் தாமரையின் தோற்றத்தில் இருக்கும். சக்கரத்தின் பன்னிரன்டு இதழ்களும் முறையே காமம், மோசடி, பலவீன சித்தம், மனந்திருந்துதல், நம்பிக்கை, பயம், ஏக்கம், நீதி தவறாமை, அகங்காரம், நிபுணத்துவம், விவேகம் மற்றும் அடக்கமின்மை என்ற மனவிருத்திகளைக் குறிக்கின்றதாய் ஞான தீபிகம் என்ற கிரந்தம் சொல்கிறது. இந்த விருத்திகள் அனைத்தும் ஒன்றுக்கொன்று முரணாகவே உள்ளன. மனிதனுடைய ஆசைகளுக்கும் ஆன்மிகத் தேடலுக்கும் இடையே நடக்கும் ஆன்மீகப் போர் கூட இந்தச் சக்கரத்தில்தான் நடக்கிறது என்பதற்கு இதுவே சாட்சி. சாந்தினி யோகத்தின் நான்காவது வகுப்பில் பயின்று தீட்சை பெறுபவர்கள் யம் என்ற பீஜ மந்திரத்தின் உபாசனையால் இந்தச் சக்கரம் திறக்கப் பெற்று

வாக்கின் அதிபதிகளாக, சகலருக்கும் பிரியமானவர்களாக, திடசித்தம் உள்ளவர்களாக, முடிவெடுப்பதில் நிபுணர்களாக மாறுவார்கள். இந்தச் சக்கரம் அடைந்த நிலையில் இருப்பவர்கள் யாரையும் நேசிக்க முடியாதவர்களாகவும், மற்றவர்களின் வெறுப்புக்கு ஆளாபவர்களாகவும் இருப்பார்கள். சாந்தினி யோகம் எந்த மதத்தின் பாற்பட்டதும் அல்ல. இது எல்லோருக்கும் பொதுவான விஷயம். ஆனால் குருவின் தீட்சையின்றி யோக சித்திகளில் எதுவும் கிடைக்காது."

குருஜி பேசிய 'ஞான போதன சாகரம்' குறுந்தகடுகளின் தொகுப்புக்கள் அந்தந்த வகுப்புகளில் பணம் கட்டிச் சேர்பவர்களுக்கே கிடைக்கும். லோகா யாரோ கொடுத்தார்கள் என்று இந்த குறுந்தகடுகளை வீட்டிலேயே பிரதியெடுத்து ஒரு தொகுப்பாகவே வைத்திருந்தான். அவன் உடைமைகளைத் தேடிப் பார்த்தால் அந்தக் குறுந்தகடுகள் கிடைத்தாலும் கிடைக்கலாம்.

வத்சலா ஹேமா சொல்வதைக் கவனமாகக் கேட்டுக்கொண்டிருந்தாள்.

"நிச்சயமா ஹேமா. லோகாவும் தவமணியும் விடாம நம்ம சத்சங்கத்துக்கு வந்துகிட்டு இருந்தாங்கனு நீ சொல்றது உண்மைதான். ஆனா ஒரு விஷயம் கவனிச்சிருக்கியோ? அவங்க ரெண்டு பேராலயும் ஒரு தியான வகுப்புல கூட அலுங்காம அசையாம ஒரு அஞ்சு நிமிஷம்கூட உக்கார முடியாது. அப்படியும் இப்படியும் அசைஞ்சுகிட்டே இருப்பாங்க. நீ பார்த்திருக்கியானு தெரியாது. ஆனா நா பலமுறை பார்த்திருக்கேன். இதைத்தான் குருஜி 'சக்கர அடைப்பு'னு குறிப்பிடுறார். எப்பவாவது தவமணியும் அவ குழந்தைகளும் நல்லா உடுத்தி, தெளிவான முகத்தோட சத்சங்கத்துக்கு வந்தத நீ பார்த்திருக்கியா?"

ஹேமா அறையின் வடகிழக்கு மூலையை ஒருகணம் திரும்பிப் பார்த்துக் கொண்டாள். சத்சங்கத்துக்கு வரும்போதெல்லாம் லோகாவும் தவமணியும் குழந்தைகளோடு அந்த மூலையில்தான் உணவு சாப்பிட்டபடி நிற்பார்கள். இப்போது அந்த இடம் வெள்ளி நிறச் சர்ப்பங்கள் அலைய முற்றிலும் காலியாகக் கிடக்கிறது. ஹேமாவின் மனக்கண்ணில் மட்டும் அவர்களது உருவங்கள் கரும்சாம்பல் புகையாகத் தெரிந்தததாக ஹேமா என்னிடம் பின்னாளில் சொல்லியிருக்கிறாள். இரண்டு வாரங்களாக உறுப்பினர்கள் யாரும் அந்த இடத்தில் நிற்பதில்லை. வத்சலா சொல்வது உண்மைதான். லோகாவும் அவன் குடும்பத்தாரும் சீராய் உடுத்தி அவள் பார்த்ததேயில்லை. ஒன்று, அவர்கள் ஆடையின் அளவுகள் அதிகமாக சிறுத்தோ பெருத்தோ இருக்கும்.

அல்லது அவற்றில் அசிங்கமான மடிப்புகளும் கறைகளும் மண்டியிருக்கும். வத்சலாவின் முகம் இப்போது ஜாஜ்வல்யமாக எரிந்து கொண்டிருந்தது.

"குருஜி போன வருஷம் கனடாவிலேர்ந்து வந்திருந்தபோ அவருக்கு முன்னால லோகாவும் தவமணியும் பேய் போல அழுதாங்களே, ஞாபகமிருக்கா உனக்கு? எல்லா வரங்களும் கொடுக்கக் கூடிய ஒருத்தர் முன்னால துக்கம் வருதுனா அது எத்தனை பெரிய சாபம்னு நீயே நினச்சுப் பார்த்துக்கோ. நெறைய பசியிருந்தும் சாப்பிடமுடியாதபடி வாய் கட்டப்பட்டிருக்குற சாபம். நாம எல்லாரும் குருஜி முன்னால உக்காந்து எவ்வளவு சந்தோஷமா தியானம் பண்ணிக்கிட்டு இருந்தோம்? நீகூட குருஜிக்கு பின்னால ஒளிவட்டம் தெரிஞ்சதா சொன்னியே? ஆனா இவங்க மட்டும் அழறாங்க. அப்பவே குருஜியோட மொகத்துல ஒரு சின்ன சிரிப்புத் தோணுச்சு. நானும் என்னமோ நடக்கப் போகுதுனு நெனச்சேன். எட்டு மாசத்துலயே நடந்திருச்சு."

வத்சலா கருஞ்சாம்பல் கடலின் அலையடிக்கும் விசாலமாகப் பேசினாள். அவள் சொற்கள் கூரிய முனையுள்ள அங்குசகங்களாக வெளிச்ச வாரணத்தை அறையின் நடுவிலேயே நிறுத்தி வைத்திருந்தன. அவையே வெள்ளி நிறச் சர்ப்பங்களாக மாறி அறையின் அரக்கு நிறத் தரை முழுதும் அலைந்தன. வத்சலாவும் நாகராஜனும் குருஜிக்கு மிகவும் வேண்டியவர்கள். வத்சலாவின் வார்த்தை பேரலைகளில் ஹேமா உப்பு பொம்மையாகக் கரைந்து போயிருந்தாள்.

பெண்களின் உரையாடல்கள் இப்போது சிறிய சலனங்களுக்கும் சிறகடித்து அறையின் மேல்புறங்களின் அமர்ந்துகொள்ளும் சாம்பல் புறாக்கள் போலிருந்தன. ஆண் உறுப்பினர்களின் வார்த்தைகள் அறையெங்கும் கரும்பாறைகளாய் இறுகிக் கிடந்தன. அவர்கள் அறையின் முன்னால் அமைக்கப்பட்டிருந்த சிறிய மேடையின் ஓரமாய்க் கூடிப் பேசிக்கொண்டிருந்தார்கள். ஆஸ்திரேலியர்களும் சீனர்களும் வேறோர் இடத்தில் நாற்காலிகளை வட்டமாகப் போட்டபடி கவலை மிகுந்த முகங்களோடு உரையாடிக் கொண்டிருப்பது அங்கிருந்த எல்லோரையும் கலவரப்படுத்தியது.

சத்சங்கத்தின் தலைவர் கோபாலகிருஷ்ணன் வயதானவர். சின்ன வயதில் குருஜி திண்டிவனத்தில் இளம் அரசாங்க ஊழியராக இருந்தபோதே அவரோடு இருந்தவர். தியானத்தின்போது கிடைத்த கட்டளைக்கேற்ப குருஜி கனடாவில் சாந்தினி யோக மந்திரத்தையும் சத்சங்கத் தலைமையகத்தையும் அமைக்கச்

சென்றபின் சென்னை திருவல்லிக்கேணி உத்திராதி மடத்துக்கு அடுத்த கட்டிடத்தில் இருந்த சத்சங்கத்தின் கிளையைக் கண்ணும் கருத்துமாகப் பார்த்துக் கொண்டார். மகனுக்கும் மருமகளுக்கும் உள்ளூர்ப் பல்கலைக் கழகத்தில் வேலை கிடைத்தவுடன் இங்கேயே வந்து தங்கிவிட்டார். அவருக்குச் சுற்றியிருந்த உறுப்பினர்கள் எல்லோரும் பலவாறாகப் பேசிக்கொண்டிருந்தார்கள். அவருக்குப் பக்கத்தில் நாகராஜன் நின்றிருந்தார். கோகுலகிருஷ்ணனின் கையிலிருந்த காபி ஆறிப்போயிருந்தது.

“அவரை மொதல்ல ஏன் சத்சங்கத்துக்குள்ள விட்டுத் துணைச் செயலாளர் ஆக்குனோம்னு இருக்கு.”

“இந்த ஊர் ஆளு ஒருத்தர் நம்மளோட இருந்தா அரசாங்கப் பதிவுக்கும் இன்ன பிற விஷயங்களுக்கும் உதவியா இருக்குமேனு தோணுச்சு. ஆளு கண்ட கண்ட கட்டிடத்திலிருந்து டைவ் அடிப்பான்னு யார் கண்டா.”

அவர்கள் அமைதியாகச் சிரித்துக்கொண்டார்கள். அந்தச் சத்தம் கரும்பாறைகளில் வெள்ளி நிறச் சர்ப்பங்கள் ஊறும் ஓசைபோல் கேட்டது என்று ஹேமா ஒரு நாள் என்னிடம் சொன்னாள்.

“ரொம்ப நாளா நம்ம சத்சங்கத்துல இருந்திருக்காரு. இதனால சத்சங்கத்துக்கு எந்தக் கெட்ட பேரும் வராதில்லையா?”

“அதெல்லாம் ஒண்ணும் வராது. நடந்த சம்பவத்துக்கும் சத்சங்கத்துக்கும்தான் எந்த சம்பந்தமும் இல்லையே. எவனெவனோ தற்கொலை பண்ணிக்கிறதுக்கு நாமளா பொறுப்பு?”

வழக்கறிஞர்போல் இருந்தவர் பேசினார். அவர் முகம் செந்நிறத்து மங்கோலியக் குதிரைபோல் ரோமங்கள் அடர்ந்திருந்தது. அவர் காதுகளும் குதிரைக் காதுகளைப் போல் விறைத்து இருந்தன. ஆனால் அவர் வழக்கறிஞர் இல்லை. நகரத்தின் கிழக்குப் பகுதியில் உள்ள ஒரு பன்னாட்டு நிறுவனத்தில் ஆடிட்டராக வேலை பார்க்கிறார். லோகா இருந்தால் அவர் பெயரைச் சரியாக சொல்லியிருப்பான். இப்போது சட்டென்று எனக்கு அவருடைய பெயர் சரியாக ஞாபகத்துக்கு வரவில்லை.

“ஆமா இன்னையோட பதினைஞ்சு நாளு முடிஞ்சிருக்கும் இல்லையா? உங்கள்ல யாராவது காரியத்துக்குப் போனீங்களா?”

“தமிழ் முரசுல கூட நேத்து மன்மத காருண்யீஸ்வரர் கோயிலில ஆத்ம சாந்தி பூஜை நடக்குறதாப் போட்டிருந்தாங்க.”

அந்தக் கேள்விக்கு அவர்களிடையே மிக இறுக்கமான மௌனம் உருவானது. அவர்கள் யாவரும் வார்த்தைகளையே கூரிய முனையுள்ள அங்குசங்களாகப் பயன்படுத்த பழக்கப்பட்டவர்கள். அவர்கள் வார்த்தைகள் அறையெல்லாம் விரவிக் கிடக்கும் கரும்சாம்பல் பாறைகளிலே ஏறி இறங்கி விளையாடும் வெள்ளி நிறச் சர்ப்பங்கள் போல் அலைந்தன. காதுகளில் பெரிய வளையங்களை மாட்டியிருந்த ஆஸ்திரேலியப் பெண்ணொருத்தி அவர்களுக்குச் சிறுதானிய அடைகளைப் பரிமாறிவிட்டுப் போனாள். குருமா தீர்ந்துபோயிருந்தது.

லோகா இறந்த ஓரிரு நாட்களில் போலீஸார் கோகுல கிருஷ்ணன், நாகராஜன், வத்சலாவோடு மற்ற சத்சங்க உறுப்பினர்களிடம் விசாரணை நடத்தினார்கள். விசாரணைக்கு மூன்று போலீஸ்காரர்கள் வந்திருந்தார்கள் என்று நினைக்கிறேன். அவர்களில் ஒருத்தி பெண் அதிகாரியாக இருந்திருக்கலாம். விவரங்கள் சரியாக என் கவனத்தில் இல்லை. ஆனால் அது சம்பிரதாயமான விசாரணைதான். அந்தக்குதிரை முகத்து ஆடிட்டர் – அவன் பெயர் எனக்கு மறந்துவிட்டது – கூறியதுபோல சத்சங்கத்துக்கும் லோகாவின் சாவுக்கும் சம்பந்தமே இல்லை என்று எப்போதோ உறுதியாகியிருந்தது. லோகாவின் கைத்தொலைபேசியில் உள்ள என் தொடர்பு எண்ணையும், நமக்குள் பரிமாறப்பட்ட குறுஞ்செய்திகளையும் பார்த்துவிட்டுப் போலீஸார் என்னிடமும் விசாரணை நடத்துவார்கள் என்று நான் நினைத்தேன். ஆனால் நல்ல வேளையாக அப்படி எதுவும் நடக்கவில்லை.

இத்தனைக்கும் அவன் சாவதற்கு முதல் நாள்தான் லோகா என்னைப் பார்க்கக் கொஞ்சம் பணத்தோடு வந்திருந்தான். அது போதாதென்று சொன்னேன். அவசரத் தேவை என்பதால் அடுத்த முறை எப்படியேனும் மீதித் தொகையைக் கொண்டு வருவதாக வாக்களித்தான். அதன் பிறகு எட்டு வயதான அவனுடைய மகன் ராகுலைப் பற்றியும், ஆறு வயதான சாந்தினியைப் பற்றியும் நிறையப் பேசினான். இதற்கெல்லாம் மேலாக அவன் பேச்செல்லாம் ஆன்மீகத் தேடலைப் பற்றியே இருந்தது. அவன் என்ன சொன்னான் என்பதும் ஏன் எனக்குப் பணம் கொண்டு வந்து கொடுத்தான் என்பதும் எனக்கு அவ்வளவாக ஞாபகம் இல்லை. ஆனால் அவன் இன்சூரன்சு தொழிலில் ஏற்படும் சிரமங்களைப் பற்றியும் தன் ஆன்மிக லட்சியங்களைப் பற்றியும் பேசியிருக்கக் கூடும். அது அவனுக்கு ஒரு பெரும் போராட்டமாகவே இருந்திருக்கிறது. சரியான அடையாளம் இல்லாததால்தான் உள்ளூர்வாசிகள்

ஆன்மீகப் பாதையில் முன்னேற முடியவில்லை என்றும் அவன் சொல்லியிருக்கலாம். மற்றவர்கள எவ்வளவு கட்டுக்கோப்போடும் அடையாளத்தை விட்டுக் கொடுக்காமாலும் இருக்கிறார்கள் என்பதையும் அவன் விவரித்து இருக்கலாம். இதையெல்லாம் அவன்தான் சொன்னானா தெரியவில்லை. சாந்தினி யோக பீடம் வெளியிட்ட குறுந்தகடுகள் ஒன்றில் நான் கேட்டதாகக் கூட இருக்கலாம்.

லோகா இறந்து போன ஓரிரு நாட்களில் எப்போதும் ஆன்மீகப் புத்தகங்களையே வாசித்துக் கொண்டிருக்கும் ஒரு சாதுவான மனிதன் எவ்வாறு இப்படி அநியாயமாகச் செத்துப் போவான் என்று தவமணி எனக்குக் குறுஞ்செய்தி அனுப்பியிருந்தாள். நான் அவளுக்கு எந்தப் பதிலும் அனுப்பாமல் அவளது குறுஞ்செய்தியையும் லோகாவின் குறுஞ்செய்திகளையும் தொடர்பு விவரங்களையும் மொத்தமாக அழித்துவிட்டேன். ஒருவேளை சாவதற்கு ஓரிரு நாட்கள் முன்பு லோகாவுக்கு அநாகத சக்கரம் திறந்திருக்கலாம். ஆனால் அது அவன் மனதில் ஏற்பட்ட மாயையாகக் கூட இருக்கக்கூடும். லோகா எதையும் அதீதமாகக் கற்பனை செய்யக் கூடியவன்.

இதை நான் எழுதிக்கொண்டிருக்கும்போது கோகுலகிருஷ்ணன் சத்சங்க உறுப்பினர்கள் அனைவரையும் அறையின் நடுவில் வரிசையாக போடப்பட்டிருந்த தியான இருக்கைகளில் அமரச் சொல்லிக்கொண்டிருந்தார். இம்முறை வெளிச்ச யானை அறையின் ஓரத்துக்கு ஓட்டப்பட்டுச் சுவர்களில் ஒட்டியிருக்கும் நிழல்களைப் பசுந்தழைகளாக மேய்ந்துகொண்டிருந்தது. கோகுலகிருஷ்ணனின் குரல் விரல் தீண்ட நடுங்கும் செப்பனிட்ட நரம்பு வாத்தியமாய், ஔடத ராகத்தின் சுரங்களாய் அறையெங்கும் கேட்டது.

“முழுமையான வழிகாட்டி கிடைத்தும் நம் நண்பர் லோகநாதன் வழிகாட்டியினுடைய அண்மையைப் பயன்படுத்திக் கொள்ளத் தெரியாமல் பரிதாபமாக இறந்து போனார். அவர் இந்த சத்சங்கத்தில் முக்கியப் பொறுப்பில் இருந்தாலும் அவரை நாம் அதிகம் பார்த்ததில்லை. அவரோடு நமக்கு அதிகம் பரிச்சயமும் இல்லை. ஆனாலும் குருஜி நம்மை ஆதரவில்லாமல் விட்டு விடவில்லை. இதோ காலியாயிருக்கும் துணைச் செயலாளர் பதவியை நிரப்ப ஒரு நல்ல மனிதரை அனுப்பியுள்ளார். திரு மெர்வின் அலோன்சோ பிரபலப் பொறியியலாளர் மட்டுமல்ல. அவர் பல சமூகக் குழுக்களில் தன்னார்வ ஊழியராக இருந்து பல பெரிய மனிதர்களின் அன்பையும் ஆதரவையும் பெற்றவர்.”

இம்முறை இந்தியர்களோடு ஆஸ்திரேலியர்களும் சீனர்களும் மிக பலமாகக் கைதட்டினார்கள். கோகுலகிருஷ்ணன் திரும்பி சுவரில் வெற்றுடம்பாய்க் கிடந்த வெண் திறையைப் பார்த்துக்கொண்டார்.

“சரி, குருஜி நம்மோடு இணையம்வழியாகப் பேசும் நேரம் நெருங்கிவிட்டது. எல்லோரும் ஆயத்தாமாக இருங்கள். ஜெய் குருதேவ்.”

“ஜெய் குருதேவ்.”

எல்லோருடைய குரலும் யம் என்ற பீஜ மந்திரத்தின் ஓசையாக ஓங்கி ஒலித்தது. சில நிமிடங்களில் வெள்ளைத் திரையினில் ஸ்வயம்பிரகாசமாய்க் குருஜி தோன்றினார். அவர் முகத்தில் லோகாவும் தவமணியும் அழுதபோது தென்பட்ட அதே புன்னகை ஒளிர்ந்து கொண்டிருந்தது.

நியாயத் தீர்ப்பு

ராஜன் ஆல்பிரெக்ட் துரைசாமியை முதன் முதலாகச் சந்தித்தபோது அவர் டவுனர் சாலையில் இருந்த புனித ரோமுலா தேவாலய வளாகத்தில் புத்தகக் கடை ஒன்றை நடத்திக் கொண்டிருந்தார். பத்தடி நீளமும் எட்டடி அகலமும் மட்டுமே இருக்கக் கூடிய மிகச் சிறிய கடை, விசுவாசிகளின் கிறிஸ்துவ அறிவின் விருத்திக்கும் தேவாலய வருமானத்துக்கும் பயன்படுமே என்று தேவாலயத்தின் தலைமை குருவான ஃபாதர் கியோதான் சர்ச் ஹாலுக்கும் லேசாய் மூத்திர நாற்றம் அடிக்கும் கழிவறைகளுக்கும் இடையில் இருந்த இருண்ட ஸ்டோர் ரூமைப் புத்தகக் கடைக்காகப் போன வருடம் ஒதுக்கியிருந்தார்.

புத்தகக் கடைக்கு அருகிலேயே கறுப்புத் தார்ச்சாலையைத் தாண்டியவுடன் வெள்ளை வெளேரென்று தேவாலயம். உயர்ந்த கூம்பு கோபுரத்தோடும் வண்ணக் கண்ணாடிச் சில்லுகள் பதித்த நீண்ட ஜன்னகளோடும் முகத்தில் சுருக்கம் விழுந்தாலும் கம்பீரம் மாறாத பழைய பிரெஞ்சுக் கிழவிபோல் வேகாத வெயிலில் மெல்லிய தூப வாசத்தோடு நின்றுகொண்டிருக்கும்.

அன்றும் வெயில் வெள்ளிக் கம்பிச் சரங்களாய் மண்ணிலிருந்த எழுந்த அனல் காற்றில் அசைந்தபடி கண்களை உறுத்தியது. ராஜன் ஃபாதர் கியோவின் ஞானஸ்நான வகுப்பை முடித்துவிட்டு அலுவலகக் கட்டிடத்திற்கு வெளியே நடந்தான். சிங்கப்பூர் வெயிலின் கடுமை கருதிப் பாதிரியார்களின் அலுவலகங்களிலும், தேவாலய வகுப்பறைகளிலும்

பழைய ஹிட்டாச்சி குளிர்சாதனப் பெட்டிகளைப் பொருத்தி இருந்தார்கள். குளிரில் இருந்து ஐந்தே முக்கால் மணி வெப்பத்தில் நடந்தபோது வெயில் ராஜனைச் சூழ்ந்துகொண்டு பூத கணங்களுக்குத் திறந்து காட்டியிருந்த அவன் தோல் பகுதிகளையெல்லாம் லட்சோபலட்சம் மீன்குஞ்சுகளாய்க் கடித்துக் குதறியது.

ராஜன் கைக்கடிகாரத்தைப் பார்த்துக் கொண்டான். ஆறரை மணித் திருப்பலிக்கு இன்னும் நேரம் இருந்தது. என்னதான் இருக்கிறது போய்ப் பார்ப்போமே என்று ராஜன் இடப்பக்கம் திரும்பிப் புத்தகக் கடைக்கு நடந்தான்.

தார்ச்சாலையைத் தாண்டி நடக்கும்போது ராஜன் எதேச்சையாய் டவுனர் சாலையை ஒட்டியிருந்த தேவாலயத்தின் முகப்பைப் பார்த்துக்கொண்டான். அம்மா தேவாலயத்தில் விநியோகிக்கப்படும் லூர்து புனித நீரைச் சேகரிக்க ரோவெல் சாலையில் இருக்கும் அவர்களது வீட்டிலிருந்து அவ்வப்போது வருவாள் என்று அவனுக்குத் தெரியும். அம்மா மதங்களைப் பற்றி ஏதும் பெரிய அனுமானங்கள் இல்லாதவள். ராஜன் ஒருமுறைகூட அவளோடு தேவாலயத்துக்கு வந்ததில்லை. அம்மா மட்டும் அவளுக்கிருந்த தைராய்டு தொல்லை அதிகமாகும் போதெல்லாம் இங்கு வருவாள். அவள் காலையில் பூஜை முடித்து விபூதி அணிந்துகொண்ட பிறகு உள்ளங்கை நீள ப்ளாஸ்டிக் பாட்டில் திறந்து புனித நீரை அருந்துவதை ராஜன் பார்த்திருக்கிறான்.

அம்மா ராஜனைச் சாமி கும்பிட வற்புறுத்துவதில்லை. தேவாலயத்துக்கு அவள் வருகைகளைப் பற்றி அதிகமாகப் பேசுவதும் இல்லை, ஆனால் ராஜன் தேவாலயத்தில் திரிந்துகொண்டிருப்பதைப் பார்த்தால் நிச்சயம் துருவித் துருவிக் கேள்விகள் கேட்பாள். மதமாறுகிறான் என்று அறிந்தால் கொன்றே போடுவாள்.

புத்தகக் கடையின் முன்னால் இருந்த கூரைப் பகுதியின் குளிர்ந்த நிழல்களை அடைந்தபோது ராஜன் பெருமூச்சு விட்டான். அரையிருட்டில் புத்தகக்கடை ஸ்படிகம் போல் ஒளிர்ந்துகொண்டிருந்தது. ராஜன் சுற்றும் முற்றும் பார்த்தபடியே கடைக்குள் நுழைந்தான். கதவைத் திறந்த போது அதன் மேலே மாட்டப்பட்டிருந்த மணி அசைந்து ஓசை எழுப்பியது. கடையின் ஓரத்தில் அவசரத்தில் மாட்டப்பட்ட இரண்டு நீண்ட குழல் விளக்குகள் ஜாஜ்வல்யமாக எரிந்துகொண்டிருந்தன. அவற்றின் அடியில் வேறு போக்கிடமில்லாமல் தொங்கிக் கொண்டிருந்த கறுப்பு வயர்கள். அவசர கதியில் கடைக்குச்

சாயம் பூசியபோது தெறித்த வெள்ளைச் சாயம் அவற்றின்மீது இன்னும் ஒட்டியிருந்தது.

கடை முழுக்கப் பளீர் வண்ண முகப்பட்டைகளோடு கத்தோலிக்க மதம்சார்ந்த புத்தகங்கள் வேண்டாத உறவினர்கள் சேர்ந்து நின்றதுபோல் ஒரு பொருத்தமும் இன்றிப் பலவிதமான மர ரேக்குகளில் அடுக்கி வைக்கப்பட்டிருந்தன. கடை வாசலுக்கருகில் வைக்கப்பட்டிருந்த கண்ணாடி அலமாரியின் மீது கேஷியர் மெஷின் இருந்தது. கண்ணாடி அலமாரியின் அடுக்குகளில் பல விதமான ஜெபமாலைகள் சின்ன வெள்ளைப் பெட்டிகளில் பார்வைக்கு வைக்கப்பட்டிருந்தன. அவற்றின் இடையில் இயேசு, மரியாள், பலவிதமான புனிதர்களின் உருவம் பதித்த பதக்கங்கள் இருந்தன.

கண்ணாடி அலமாரியின் பின்னால் வேதாகமப் புத்தகங்கள் அடுக்கப்பட்டிருந்தன. பின்னால் இருந்த சுவற்றில் இயேசு நாதரின் திருஉருவம் பொறித்த கடிகாரங்கள் காட்சிக்கு வைக்கப்பட்டிருந்தன. அவற்றின் இடையே ஆல்பிரெக்ட் தன் மகளின் பட்டமளிப்பு விழாவில் அவளோடு எடுத்துக்கொண்ட புகைப்படத்தைப் பெரிது படுத்தி வைத்திருந்தார்,

"ஹலோ பிரதர். ஞானஸ்நான வகுப்புக்கு வந்து போயிட்டு இருக்கீங்களா?"

கர்த்தரின் தீர்ப்பு நாளை விவரிக்கும் புத்தகத்தை ஆர்வத்தோடு ஆராய்ந்துகொண்டிருந்த ராஜன் திடுக்கிட்டுத் திரும்பினான். கடையின் பின்னால் இருந்த ரேக்குகளிலிருந்து ஆல்பிரெக்ட் துரைசாமி பிரசன்னமாகி இருந்தார். நல்ல குண்டான மேனி. கறுப்பு நிறம் என்றாலும் அதில் ஒரு அதீத மினுமினுப்பு இருந்தது. பாதரசத்தில் முக்கிய சீப்பைக் கொண்டு பின்னுக்கிழுத்துச் சீவியதைப்போல் கறுப்பிலிருந்து வெள்ளைக்கு மாறிக் கொண்டிருந்த கேசம். கன்னம் பளபளப்பாகவும் பார்ப்பதற்கு மிக செழுமையும் இருந்தது.

வயது தாராளமாக அறுபத்தைந்துக்கு மேல் இருக்கும். அவரை அங்கிள் என்று அழைக்கலாமா என்று ராஜன் மனதுக்குள் சற்றே விவாதித்தான். பிறகு தன் முடிவைத் தானே நிராகரித்துக் கொண்டான்.

"ஆமா. ரெண்டு மாசமா ஃபாதர் கியோகிட்ட..."

ராஜனின் குரலில் பெருமிதம் இருந்தது. ஃபாதர் கியோ யாரையும் எளிதில் ஞானஸ்நான வகுப்புக்கு ஏற்றுக் கொள்வதில்லை என்று தேவாலயத்துக்கு வரும் பல பேரிடமிருந்து

ரெமோன் எனும் தேவதை

கேள்விப் பட்டிருக்கிறான். ஏன், ஃபாதர் கியோ கூட ஒரு தடவை தன் பிரெஞ்சு தோய்ந்த ஆங்கிலத்தில் அவனிடம் அதையே சொல்லியிருக்கிறார்.

"க்கும். அதான் நான் ஒவ்வொரு வாரமும் புதன்கிழமை உங்களைச் சர்ச்சுல பார்க்குறேனே."

பயம் ராஜனைப் பெயரறியாத நீர்த்தாவரமாய்ப் படர்ந்து பற்றிக்கொண்டது. இந்த மனிதர் அம்மாவையும் தேவாலயத்தில் பார்த்திருப்பாரோ என்று ராஜன் யோசித்தான். அவர் முகத்தை உன்னிப்பாக ஆராய்ந்தான். ஆனால் ஆல்பிரெக்ட்டின் முகத்தில் கோணலான புன்னகையைத் தவிர வேறொன்றும் புலப்படவில்லை. எதற்கும் இவரிடம் ஜாக்கிரதையாக இருக்க வேண்டும் என்று அவன் உள்மனம் சொன்னது. ஆனால் ராஜன் சுதாரித்துக்கொண்டு மறு கேள்வி கேட்பதற்கு முன்னால் ஆல்பிரெக்டே முந்திக்கொண்டார்.

"பிரதர், பார்த்தா சின்ன வயசா இருக்கீங்க. இப்ப என்ன பண்ணிகிட்டு இருக்கீங்க?"

"என்.யூ.எஸ்ல பி.ஏ. மூணாம் வருஷம் படிச்சுகிட்டு இருக்கேன்."

அந்தக் கணத்தில் ஆல்பிரெக்ட்டின் முகத்தில் ஏற்பட்ட ஒளிவெள்ளத்தை நினைத்து ராஜன் பிற்பாடு பலமுறை வியந்திருக்கிறான். அவன் பல்கலைக் கழகத்தில் படிக்கிறான் என்று கேட்டபோது ஆல்பிரெக்ட் தன் முகத்தை முதலில் மேல் நோக்கி வைத்துக் கொண்டார். தத்க்ஷணம் ராஜனுக்கு அவர் முகம் தேவாலயத்தில் இருக்கும் புனித மரியாள் சிலையின் முகம் போலவே இருந்தது. அவர் உதடுகள் சத்தமின்றி ஏதேதோ முணுமுணுத்தன. பிறகு தன் பின்னிருந்த சுவரில் மாட்டியிருந்த தன் மகளின் படத்தை மிகுந்த வாஞ்சையோடு பார்த்தார். அந்த நேரத்தில் அவரது பார்வையில் அமைந்திருந்த சாந்தமும் அமைதியும் ராஜனை உலுக்கத்தான் செய்தன.

"என் பொண்ணு சிசீலியாவும் என்.யூ.எஸ்ல தான் படிச்சா. ஆங்கில இலக்கியத்துல அவ படிச்ச வருஷத்துல அவ ஒருத்திக்குத்தான் முதல் வகுப்புக் கிடைச்சது. பல்கலைக் கழகமே அதுக்காக தங்க மெடல் கொடுத்துச்சு. இப்போ அரசாங்க உதவித் தொகையிலேயே ஆசிரியர் பயிற்சிக்குப் போய்கிட்டு இருக்கா. கர்த்தருக்கு ஸ்தோத்திரம்"

ஆல்பிரெக்ட் தன் பரந்த மார்பில் அகண்ட சிலுவைக் குறி இட்டுக் கொண்டார். ராஜன் ஆங்கில இலக்கியத்தில் முதல்

வகுப்பு வாங்கிய சிசீலியாவின் உருவத்தை அலட்சியத்தோடு பார்த்தான். முதல் வகுப்பு என்பது அவனைப் பொறுத்தவரையில் தேறாத கனவு. வங்கியில் வேலை கிடைக்கும் என்று கணக்குப் போட்டுத் தேர்ந்தெடுத்த பொருளியல் பாடத்தில் அவன் தேர்ச்சி பெறுவதே சந்தேகமாக இருந்தது. ஆனால் சிசீலியா பெரிய கண்களோடும், நல்ல நிறத்தோடும் லட்சணமாக இருந்தாள். ஜென்னிஃபரும் அப்படித்தான் இருப்பாள். கட்டினால் ஒரு கிறிஸ்துவனைத்தான் கட்டுவேன் என்று அவள் சொன்னதால்தான் ராஜன் ஞானஸ்நான வகுப்புக்கே வந்திருந்தான். அவளுக்கும் ஆல்பிரெக்ட்டைப்போல் ஒரு தகப்பனார் இருப்பார் என்றும் அவருக்குத் தான் ஒரு நாள் மருமகனாகப் போகக் கூடும் என்று நினைக்கும்போது ராஜனுக்கு அம்மாவின் பூஜையறைப் படங்களும் அப்பாவின் புனஸ்காரமும் ஞாபகத்துக்கு வந்து தொலைத்தன. ராஜன் மிகவும் முயன்று தன் எண்ண ஓட்டத்தை மாற்றினான்.

ஆல்பிரெக்ட் அவனை மிகுந்த கருணையோடு பார்த்துக்கொண்டிருந்தார். இரட்டைக் குழல் விளக்குகளின் வெளிச்சத்தில் அவர் கண்கள் ஜெபமாலை மணிகளாய் மின்னின.

“இப்போ ஞானஸ்நான வகுப்புல என்ன பாடம் நடக்குது?”

“அருட்சாதனங்கள் பகுதியில உறுதி பூசுதல் பத்தி ஃபாதர் கியோ பாடம் நடத்திகிட்டு இருக்கார்.”

“ஓஞ்அப்படினா உங்களுக்கு ஞானஸ்நானம் தர நாள் ரொம்ப தூரத்தில் இல்லனு சொல்லுங்க.”

“ஆமா. இந்த ஈஸ்டர்லயேகூட எனக்கு ஞானஸ்நானம் தரலாம்னு ஃபாதர் சொல்லிகிட்டு இருக்காரு.”

தேவாலயத்தின் உறுப்பினர்கள் எல்லோரும் கூடியிருக்க எரிந்துகொண்டிருக்கும் மெழுகுவர்த்தியைப் பிடித்தவாறு வெள்ளை ஆடை உடுத்து மற்ற மாணவர்களோடு தான் பவனி வரும் காட்சி ராஜனின் மனக்கண்முன் எழுந்தது. கூடவே வீட்டிலிருக்கும் சாமிப் படங்கள் நினைவும் ஆர்ப்பாட்டம் செய்யத் துவங்கின. இம்முறை அதை அடக்கத் தேவையில்லாதவாறு கடையின் வாசல் மணி கிணுகிணுக்க ஒரு மூதாட்டி கடைக்குள் நுழைந்தாள். ராஜனின் கவனம் அவளிடம் திரும்பியது. மூப்பினால் அவள் உடல் மெலிந்து நறங்கியிருந்தது. சாயம் போன துணியில் பூப்போட்ட சட்டையும் இடுப்புக்கு லுங்கியும் அணிந்திருந்தாள்.

அவளைப் பார்த்தவுடன் ஆல்பிரெக்ட் முன்னால் நகர்ந்து அவள் கைகளைப் பற்றிக்கொண்டு வரவேற்றார்.

“வாங்க ரோசம்மா. இப்ப வீட்டுல நிலவரம் எல்லாம் எப்படி இருக்கு?”

ரோசம்மா ராஜனைச் சந்தேகத்தோடு குறுகுறுவென்று பார்த்தாள். இவனை வைத்துக்கொண்டு பேசுவதா வேண்டாமா என்று அவள் யோசிப்பது தெரிந்தது.

“சும்மா சொல்லுங்க ரோசம்மா. பிரதர் ஃபாதர் கியோகிட்ட ஞானஸ்நான கிளாஸுக்குப் போய்கிட்டு இருக்காரு. நம்ம சிசீலியா தெரியுமில்லையா?”

கிழவி சந்தேகத்தோடு தலையாட்டினாள்.

“சிசீலியா போலவே இவரும் என்.யூ.எஸ்லதான் படிக்குறாரு. ரொம்ப தங்கமான தம்பி. நீங்க வந்த விஷயத்தைச் சொல்லுங்க.”

கிழவி குரலைக் கனைத்துக்கொண்டாள். மீண்டும் ராஜனை உற்றுப் பார்த்தாள்.

“என்ன சொல்றது பிரதர். இன்னும் பிசாசானவனோட தொல்லை விட்டபாடில்ல. பொழுது போயி ராத்திரி வந்துச்சுனா எங்களால தூங்கவே முடியல. எப்பக் கண்ணை மூடுனாலும் கெட்ட கெட்ட கனாவா வருது.

ஆல்பிரெக்ட் கண்ணாடி அலமாரியின் குறுக்கே குனிந்து அதனுள்ளிருந்து ஏதோ எண்ணெய் அடைத்த புட்டியை வெளியில் இழுத்தார். அதன் மூடியைத் திருகித் தன் பெருவிரலில் புட்டியைக் கவிழ்த்தார். எண்ணெய் கொண்டு ரோசம்மாளின் நெற்றியில் சிலுவைக் குறியிட்டார். பின்பு அவள் தோள்களில் கை வைத்தவாறு சத்தமாய் ஜெபம் செய்ய ஆரம்பித்தார். அந்தச் சிறிய அறையின் சுவர்களில் இறைந்து மோதிய அவரது கனமான குரலின் எதிரொலியில் ரோசம்மாள் கைகள் கூப்பியபடி நடுங்கிக் கொண்டிருந்தாள்.

ராஜன் மறுபடியும் புத்தகங்களை ஆராய்வதா அல்லது ஆல்பிரெக்ட் செய்யும் ஜெபத்தைக் கவனிப்பதா என்று முடிவு செய்துகொண்டிருக்கும்போது திருப்பலிக்கான மணியோசை தேவாலயத்திலிருந்து ஒலிக்கத் தொடங்கியது. வெளியில் நீண்டிருந்த சாயங்கால நிழல்களைப்போல் கடைக்குள் கூடியிருந்த அடர்த்தியான மௌனத்தை ஆல்பிரெக்டே மீண்டும் கலைத்தார்.

“சரி பிரதர், நீங்க திருப்பலிக்குப் போங்க. எனக்காகவும் ரோசம்மாவுக்காவும் கர்த்தர் கிட்ட வேண்டிக்கங்க”

“நிச்சயமா … உங்க பேரு என்னனு சொல்லலையே?”

ரோசம்மாளின் தோளில் கைவைத்து மீண்டும் ஜெபத்தைத் தொடரப் போன ஆல்பிரெக்ட் தன் செய்கையை நிறுத்திவிட்டு ராஜனைப் பார்த்தார்.

“என் பேரு ஆல்பிரெக்ட் பிரதர்.”

“ஓ ஆல்ஃப்ரெட்டா. ஓகே. என் பேரு ராஜன். ம்ம்ஞ்ஆண்ட்ரூ ராஜன்.”

ஞானஸ்நானத்துக்குப் பின் தான் சூடப்போகும் கிறிஸ்துவப் பெயரை ராஜன் தன்னிச்சையாய்ச் சேர்த்துக் கொண்டான். ஆல்பிரெக்ட் உதடுகளின் ஓரத்தில் தேமலாய் ஒட்டிக்கொண்டிருந்த புன்னகையோடு அவனைப் பார்த்தார்.

“ஆல்ஃப்ரெட் இல்ல பிரதர். ஆல்பிரெக்ட். ஆல்பிரெக்ட் துரைசாமி.”

அன்றிலிருந்து ஃபாதர் கியோவின் வகுப்புக்கு வரும்போதெல்லாம் ராஜன் கடைக்குச் சென்று ஆல்பிரெக்டைச் சந்திப்பான். அவர் சிசீலியாவைப் பற்றி அளவுக்கு அதிகமாகவே பேசினாலும், சந்தேகத்துக்கே இடம் தராத அவரது நம்பிக்கைகளும், தேவனிடம் அவர் வைத்திருந்த திடமான விசுவாசமும் பல்கலைக் கழகப் படிப்பில் தடுமாறிக்கொண்டிருந்த ராஜனுக்கு இதமாயிருந்தன. கொஞ்சம் கொஞ்சமாய் ராஜன் தன் ரகசிய பயங்களையும் அபிலாஷைகளையும் ஆல்பிரெக்ட்டிடம் சொல்ல ஆரம்பித்தான். அவரும் அவன்மீது கைவைத்து ஜெபம் செய்தார்.

நாற்பது நாள் தபசுக் காலத் துவக்கத்தில் ஃபாதர் கியோ ராஜனுக்கும் சேர்த்து இருபது பேருக்கு ஈஸ்டர் பண்டிகையின் போது ஞானஸ்நானம் தரப்போவதாக வகுப்பின் இறுதியில் அறிவித்தார். வகுப்பு முடிந்த பிறகு ராஜன் ஓட்டமும் நடையுமாக தார்ச்சாலையைக் கடந்து ஆல்பிரெக்ட்டின் கடையில் போய் நின்றான்.

வெயிலில் அவசரமாய் நடந்ததில் ராஜனின் நெற்றியும் கழுத்தும் நன்றாய் வியர்த்திருந்தன. லேசாய் மூச்சு வாங்கியது.

“அங்கிள், ஃபாதர் கியோ எனக்கு இந்த ஈஸ்டருல ஞானஸ்நானம் தரதா உறுதி செஞ்சுட்டாரு. நீங்க...நீங்க எனக்கு ஞானத்தந்தையா இருப்பிங்களா.”

அந்தச் சின்ன இடத்தைச் சுற்றி எதிர்ப்பார்ப்பு என்பது கனமாய் அமர்ந்தது. கண்ணாடி அலமாரிக்குள் ஜெபமாலைகளை ஒவ்வொன்றாய் எடுத்து அடுக்கிக் கொண்டிருந்த ஆல்பிரெக்ட்

ஒரு கணம் திகைத்தார். பின்பு நேராக நிமிர்ந்து நின்றார். அவர் முகத்தில் மிகப் பெரிய புன்னகை இருந்தது.

"நிச்சயமாக பிரதர். ஒரு புது ஆத்துமா கர்த்தருடைய ராஜ்ஜியத்துக்குள்ள பிரவேசிக்கிற நேரத்துல அதுக்குத் துணையா இருக்குறதவிட ஒரு கிறிஸ்துவனுக்கு வேற என்ன பெருமை இருக்கு?"

இருவரும் கைகுலுக்கிக் கொண்டார்கள்.

அதனால்தான் ஆல்பிரெக்ட் திடீரென்று தேவாலயத்தை விட்டுக் காணாமல் போன போது ராஜன் மிகவும் வேதனைக் குள்ளானான். தபசு காலத்தின் இரண்டாவது வாரத்தில் வகுப்புக்குப் போனபோது இழுத்துப் பூட்டியிருந்த கடை குருத்தோலை ஞாயிறுக்கு முந்திய புதன்கிழமையிலும் பூட்டியே இருந்தது. ராஜன் வகுப்பு முடிந்து திருப்பலிக்கு முன்னும் பின்னரும் ஆல்பிரெக்ட் கடையில் இருக்கிறாரா என்று சென்று பார்த்துவந்தான். ஆனால் கடை பூட்டியது பூட்டியவாறே இருட்டாய் இருந்தது. மற்ற நாட்களிலும் ராஜன் பல்கலைக் கழகத்துக்குப் போகும் முன்னரும் பின்னரும் ஆல்பிரெக்ட் இருக்க மாட்டாரா என்ற நப்பாசையில் தேவாலயத்துக்கு வந்து பார்த்து விட்டுப் போனான்.

பல்கலைக் கழகத்திலும் இறுதித் தேர்வுகள் நெருங்கிக் கொண்டிருந்தன. ஞானஸ்நானச் சடங்குக்கும் பலவிதமான ஆயத்தங்கள் இருந்தன. ராஜன் அந்த ஆயத்தங்களையெல்லாம் வீட்டாருக்குத் தெரியாதவாறு மிக ஜாக்கிரதையோடு செய்தான். வெள்ளைத் துணி வாங்கித் தன் அறையில் இருந்த புத்தக அலமாரியின் மிக உயரமான அடுக்கில் பாடப் புத்தகங்களுக்குப் பின்னால் ஒளித்து வைத்தான். நேரம் கிடைக்கும்போதெல்லாம் பாடங்களைப் படிப்பதை இடையிடையே நிறுத்திவிட்டு அந்த வஸ்திரத்தை அணிந்துகொண்டு அறையில் இருந்த முழு நீளக் கண்ணாடியில் தன் தோற்றத்தை ரசித்தான்.

ஆனாலும் ஆல்பிரெக்ட்டின் நினைவு உறுத்தத்தான் செய்தது. தேவாலயத்தில் சந்தித்தவர்கள் எல்லோரும் பலவிதமான கதைகள் சொன்னார்கள். சிலர் ஆல்பிரெக்ட்டின் மகளுக்கு ஏதோ தீராத நோய் என்று சொன்னார்கள். சிலர் அவள் விபத்தில் அடிபட்டிருப்பதாக விவரித்தார்கள். மற்றவர்களோ அவள் இறந்தே போய்விட்டதாகவும் அதனால் மனதொடிந்த ஆல்பிரெக்ட் பைத்தியமாகி விட்டதாகவும் விவரித்தார்கள். ஃபாதர் கியோவிடம் கேட்டபோது அவர் ஆல்பிரெக்ட்டின் வீட்டில் ஒரு அவசரம் என்பதால் அவர் போய்விட்டதாகவும்

தானே ராஜனுக்கு ஞானத்தந்தையை ஏற்பாடு செய்வதாகவும் சொன்னார். ஆனால் அந்த உரையாடலின் போது ஃபாதர் கியோவின் கண்கள் ராஜனின் கண்களைச் சந்திக்க மறுத்தன.

குருத்தோலை ஞாயிறுக்கு முன்வந்த வெள்ளிக்கிழமையில் ராஜனை அவனுடைய அம்மா தேக்கா மார்க்கெட்டிலிருந்து இரவு உணவுக்காகக் கோழி பிரியாணி வாங்கி வர அனுப்பினாள். தபசு கால வெள்ளிக்கிழமையில், அதுவும் ஒரு வாரத்தில் ஞானஸ்நானத்தை வைத்துக்கொண்டு கோழி சாப்பிடும்படி ஆகிவிட்டதே என்று நினைத்தபடி ராஜன் உணவங்காடிக்கு நடந்தான்.

உணவங்காடிக்குள் நுழைந்து ரகுமான் பாய் கடையில் ஆர்டர் கொடுத்துவிட்டுத் திரும்பியபோது எதிரே அமர்ந்திருந்த மனிதரின் பின் தோற்றம் ராஜனுக்குப் பரிச்சயமாகப் பட்டது. அது மதுபானக் கடைகள் உள்ள பகுதி. பாயிடம் சொல்லிவிட்டு ராஜன் அந்த உருவத்துக்கு முன்னால் நடந்து கொஞ்சம் திரும்பிப் பார்த்தான். தேக்கா உணவங்காடியின் ஆரஞ்சு வட்ட மேசைமீது பாலில்லாத தேநீரைக் கரண்டியால் கலக்கியபடியே ஆல்பிரெக்ட் அமர்ந்திருந்தார். அழுததால் அவர் கண்கள் சிவந்திருந்தன. அவருடைய கசங்கிப் போன சட்டை பேண்டிலிருந்து வெளியே தொங்கிக் கொண்டிருந்தது. பல நாளாய் அவர் சவரம் செய்யவில்லை என்பது தெளிவாய்த் தெரிந்தது.

ராஜன் மௌனமாக ஆல்பிரெக்ட்டின் முன்னால் அமர்ந்தான். அவர் நிமிர்ந்து ராஜனைப் பார்த்தார். கண் கலங்கியிருந்ததால் பார்வையை நேர்நிறுத்தி ராஜனைப் பார்க்கத் தடுமாறினார். ஆனால் ராஜனை அடையாளம் தெரிந்த பிறகு அவர் கண்கள் முன்புபோல் மின்னின.

இம்முறையும் ஆல்பிரெக்ட்தான் முதலில் பேசினார்.

“என்னை என் மக ஏமாத்திட்டா பிரதர். பல்கலைக் கழகத்துல யாரோ ஒரு இந்து பையனைக் காதலிச்சு அவனையே அவங்க கோவில்ல வச்சுக் கல்யாணம் பண்ணிகிட்டா. என் ஒரே பொண்ணு, கர்த்தரோட விசுவாசத்துல நான் பொத்தி பொத்தி வளர்த்த ஒரே பொண்ணு. அவ கல்யாணத்த நான் எங்கிருந்து பார்த்தேன் தெரியுமா? சவுத் பிரிட்ஜ் ரோட்ல நடு வீதியில நின்னுகிட்டு அவுங்க சாமிக்குப் பக்கத்துல என் பொண்ணு அந்தப் பையனோட நின்னு மாலை மாத்தி தாலி கட்டிக்கிறத கால் நுனியில நின்னு எட்டி எட்டிப் பார்த்தேன். நான் இன்ன தேதியில கல்யாணம் பண்ணிக்கப் போறேன்னுகூட அவ என்கிட்ட சொல்லல தெரியுமா பிரதர்?”

சொல்லிவிட்டு ஆல்பிரெக்ட் கேவிக் கேவி அழுதார்.

கர்த்தரின் நாளில் நியாயத் தீர்ப்பளிக்க ஆண்டவர் வரும்பொழுது ஜனங்கள் எல்லோரும் கண்ணீர் விட்டு அலறுவார்கள் என்று ராஜன் எங்கோ படித்திருந்தான். ஆல்பிரெக்ட்டின் அடிவயிற்றிலிருந்து எழுந்த ஓலத்தில் ஆயிரம் ஆயிரம் நியாயத் தீர்ப்புகள் நடந்தேறுவதாக அவனுக்கு அப்போது தோன்றியது.

ரகுமான் பாயிடமிருந்து கோழி பிரியாணியை வாங்கிக் கொண்டு போகும் போது கையிலிருந்த பொட்டலங்களைப் போலவே ராஜனின் மனமும் கனத்தது.

ஏனோ தெரியவில்லை. அந்த வருடம் ஈஸ்டர் பண்டிகையில் நடந்த ஞானஸ்நான சடங்கில் ராஜன் கலந்துகொள்ளவில்லை.

பிள்ளை வரம்

மேசையில் வைக்கப்பட்டிருந்த மதுபாட்டில் களையும் கிண்ணங்களையும் நகர்த்திவிட்டுத் தன் கையை என்னிடம் நீட்டினாள்.

"உனக்குக் கைரேகையில்லாம் பார்க்கத் தெரியுமா?" என்றாள். சிகரெட்டால் கரகரப்பாகிப் போன குரல். கனமான பட்டுத் துணிபோல் கட்டுக்கடங்காமல் வழிந்தது.

இருவரும் சின்னச் சின்ன வண்ண விளக்குகள் மினுமினுக்கக் கறுப்புக் கூந்தலாய் கிடக்கும் ஆற்றுக்கு ஓரமாக இருந்த குடிக்கும் விடுதியில் அமர்ந்திருந் தோம். நான் அவளது சிவந்த உள்ளங்கையைத் தீவிரமாய் ஆராய்வதுபோல் பாவனை செய்தேன்.

நிமிடங்கள் சரியச் சரிய அவளும் நான் என்னதான் பார்க்கிறேன் என்று தலை நீட்டி எட்டிப் பார்க்க ஆரம்பித்தாள். அவள் உள்ளங்கையில் என் விரல்நுனிப் புள்ளிகள் இட்டுக் கொண்டிருந்தது. பின்பு ஓரிடத்தில் நின்றது.

"இதோ இந்த முக்கோணம்தான் உன் வாழ்க்கையை ஆட்டிப் படைக்குது."

நான் அப்படிச் சொன்ன அதே நொடியில் கடந்து போன வாகனத்தின் வெளிச்சத்தில் அவள் விரலில் அணிந்திருந்த திருமண மோதிரம் பளிச்சிட்டு அடங்கியது.

அதைக் கவனித்தவள் தலையை நன்றாகச் சாய்த்து பெருங்குரலோடு சிரித்தாள். வாழைப்பழம்

போன்ற வெண்மையான தொண்டைப்பகுதி. இருவரும் ஊதிய சிகரெட் புகையால் நகரம் மிகப் பெரியதாய், ராட்சசமாய் விரிந்து, பின் சுருங்கியது.

காலியான அவள் கிண்ணத்தில் மேலும் மது ஊற்றினேன்.

“இதுக்கு ஏதேனும் பரிகாரம் உண்டா ஜோசியரே?”

ஒரு கையில் மதுக்கிண்ணத்தைப் பிடித்தபடி கேட்டாள். மற்ற கையிலிருந்த கல்யாண மோதிரத்தை ஓயாமல் கழற்றி மீண்டும் மாட்டுவதைப்போல அதைக் கட்டைவிரலால் முன்னுக்கும் பின்னுக்கும் நகர்த்திக் கொண்டிருந்தாள்.

“இப்போதைக்கு ஒரு முத்தம்.”

கலகலவென்று சிரித்தபடியே இரண்டு கைகளை என் முகத்தின் இரு பக்கமும் வைத்தபடி மேசையைத் தாண்டிச் சாய்ந்தபடி என் வாய்க்கு முத்தம் கொடுத்தாள். அந்த முத்தம், முறையே மதுவின் ஈரம், புகையிலை நாற்றம், அவர் மார்புக்குழியிலிருந்து எழுந்த வியர்வையின் வாடை என்று காய்ந்து போன பல வகையான மலர்களைச் சேமித்து வைத்திருக்கும் சுருக்குப் பையாக நாறியது.

வெடிகுண்டு வெடிப்பதுபோல் கைகளை என் முகத்திலிருந்து அகல விரித்தபடியே விலக்கிக் கொண்டவள் தன் நாற்காலியில் சாய்ந்து கொண்டாள்.

“இன்னொரு சிகரெட் இருக்கா?”

“நீ ரொம்ப அதிகமா புகைப்பிடிக்கிற ஜோஸ்னா.”

“அதனால என்ன?”

“சீக்கிரமா செத்துப் போயிருவே.”

சிகரெட்டைக் கவனமாகப் பற்ற வைத்தாள். என் தலைக்கு மேலே ஏதோ ஒரு இடத்தைக் குறி பார்த்து நீண்டதாகப் புகைவிட்டாள்.

“இப்படியே புகையாட்டம் கிளம்பி நட்சத்திரங்களோட போய் கலந்துரணும். என்னைப் பொறுத்த வரைக்கும் அதுதான் நல்ல சாவு.”

தலையை முழுவதுமாகத் திருப்பி வானத்தில் ஜோஸ்னா உத்தேசமாய் எந்த இடத்தில் நட்சத்திரமாய் இருப்பாள் என்று யோசித்தேன். எங்களைச் சுற்றியிருந்த உயரமான கட்டிடங்களின் விளக்குகளின் வெளிச்சத்தால் வானம் லேசான மஞ்சள் நிறமாய் மாறியிருந்தது.

"என்ன? வானத்துல எனக்கு எங்க எடம் பிடிச்சித் தரலாம்னு பார்க்குறியா? வேண்டாம்பா. எனக்கு இடம் பிடிச்சுக் கொடுத்ததைச் சாக்கா வச்சு என்கிட்டயே கமிஷன் கேட்டாலும் கேப்ப."

"வழக்கமா நீ மிச்சம் மீதி வைக்காம கணக்கைத் தீர்க்குறவதானே, வங்கி அதிகாரி."

கண்சிமிட்டினேன். காமம் மிகுந்த மிருகத்தின் சிறு சிறு உறுமல்களாக மேசையில் விழுந்த நீர்த்திவலையால் தேய்த்த படியே அடித்தொண்டையிலிருந்து சிரித்தாள். ஆனால் அதில் வழக்கமான கேலி இல்லை.

சிந்தனை வயப்பட்டிருந்தாள்.

"இன்னிக்கு நானும் ராகேஷும் டாக்டர்கிட்டப் போயிருந்தோம்."

காலணி கயிற்றில் விழுந்திருக்கும் சின்னச் சின்ன முரட்டு முடிச்சுக்கள் போன்ற தயக்கங்களை விரல்களால் நிமிண்டி நிமிண்டி அவிழ்ப்பதுபோல் ஜோஸ்னா வார்த்தைகளில் இடைவெளிவிட்டுப் பேசினாள். அவள் தனது கண்களை வலுக்கட்டாயமாக மேசைமீதே பதிய வைத்திருப்பதாக எனக்குத் தோன்றியது. எனது உதடுகளும் தொண்டைக்குழியும் திடீரென்று காய்ந்து போயிருந்தன.

"ம். சரி, ஜோஸ்னா. டாக்டர் என்ன சொன்னாருனு சொல்லேன்."

மனித மனம் மிகவும் விசித்திரமானது. விரலில் புகைந்து கொண்டிருக்கும் சிகரெட், மேசைமீது பரப்பி வைக்கப்பட்டிருக்கும் மது பாட்டில்கள், எனக்கு முன்னால் பாதி திறந்திருக்கும் ஆடையில் மார்புகளைக் காட்டியபடி அமர்ந்திருக்கும் அழகான நாற்பது வயது பெண்பிள்ளை – இவற்றின் நடுவே இருந்து கொண்டே ஒன்றுக்கொன்று தொடர்பில்லாத வார்த்தைகளால் பிரார்த்தனைத் துணுக்குகளை உதடுகளில் கசப்பான மிட்டாயைப்போல் உருட்டிக் கொண்டிருந்தேன்.

"இல்ல. ராகேஷுக்கு விந்தணுக்களோட எண்ணிக்கை போதாதாம். நமக்கு இயற்கையா குழந்தை பிறக்குற சாத்தியமே இல்லையாம்."

ஹா...மதுபோல் மகிழ்ச்சி. கனமாய், வாசனையுள்ளதாய், எல்லா இடத்திலும் பரவுவதாய், நரம்புகளுக்குள் வெப்பம் கூட்டுவதாய், தீச்சுடராய்.

ஜோஸ்னாவின் முகத்துக்கு முன்னால் என் மதுக்கிண்ணத்தை உயர்த்தினேன்.

“நல்லதாப் போச்சு. இனிமே வாழ்க்கை மொத்தமும் ஜாலிதான். மனசு ஆசைப்பட்டதை யோசிக்காம எப்ப வேணா செய்யலாம்.”

நாம். நாம் ஆசைப்பட்டதை எப்போது வேண்டுமானாலும் செய்யலாம். என் சுயநலத்தை எண்ணிப் பார்க்க என் கன்னங்கள் லேசாய் எரிந்தன.

ஆனால் ஜோஸ்னா என்னைப் பார்க்காமல் மேசையைப் பார்த்தபடியே அமர்ந்திருந்தாள். அவள் கை மதுக் கிண்ணத்தை நோக்கி நகரவில்லை.

“நானும் ராகேஷுும் ஒரு குழந்தையத் தத்து எடுக்கலாம்னு முடிவு பண்ணி இருக்கோம் குமார்.”

கறுப்புக் கூந்தலாய் ஆறு, மஞ்சள் நிறமாய் வானம், பெட்டி திறந்து கிடக்கும் வெள்ளை நிற மார்ல்பொரோ சிகரெட்டுகள், பாவாடை விரிய நிற்கும் குழந்தைகளாய் ரம் பாட்டில்கள், நெஞ்சு காட்டி அமர்ந்திருக்கும் மற்றவன் மனைவி, தத்துக் குழந்தை. இதில் சேராத பொருள் எது. கண்டுபிடி.

“தத்தெடுக்குறதா. இந்த வயசிலயா. முதிர்ந்த வயசுல தத்தெடுக்கிற குழந்தைங்க அப்பா அம்மாகிட்ட ஒட்டாதுனு ஒரு இடத்துல படிச்சிருக்கேன். வளர வளர இந்த விரிசல் பெருசாகிக் கிட்டே போகுமாம்.”

சேராத பொருள்தான் தெளிவாகத் தெரிகிறதே. ஜோஸ்னா எந்தக் குழந்தையையும் தத்தெடுக்காமல் இருப்பதற்காக ஒரு காரணத்தைக் கண்டுபிடிப்பது அதைவிட அவசியம்.

“எனக்கு என்ன அப்படி வயசாயிடுச்சி?”

“அதுக்குனு இல்ல. உன்னோட வாழ்க்கை முறைக்கும் ராகேஷோட வாழ்க்கை முறைக்கும் குழந்தை இருக்குறது ஒத்து வருமா. யோசிச்சுப் பார். நீயும் ராகேஷுும் அடிக்கடி வங்கி வேலைக்காக ஊர் ஊராப் போறவங்க...”

“குழந்தையப் பார்த்துக்க நல்ல ஒரு பணிப்பெண்ணாப் பார்த்து வேலைக்கு வச்சுக்கலாம்னு ராகேஷ் சொல்றான் குமார். அதுக்கும் மேல நாங்க கைக்குழந்தையத் தத்தெடுக்கப் போறதில்ல. ஒரு ஒண்ணு ஒன்னரை வயசுல.”

மதுவை எடுத்து மெதுவாக அருந்தினாள். அவள் குழந்தையைத் தத்தெடுப்பதில் உள்ள அனுகூலங்களைக் கண்கள் கிறங்க யோசித்துத் தனக்குள் தானே மூழ்கினாள்.

பெண்கள் ஒரு முடிவுக்குள் போய்விட்டால் அதன்பிறகு அவர்கள் மற்றவர்கள் பிரவேசிக்க முடியாத கருங்கல் கோட்டை ஆகிவிடுகிறார்கள். தந்திரமாய் உள்ளே போக ஏதேனும் வழியிருக்கும் – மறதியாகத் திறந்து வைக்கப்பட்டிருக்கும் சிறு ஜன்னலோ, காவலில்லாத பின்புற வாயிலோ, சற்றே பெயர்ந்திருக்கும் கல்லோ. உள்ளே போயே ஆக வேண்டும். வழி கண்டுபிடி.

ஜோஸ்னா சிகரெட்டை ஆஷ் ட்ரேயில் நசுக்கிவிட்டுப் பெட்டியிலிருந்து புதிய சிகரெட்டை எடுத்து வாயில் வைத்துக் கொண்டாள். லைட்டரைத் தட்டிச் சிகரெட்டைப் பற்ற வைத்தேன்.

மிக ஆழமாக உள்ளிழுத்து ஊதினாள்.

"ராகேஷோட குடும்பம் நல்ல பாரம்பரியமான குடும்பம். வெளியில இருந்து யாரோ பெத்த பிள்ளைய வீட்டுக்குள்ள கொண்டுவர ஒத்துக்குவாங்களா?"

"ராகேஷோட அம்மாதான் இந்த யோசனைய முதல் முதலாச் சொன்னது."

"நீ போய் ஒரு குழந்தையத் தத்தெடுத்துக் கிட்டா நம்ம ரெண்டு பேருக்குள்ள இருக்குற உறவு என்னாறது. நாம இனிமே இப்படிச் சந்திச்சுக்க முடியுமா?"

இப்படி அவளிடம் உரத்த குரலில் கேட்டேனா என்று இன்றுவரை எனக்குச் சந்தேகமாக இருக்கிறது. குடி போதை. நான் அப்படிக் கேட்டிருந்தாலும் அவள் காதில் விழுந்திருக்காது. அவள் கறுப்பாய்க் கடந்து போகும் ஆற்றை மதுக்கோப்பையை விரலால் தட்டியபடி உன்னிப்பாகப் பார்த்துக் கொண்டிருந்தாள்.

"சரி, போகலாமா?"

"போகலாம்."

கடைசியாக மதுக்கிண்ணத்தின் அடியிலிருந்த புளிப்பான மதுவை வாயில் கவிழ்த்துக் கொண்டு, கடைசியாகச் சிகரெட்டிலிருந்து புகை உறிஞ்சி, பில்லுக்குப் பணம் கட்டிவிட்டுக் கிளம்பிய போது வழக்கம்போல் அவள் இடுப்பைச் சுற்றிக் கைபோட முயன்றேன்.

ரெமோன் எனும் தேவதை

வேண்டாம் என்றாள். அசாதாரணமான குளிரெடுப்பதுபோல் கைகளைத் தன் உடம்பைச் சுற்றி இறுக்கமாகக் கட்டியபடியே என்னிடமிருந்து அரையடி தள்ளியே நடந்தாள். தோளில் மிகப் பெரிய பை.

காரில் அழைத்துப்போய் வீட்டில் விடவா என்று சம்பிரதாயமாகக் கேட்டேன். அதற்கும் வேண்டாம் என்றாள்.

அவள் சிந்திக்கக் கொஞ்சம் தனிமை வேண்டும்.

அதன்பிறகு ஜோஸ்னாவும் நானும் சந்தித்துக் கொள்ளவில்லை.ஆனால் அவ்வப்போது நீளமான குறுஞ் செய்திகள் அனுப்பினாள். ஜோஸ்னாவின் குறுஞ்செய்திகள் பந்தயத்தில் ஓடிவிட்டு நமது முன்னால் வந்து நிற்கும் பந்தயக் குதிரையைப் போல வாளிப்பானவை, மூர்க்கமாய் விழித்துப் பார்க்கும் கண்களும் உஷ்ணமான பெருமூச்சும் கொண்டவை. குதிரையின் குழிவிழுந்த வயிறைப்போல் பேரழகானவை.

மிக எதிர்பாராத நேரங்களில் அவற்றை என்னிடம் அனுப்பி வைத்தாள். அவை போர் முனையிலிருந்து அனுப்பப்படும் செய்தி அறிக்கையின் பாணியில் இருந்தன.

* நாளைக்கு நானும் ராகேஷுும் தத்து எடுக்குறவங்களுக்கான நேர்காணலுக்குப் போறோம் குமார். கொஞ்ச நாளைக்கு முன்னாலதான் பக்கம் பக்கமாப் படிவங்கள நானும் அவனும் எழுதி முடிச்சோம். எங்க பேரு, பூர்வீகம், மாசாந்திர, வருடாந்தொர வருமானம், எங்க ரெண்டு பேரோட உடல் ஆரோக்கியம், மருத்துவப் பரிசோதனை முடிவுகள், மத்த குடும்ப உறுப்பினர்களோட விவரம். வெள்ளை வெளேர்னு பெரிய விளக்குகள எரிய விட்டுப் பல பேர் கடந்து போற நடுவீதியில கட்டியிருக்குற கண்ணாடி அறையில விசித்திர மிருகமாட்டம் எங்க ரெண்டு பேரையும் துணியெல்லாம் உருவி நிர்வாணமா நிக்க வச்சிருக்காங்க..”

* சில நேரம் நான் இப்படி யோசிக்கவும் செய்யுறேன். ராகேஷால எனக்குக் குழந்தையைக் கொடுக்க முடிஞ்சிருந்தா நான் அவன்மேல இன்னும் அன்பா இருந்திருப்பேனா? குறைஞ்ச பட்சம் நமக்குள்ள இந்தப் பன்னிரண்டு வருஷத்துல இத்தனை சண்டை வராம இருந்திருக்குமா? ராகேஷ 'சேதமடைஞ்ச சரக்குனு' எங்கூட வங்கியில வேலை பார்க்குற தோழிக சொல்றாங்க. ஆனா முதல்ல இருந்து எனக்கும்தான் குழந்தை பெத்துக்கணும்னு தோணலையே. அப்படி இருக்கும்போது ராகேஷ மட்டும் இப்பக் குறை சொல்றது நியாயமா இருக்குமா?

* நான் குழந்தையத் தத்து எடுக்க ஒத்துக்கிட்டதிலிருந்து நான் திடீர்னு கர்ப்பமாயிட்ட மாதிரியே என் மாமியார் என்னை நடத்துறாங்க. காரம் அதிகம் சாப்பிடாதே, ரொம்பக் கஷ்டமான வேலையெல்லாம் செய்யாதேனு என்னைப் பார்க்கும்போதெல்லாம் சொல்லிகிட்டே இருக்காங்க. பெட்டி நிறைய ஸ்வீட் வாங்கி வந்து என் வாயில ஆசையா ஊட்டுறாங்க. ராகேஷூம் எங்கிட்ட முன்னவிட அன்பா நடந்துக்குறான். எங்கிட்ட எல்லா நேரமும் மிருதுவாவும் இனிமையாவும் பேசுறான். ஆனா என் கண்ணைப் பார்க்க மாட்டேங்குறான். அவனுக்குள்ள எங்கயோ ஆழமாக் குத்த உணர்ச்சி ஏற்பட்டிருக்கு. குழந்தையத் தத்தெடுக்குறதுக்கு நான் மாட்டேன்னு சொல்லிருவேன்னு எல்லாரும் பயந்தாங்களாம். பிள்ளைக்குச் சரினு சொல்றது எனக்கு இவ்வளவு மரியாதையை வாங்கித்தரும்னு தெரிஞ்சிருந்தா நான் முதல்ல இதுக்கு ஒத்துக்கிட்டிருப்பேன்.

* குழந்தைகளைப் பெத்து அதுகளைக் கவனிச்சுக்க முடியாம தத்துக் கொடுக்கச் சம்மதிக்குற பெத்தவங்களை நினைச்சா கோபம் கோபமா வருது. ஆனா தத்தெடுக்குற குழந்தை கொஞ்சமாவது நம்ம சாயல்ல இருக்க வேண்டாமா? பிறத்தியான் வீட்டுக் குழந்தைனு மூஞ்சிலயா எழுதி ஒட்டியிருக்குறது?

* உனக்கு ஞாபகமிருக்கா குமார். நாம ரெண்டு பேரும் ஒண்ணாச் சேர்ந்து கல்லாரியில படிச்ச காலத்துல எல்லாத்துலயும் முதலாவதா வரத்தான் நான் விரும்புவேன். வங்கி வேலையில அது முடியல. இப்பக் குழந்தைக்கு டிரஸ் தயார் பண்ணுறதிலிருந்து படுக்கையறையை அலங்காரம் செய்றது வரைக்கும் நான்தான் பார்த்துக்குறேன். குழந்தை போக வேண்டிய பாலர் பள்ளிக்கூடத்தையும் நான் இப்பவே தேர்ந்தெடுத்து முன் பணம் கட்டிட்டேன்.

திடீரென்று ஒரு நாள் தன் மகளுக்கு இரண்டாவது பிறந்தநாள் விழா என்றும் நான் கட்டாயம் கலந்து கொள்ள வேண்டும் என்றும் ஜோஸ்னா குறுஞ்செய்தி அனுப்பினாள். எனக்குள் பேரிரைச்சலாய்க் குளிர்ந்த கடல் புரண்டது, வாலை ஆட்டிச் சின்னச் சின்ன ஆரோகணங்களாய்க் குரைக்கும் முரட்டு நாய் ஒன்று அலைந்தது.

ஜோஸ்னாவைப் பார்க்கும் ஆவலில் பிறந்த நாள் விழாவிற்குப் போனேன்.

பணக்கார வீடு. இரண்டு மாடிகள். முன்னால் பூந்தோட்டம். முன்னால் புல்வெளி. சிறுநீரகத்தின் வடிவத்தில் சின்ன நீச்சல் குளம்.

புல்வெளியில் பிறந்த நாள் விழா விருந்தினர்கள் அமர்ந்து விருந்து உண்ண காற்றில் அலை பாயும் கூடாரங்களையும் நீண்ட மேசைகளையும் போட்டிருந்தார்கள்.

ஜோஸ்னா இரண்டு சுற்றுக்கள் பெருத்திருந்தாள். அவள் தத்தெடுத்த பெண் குழந்தை கட்டையாய் வெட்டிய பளபளக்கும் தலைமுடியோடும், விசாலமான கண்களோடும், சிவப்பான உருண்டைக் கன்னங்களோடும் பொம்மைபோல் இருந்தாள். கலப்பினக் குழந்தை. அவளுக்கும் ஜோஸ்னா ராகேஷ் இருவருக்கும் சாயலில் எந்த வித ஒற்றுமையும் இல்லை.

ஆனால் குழந்தையின் தோற்றம் வெகு எளிதாக வந்திருந்த விருந்தினர்களைக் காந்தம்போல் இழுத்துக் கொண்டது. சிறிய அரைவட்டமாய் விருந்தினர்கள். ஜோஸ்னா குழந்தையைப் பாடச் சொன்னால். குழந்தை ஆங்கிலத்தில் ஏதோ ஒரு குழந்தைகள் பாடலைப் பாடியது.

“இப்ப இந்தியில பாடு.”

குழந்தை விழித்தது. ஜோஸ்னாவைக் கொஞ்சம் பயத்துடன் பார்த்தது. பின்பு தயக்கத்துடன் தவறான இடைவெளி விட்டு இந்தியில் பாடியது.

“சந்தா ஹை தூ, மேரா சூரஜ் ஹை தூ

ஓ மேரா ஆங்கோன் கா தாரா ஹை தூ”

கூடியிருந்தவர்கள் “வாரே, வா” என்று சொல்லிக் கைதட்டினார்கள்.

“இப்போ பிரேயர் பண்ணு.”

கலைந்து போக இருந்த விருந்தினர்கள் நின்று நிதானித்துக் குழந்தையையே உற்றுப் பார்த்தார்கள். குழந்தை மேலும் விழித்தது. ஜோஸ்னா சற்று ஆத்திரத்தோடு குழந்தைக்கு அருகே வந்து அதன் கைகளை இறுக்கமாக ஒன்றோடு ஒன்று இணைத்து வைத்தாள்.

“ஓம் ஜெய் ஜெகதீஷ் ஹரே, ஸ்வாமி ஜெய் ஜெகதீஷ் ஹரே.” ஜோஸ்னா துவக்கி வைத்தாள்.

“ஸ்வாமி ஜெய் ஜெகதீஷ் ஹரே.”

பக்த் ஜனோ கே சங்கட, தாஸ் ஜனோ கே சங்கட் க்ஷன் மேன் தூர் கரே. ஸ்வாமி ஜெய் ஜெகதீஷ் ஹரே.

விழாவிலிருந்து திரும்பிப் போகும் முன்னால் ஒரு நிமிடம் குழந்தையையே பார்த்துக் கொண்டு நின்றேன். குழந்தை தனியாக அமர்ந்து தனக்குத் தரப்பட்டிருந்த பரிசுகளைக் கிழித்துப் பார்த்துக் கொண்டிருந்தது. வேறு குழந்தைகள் அதனுடன் விளையாட வந்தால் அவர்களுடன் தன் பரிசுப் பொருள்களைப் பகிர்ந்து கொள்ள மறுத்தது.

என் அருகில் ஜோஸ்னா வந்து நின்றாள்.

“கிளம்பிட்டியா குமார். பொண்ணு நல்ல துருதுருனு இருக்கா இல்ல.”

“ம். நீ நல்லா இருக்கியா ஜோஸ்னா.”

“ஆங் – இருக்கேனே. அடுத்தது ஒரு பையனைத் தத்தெடுத்துக்கலாமானு ராகேஷும் நானும் பேசிக்கிட்டு இருக்கோம். நினைக்கும் போதே சோர்வா இருக்கு.”

முதல் குழந்தையை வளர்க்கும் களைப்பில் ஜோஸ்னா பேசினாள். எங்களருகில் நின்று நாங்கள் பேசுவதைக் கேட்டுக் கொண்டிருந்த அவள் மாமியார் அவளைப் பெருமையுடன் பார்த்தார்.